'എം.ഡി.' യുടെ കൂടെ വന്ന പെണ്ണ്

(കഥകൾ)

അഗസ്റ്റിൻ ചിലമ്പിക്കുന്നേൽ
വെണ്ണല

VAYANAPPURA

'M.D.' YUDE KOODE VANNA PENNU

(Malayalam Stories)

by **AUGUSTINE CHILAMPIKUNNEL VENNALA**

Vayanappura Publications, Ernakulam
First published : january 2022
Cover Design : C.v . Harindran
Type setting &
Page Layout : Paul Antony
Published by : Vayanappura Publications
Anathanam Studios, Old Railway Station
Cross Road, Ernakulam , Pin: 682018
mob: 9074188300
e-mail: vayanappuraeditorial@gmail.com
web address : www.vayanappurabooks.com

ISBN : 9789390999859
Printed by : vayanappura
Price: 160/-

അഗസ്റ്റിൻ ചിലമ്പിക്കുന്നേൽ.

1951-ൽ ജനനം. വിദ്യാഭ്യാസത്തിനു ശേഷം 1974-ൽ പോസ്റ്റൽ ഡിപ്പാർട്ട്മെന്റിൽ സേവിങ്സ് ബാങ്ക് ഓഡിററ് സെക്ഷൻ ആയ S.B.C.Oയിൽ ജോലിയിൽ പ്രവേശിച്ചു. ഔദ്യോഗികമായ പേര് N.J.AUGUSTHY. ജോലി സംബന്ധമായി കേരളത്തിൽ അങ്ങോളമിങ്ങോളം ധാരാളം യാത്രകൾ നടത്തുകയും വിവിധ സ്ഥലങ്ങളിൽ താമസിക്കുകയും ചെയ്തു. കൂടാതെ ഇൻഡ്യയിൽ കന്യാകുമാരി മുതൽ കശ്മീർ വരെയുള്ള പ്രധാനപ്പെട്ട സ്ഥലങ്ങളിലും ഇൻഡ്യയ്ക്ക് വെളിയിൽ പല രാജ്യങ്ങളിലും സന്ദർശനം നടത്തിയിട്ടുണ്ട്. 1979 മുതൽ എറണാകുളത്ത് വെണ്ണലയിൽ താമസിക്കുന്നു. 2009-ൽ ജോലിയിൽ നിന്നും വിരമിച്ചു. വിദ്യാഭ്യാസ കാലം മുതൽ കഥകളും കവിതകളും എഴുതുവാൻ ആരംഭിച്ചു. വാരികകളിലും മാസികകളിലും ആനുകാലിക വിഷയങ്ങളെ കുറിച്ച് എഴുതാറുണ്ട്. സാഹിത്യ മത്സരങ്ങളിൽ ചെറുകഥ, കവിത എന്നിവയ്ക്ക് പലപ്പോഴും സമ്മാനങ്ങൾ ലഭിച്ചിട്ടുണ്ട്. 2014-ൽ 'സ്ത്രീ ശക്തീകരണം മാററുരയ്ക്കുമ്പോൾ' എന്ന ഗ്രന്ഥവും 2019-ൽ 'പുനർജ്ജന്മങ്ങളുടെ അന്ത്യവും യേശുക്രിസ്തുവും ലോകാവസാനവും' എന്ന ഗ്രന്ഥവും പ്രസിദ്ധീകരിച്ചു.

ഭാര്യ സൂസന്ന (റിട്ട. ടീച്ചർ, സെന്റ് മേരീസ്, C.G.L.P.S, എറണാകുളം.) തൊടുപുഴയ്ക്ക് അടുത്ത് തെന്നത്തൂർ റാത്തപ്പിള്ളിൽ കുടുംബാംഗം. രണ്ടു മക്കൾ. മകൾ ഡോ. ആശ (ഫിഷറീസ് ഡിപ്പാർട്ട്മെന്റ്). ആശയുടെ ഭർത്താവ് സെബാസ്റ്റ്യൻ കണ്ണമ്പുഴ, കടവന്ത്ര(ചീഫ് എൻജിനീയർ, മർച്ചന്റ് നേവി).മകൻ അഭിലാഷ് (സോഫ്റ്റ് വെയർ എൻജിനീയർ,TCS). അഭിലാഷിൻെറ ഭാര്യ ഡോ.ലിജി B.H.M.S പനങ്ങാട് കിഴക്കേൽ കുടുംബാംഗം. കൊച്ചു മക്കൾ ജോൺ, അന്ന, ലിയ.

അവതാരിക

പ്രവചനമാകുന്ന കഥകൾ

ജി.കെ.പിള്ള തെക്കേടത്ത്

വായ്മൊഴിയായിരുന്നു ആദ്യകാലങ്ങളിൽ സാഹിത്യം. പിന്നീട് ആ വായ്മൊഴി കാവ്യസാഹിത്യം ലിഖിതപ്പെടുത്തുകയും കാലാന്തരത്തിൽ പലപല രൂപത്തിൽ സാഹിത്യ ശാഖകളുണ്ടാകുകയും ചെയ്തു. വളരെ വർഷത്തെ പഴക്കമാണ് കഥാസാഹിത്യത്തിനുള്ളത്. ഒരു കാവ്യരചനക്ക് നിബന്ധനകളുണ്ടെങ്കിലും കഥാരചനക്ക് പ്രത്യേകമായ നിബന്ധനകളില്ല എന്നതുകൊണ്ട് കഥയെഴുത്തിന് പരമ സ്വാതന്ത്ര്യം ലഭിക്കുന്നുണ്ട്. എങ്കിലും കഥയെഴുത്തിന് ചില ചട്ടക്കൂടുകൾ ഉണ്ട് എന്നതാണ് വാസ്തവം. ഒതുക്കിപ്പറച്ചിൽ മേൽപറഞ്ഞ ചട്ടക്കൂടിൽ വരും. അത്തരത്തിലുള്ള പതിനാറു കഥകളാണ് 'M.D യുടെ കൂടെ വന്ന പെണ്ണ്' എന്ന ഈ കഥാസമാഹാരത്തിലുള്ളത്.

കോടതിമുറിയിലെ വാദത്തോടുകൂടി ആരംഭിക്കുന്ന ഒരു കഥയാണ് വിധി എന്ന ആദ്യകഥ. നിഷ്കളങ്കതയും നന്മയും സത്യവും മാത്രം കൈമുതലായുള്ള ഒരു അദ്ധ്യാപകനെ കുട്ടികളെ അസ്സന്മാർഗികത പഠിപ്പിക്കുന്നു എന്ന കുറ്റത്തിന് വിചാരണ നടത്തുന്നു. പ്രതിക്കൂട്ടിൽ നിന്ന് വാദമുഖങ്ങളിൽ നിന്നൊളിച്ചോടിയ മനസ്സ് തന്നെ ഇവിടെ എത്തിച്ചതിലേക്ക് കടന്നുപോകുന്നതാണ് ആ കഥ. ഇന്നത്തെ സമൂഹത്തിൽ കാണുന്ന ഒരു പ്രവണതയുടെ നേർക്കാഴ്ച. വരാൻ പോകുന്ന പതനമറിയാതെ താല്കാലിക നേട്ടത്തിനായി വളഞ്ഞവഴിയിലൂടെ സമ്പത്തുണ്ടാക്കുകയും, അവസാനം കുറ്റവാളിയാക്കപ്പെട്ട് സമൂഹംവെറുക്കപ്പെടുന്നവനാകുകയും, പുകഴ്ത്തി പറഞ്ഞവർതന്നെ ഇകഴ്ത്തി പറയുകയും ചെയ്യുന്നതാണ് രണ്ടാമത്തെ കഥയായ 'പാളം തെറ്റിയ വണ്ടി' പറയുന്നത്. ഇതേ ആശയത്തിലുള്ള കഥ

കൾ വായിച്ചു മറന്നിട്ടുണ്ടെങ്കിലും ഇവിടെ കഥ പറയാനുപ യോഗിച്ച രീതിക്ക് പ്രത്യേകത തോന്നി.

വിഡ്ഢികൾ, സീമന്തപുത്രൻ, സാബുമോൻ, ലോട്ടറി, എം.ഡി യുടെകൂടെവന്നപെണ്ണ്, ദാരിദ്ര്യരേഖ, ഒരുദൈവത്തിന്റെ ഉത്ഭവം; അന്ത്യവും തുടങ്ങി സ്വപ്നാടനം വരെ പതിനാറു കഥകളാണ് ഈ സമാഹാരത്തിലുള്ളത്. ഈ പതിനാറു കഥകളിലേയും പ്രതിപാദ്യവിഷയങ്ങൾ അഥവാ പ്രമേയം പ്രവചനസ്വഭാവ ത്തിലുള്ളതായി അനുഭവപ്പെട്ടു. ചെറുകഥാ മേഖലയിൽ പോ യകാലത്തെ പല പ്രശസ്തരായവരുടേയും എഴുത്തുശൈലി അവലംബിച്ചിട്ടുള്ളത് വായനക്ക് സുഖം പകരുന്നു. ഇതിലെ ഓരോ കഥകളിലേയും കഥാപാത്രങ്ങൾ ഒരുപക്ഷെ വൈക്കം മുഹമ്മദ് ബഷീറിന്റെയൊ ശ്രീ.എം.ടി.യുടെയോ കഥകളി ലേതുപോലെ അനുവാചക മനസ്സിൽ തങ്ങി നില്ക്കുമെന്നത് പറയാതെവയ്യ.

വിസ്താരഭയത്താൽ നിർത്തുന്നു. ശ്രീ അഗസ്റ്റിൻ ചില മ്പിക്കുന്നേൽ പല കൊല്ലങ്ങളിലായി എഴുതിയ ഈ കഥകൾ ഒന്നായി വായിക്കാൻ കഴിയുക ഒരസുലഭ സന്ദർഭമാണ്. രചയി താവിനും പുസ്തകത്തിനും എല്ലാവിധ വിജയാശംസകളും നേരുന്നു.

ആമുഖം

കഴിഞ്ഞ നാലു ദശകങ്ങൾക്കിടയിൽ, പലപ്പോഴായി ഞാൻ എഴുതിയ ചെറുകഥകളിൽ നിന്നും തിരഞ്ഞെടുത്ത പതിനാറ് കഥകളുടെ സമാഹാരമാണ് 'എം.ഡി.' യുടെ കൂടെ വന്ന പെണ്ണ്' എന്ന ഈ കൃതി.

ജോലിത്തിരക്കുകൾക്കിടയിൽ, ജീവിത വ്യഗ്രതകൾക്കിടയിൽ വീണുകിട്ടിയ ഇടവേളകളിൽ എഴുതിയവയാണ് ഈ കഥകൾ. എന്നാൽ പെട്ടെന്ന് ഒരു സന്ദർഭത്തിൽ എഴുതി കടന്നുപോയവയല്ലാതാനും. ജീവിത യാത്രയിൽ പല സന്ദർഭങ്ങളിലും മനസ്സിനെ മഥിച്ച ചിന്തകളെ കഥകളുടെ ചട്ടക്കൂടുകളിൽ ഒതുക്കി രേഖപ്പെടുത്തിയവയാണ് ഇതിലെ കഥകൾ. പല കഥകളും വിവിധ മത്സരങ്ങളിൽ സമ്മാനങ്ങൾ നേടിയവയുമാണ്. അനുവാചകരുടെ മനസ്സിലും ചിന്തകളുടെ അഗ്നിസ്ഫുലിംഗങ്ങൾ ഉറവെടുക്കാൻ ഈ കഥകൾ നിമിത്തമാകുമെങ്കിൽ ഞാൻ കൃതാർത്ഥനായി. ചില കഥകൾ മാസികകളിൽ പ്രസിദ്ധീകരിച്ചിട്ടുള്ളവയാണ്. കഥ എഴുതിയ വർഷം ഓരോ കഥയുടെ അടിയിലും രേഖപ്പെടുത്തിയിട്ടുണ്ട്.

ഈ പുസ്തകത്തിൻെറ പ്രസിദ്ധീകരണം ഏറ്റെടുക്കുവാൻ സന്മനസ്സു കാണിച്ച വായനപ്പുര പബ്ലിക്കേഷൻസിനോടുള്ള എൻെറ നന്ദിയും സ്നേഹവും രേഖപ്പെടുത്തുന്നു. ഇതിൻെറ എഡിററിംഗ്, ലേഔട്ട്, കവർപേജ് ഡിസൈനിങ് എന്നിവ നിർവ്വഹിച്ച വായനപ്പുര പബ്ലിക്കേഷൻസിലെ സ്ററാഫ് അംഗ

ങ്ങളോടും വിശിഷ്യാ അതിന് നേതൃത്വം നൽകിയ ശ്രീ. പോൾസൺ തേങ്ങാപ്പുരയ്ക്കലിനോടും എൻെറ കൃതജ്ഞത അറിയിക്കുന്നു.

ഇതിൻെറ DTP ജോലികൾ ചെയ്ത് എന്നെ സഹായിച്ച 'ഡയസ് DTP' സ്ഥാപനത്തിലെ സ്ററാഫിനോടും എൻെറ നന്ദി അറിയിക്കുന്നു.

ഈ പുസ്തകത്തിന് ഉചിതമായ അവതാരിക എഴുതി നൽകി ഇതിനെ ധന്യമാക്കിയ ശ്രീ. ജി. കെ. പിള്ള തെക്കേടത്ത് സാറിനോടുള്ള എൻെറ നന്ദിയും കടപ്പാടും ആദരപൂർവ്വം ഇവിടെ രേഖപ്പെടുത്തുന്നു.

എൻെറ മുൻ രചനകളെ സഹർഷം സ്വീകരിച്ചതുപോലെ ഈ കൃതിയും സഹൃദയർ സ്വീകരിക്കും എന്ന പ്രതീക്ഷയോടെ..........

അഗസ്റ്റിൻ ചിലമ്പിക്കുന്നേൽ.
njaugusthy@gmail.com
9995264799

ഗ്രന്ഥകർത്താവിൻ്റെ മറ്റുകൃതികൾ

(1)സ്ത്രീ ശക്തീകരണം മാററുരയ്ക്കുമ്പോൾ.
(2)പുനർജ്ജന്മങ്ങളുടെ അന്ത്യവും യേശുക്രിസ്തുവും ലോകാവസാനവും.

ഉള്ളടക്കം

1. വിധി

"യുവർ ഓണർ, ഈ നിൽക്കുന്ന പ്രതി നൽകിയ ഉത്തരങ്ങൾ എന്റെ ജോലി വളരെയധികം ലഘൂകരിച്ചിരിക്കുന്നു. അത് ബഹുമാനപ്പെട്ട കോടതിക്കും ബോധ്യമായിരിക്കുമെന്ന് ഞാൻ വിചാരിക്കുന്നു".

ആ യുവ അഭിഭാഷകൻ ജഡ്ജിയുടെ മുഖത്തേക്ക് നോക്കി. വാദിഭാഗം വക്കീൽ പ്രഭാകരൻ വാദം തുടങ്ങിയതിങ്ങനെയാണ്.

കൂട്ടിൽ നിൽക്കുന്ന പ്രതിയെ ന്യായാധിപൻ ഒന്നുകൂടി സൂക്ഷിച്ചുനോക്കി. ആ മുഖം ആകെ വികാര ഭരിതമായിരിക്കുന്നു. പ്രായം അൻപത്തിരണ്ട് എന്ന് റിക്കാർഡിൽ ഉണ്ടെങ്കിലും അറുപത്തിയഞ്ചു വയസ്സു തോന്നിക്കുന്നു. വാർദ്ധക്യം ക്രൂരമായ ഒരാക്രമണം നടത്തിയിരിക്കുന്നു. ഒത്ത ഉയരം. കുലീനതയും തന്റേടവും ആ മുഖത്ത് ഇപ്പോഴും തെളിഞ്ഞു നിൽക്കുന്നു. തലയുടെ ചുറ്റും നരച്ച കുറെ മുടിയുണ്ട്. ബാക്കി കഷണ്ടി തന്നെ. ഒട്ടിയ കവിളുകൾ, വിസ്താരമേറിയ നെറ്റി നിറയെ ചുളിവുകൾ, കണ്ണട, നന്നായി ഷേവ് ചെയ്തിരിക്കുന്നു. വെളുത്ത ഖദർ ജുബ്ബയും ഖദർ ഒറ്റമുണ്ടും ഖദർ വേഷ്ടിയും. എന്നാൽ ആ കണ്ണുകളുടെ തിളക്കം ഇനിയും തെല്ലും കുറഞ്ഞിട്ടില്ല. പുച്ഛവും പരിഹാസവും വെല്ലുവിളിക്കുന്നപോലെ തോന്നുന്ന നോട്ടവും ഒന്നിച്ച് ആ കണ്ണുകളിൽ മിന്നിനിൽക്കുന്നു. ഗോവിന്ദ പണിക്കർ, അതേ പണിക്കർ മാഷ്.

മാഷിന്റെ മനസ്സിൽ അഡ്വക്കേറ്റ് പ്രഭാകരന്റെ ചോദ്യങ്ങൾ നുരഞ്ഞുവന്നു. മുപ്പതു വർഷത്തെ അധ്യാപക ജോലിയുടെ പ്രതിഫലം.

"നിങ്ങൾ രാജ്യത്തിന്റെ ഭദ്രതയും സമൂഹത്തിന്റെ പുരോഗതിയും നശിപ്പിക്കുകയും ഭാവി തലമുറകളിൽ ധാർമികാധ:പതനം സൃഷ്ടിക്കുവാൻ ബോധപൂർവം ശ്രമിക്കുകയും ചെയ്ത കുറ്റത്തിനാണ് നിങ്ങളെ മാനേജ്മെന്റ് പിരിച്ചുവിട്ടതെന്ന് അറിയാമോ"?

"ഞാനങ്ങനെ ചെയ്തിട്ടില്ല."

തന്റെ മറുപടി.

''സത്യമെന്ന് പറയുന്നത് മിഥ്യയാണെന്നും നിഷ്കളങ്കരും സാധുക്കളുമായവരെ തളച്ചു നിർത്താൻ ബുദ്ധിമാന്മാർ കണ്ടുപിടിച്ച സൂത്രവാക്കുകളാണവ എന്നും നിങ്ങൾ കുട്ടികൾക്ക് പറഞ്ഞു കൊടുത്തു എന്നതു ശരിയല്ലേ?''

''ശരിയാണ്''

''വളർന്നുവരുമ്പോൾ ഏതുവിധത്തിലും ധാരാളം പണമുണ്ടാക്കണമെന്നും പണമുണ്ടെങ്കിൽ സമൂഹത്തിൽ മാന്യതയും അന്തസ്സും ആഭിജാത്യവും തനിയെ ഉണ്ടാകുമെന്നും കുട്ടികൾക്ക് പറഞ്ഞുകൊടുത്തില്ലേ''?

''പറഞ്ഞു കൊടുത്തു''

മുതിർന്നവരാകുമ്പോൾ കച്ചവടക്കാരാകുന്നവർ സാധനങ്ങളിൽ മായം ചേർത്തും കരിഞ്ചന്ത നടത്തിയും പണമുണ്ടാക്കണമെന്നും ഉദ്യോഗസ്ഥരാകുന്നവർ കൈക്കൂലി കിട്ടാതെ ഒന്നും ചെയ്യരുതെന്നും സാമൂഹ്യ പ്രവർത്തകരാകുന്നവർ കോഴ വാങ്ങിച്ചു മാത്രമേ എന്തെങ്കിലും ചെയ്യാവൂ എന്നും കുട്ടികൾക്ക് നിങ്ങൾ പറഞ്ഞു കൊടുത്തില്ലേ''?

''പറഞ്ഞു കൊടുത്തു''

മനുഷ്യർ മതങ്ങളും ജാതിയും തീർത്തിരിക്കുന്ന ചട്ടക്കൂട്ടിലെ വെറും ചിത്രങ്ങളാണെന്നും മനുഷ്യനേക്കാൾ വലുത് ജാതിയും മതവുമാണെന്നും ജാതിയും മതവും നോക്കി മാത്രമേ പ്രവർത്തിക്കാവൂ എന്നും കുട്ടികൾക്ക് ഉപദേശം നൽകിയിട്ടുള്ളത് ശരിയല്ലേ''?

''ശരിയാണ്''

യുവർ ഓണർ, ഇനി സാക്ഷികളെക്കൊണ്ട് നമുക്ക് എന്താവശ്യം? ഞാൻ സാക്ഷികളെ വിസ്തരിക്കുന്നില്ല. പ്രതി പറഞ്ഞ ഉത്തരങ്ങൾ അങ്ങ് കേട്ടുവല്ലോ? കുട്ടികളെ സത്യവും നീതിയും ധർമവും സാരോപദേശവും പറഞ്ഞു കൊടുത്തു പഠിപ്പിക്കാൻ ബാധ്യസ്ഥനായ ഒരദ്ധ്യാപകൻ അവരെ അധർമത്തിലേക്കും അക്രമത്തിലേക്കും നയിക്കാൻ ശ്രമിച്ചതിനാൽ അന്വേഷണവിധേയമായി സസ്പെൻഡ് ചെയ്യുകയും അന്വേഷണത്തിൽ കുറ്റക്കാരനെന്ന് തെളിയുകയും

ചെയ്ത സാഹചര്യത്തിൽ മാനേജ്മെന്റ് ഇയാളെ പിരിച്ചു വിടുകയാണുണ്ടായത്. ഈ അപ്പീൽ തള്ളിക്കളയണമെന്ന് ഞാൻ അഭ്യർത്ഥിക്കുന്നു.

ഉത്സവ പറമ്പിൽ അമിട്ടുകൾ പൊട്ടിവിടരുന്നതുപോലെ പണിക്കർ മാഷിന്റെ മനസ്സിൽ ഭൂതകാല സംഭവങ്ങൾ പൊട്ടിവിരിഞ്ഞു. ഇനി സാക്ഷികളെക്കൊണ്ട് നമുക്ക് എന്താവശ്യം എന്നുള്ള വക്കീലിന്റെ പ്രസ്താവം, അത് താൻ എവിടെയോ വായിച്ചു കടന്നു പോയിട്ടുണ്ടല്ലോ. ഓ, ബൈബിളിലെ ഒരു വാചകമാണല്ലോ? സത്യത്തെ കുരിശിലേറ്റാൻ പ്രമാണിവർഗവും അധികാരികളും ന്യായാധിപസംഘവും പരദൂഷണപ്പരിഷകളും ഒത്തുചേർന്ന അസുലഭ സന്ദർഭം. ബാല്യകാല സംഭവങ്ങളിലേക്ക് ആ മനസ്സ് ഊളിയിട്ടു.

നീണ്ട നാല്പത്തൊമ്പത് വർഷങ്ങൾക്കുമുമ്പ്ഉഗ്രപ്രതാപിയും പ്രമാണിയുമായിരുന്ന ഗോപാലപ്പണിക്കരുടെ മൂത്ത മകൻ. സദാ ഗൗരവം തുടിച്ചു നിൽക്കുന്ന അച്ഛന്റെ മുഖത്തു നോക്കാൻ തന്നെ പേടി. അമ്മയുടെ കസവു നേര്യതിന്റെ വാലിൽ പിടിച്ച് അച്ഛനെ നോക്കുന്ന കാലം. തന്നെ എഴുത്തിനിരുത്തിയ ദിവസം. എഴുത്താശ്ശാൻ തന്നെ മടിയിലിരുത്തി, നെറുകയിൽ കൈവച്ച് അനുഗ്രഹിച്ചു. പിന്നെ മൂന്നു വയസ്സുകാരനായ തന്റെ കഞ്ഞിക്കൈയ്യുടെ ചൂണ്ടുവിരൽ ആശാന്റെ വിരലുകൾക്കുള്ളിൽ ചേർത്തുവച്ചു. തറവാടിന്റെ പൂമുഖത്തു കത്തിച്ചുവച്ച നിലവിളക്കിനു മുൻപിൽ അരിയിൽ എഴുതിച്ചു. 'ഹരിശ്രീ ഗണപതായേ നമഃ, വിദ്യാധനം സർവധനാൽ പ്രധാനം. സത്യമേവ ജയതേ'.

ആശാൻ മടിയിൽ എടുത്തിരുത്തിയപ്പോൾ വല്ലാത്തൊരു അനുഭൂതിയായിരുന്നു. ഭയവും സ്നേഹവും ബഹുമാനവും എല്ലാം അതിൽ നിറഞ്ഞുനിന്നു. ഗുരുവിന്റെ വാത്സല്യം. അന്നു മുതൽ വിദ്യ ആരംഭിച്ചു. ഒറ്റമുണ്ടും നേര്യതും ധരിച്ച് നെറ്റിയിൽ ചന്ദനം തേച്ച് നെറുകയിൽ കുടുമ വച്ച ആശാൻ. സ്നേഹമസൃണമായ പുഞ്ചിരിയും സംഭാഷണവും. 'കുട്ടാ'യെന്നേ വിളിക്കൂ.

ആശാൻ എന്നും പറഞ്ഞുതരും! "ഒരിക്കലും കള്ളം പറയരുത്. മരിക്കേണ്ടിവന്നാലും. ലോകത്തിൽ ഏറ്റവും വില

പ്പെട്ട സമ്പത്ത് വിദ്യയാണ്. ഇത് എന്നും മനസ്സിൽ നിറഞ്ഞു നിൽക്കണം.''

താൻ തലകുലുക്കി. സാരോപദേശങ്ങൾ എന്നും പറഞ്ഞുതരും. ഗുരുശിഷ്യ ബന്ധത്തിന്റെ ഉത്തമ ദൃഷ്ടാന്തമായിരുന്നു ഞങ്ങൾ.

എത്ര വേഗത്തിലാണ് സംഭവങ്ങൾ മാറിമറിഞ്ഞത്. സന്തോഷത്തോടെ ഒഴുകിയിരുന്ന ജീവിതം. പെട്ടെന്നുള്ള അച്ഛന്റെ മരണം. താൻ അന്ന് സ്ക്കൂൾ ഫൈനൽ ക്ലാസ്സിൽ ആണ്ടറുതി പരീക്ഷ കഴിഞ്ഞു വന്നതേയുള്ളു. വസന്താഗമനത്തിന്റെ മിനുക്കുപണികൾ കാലമാകുന്ന കലാകാരൻ തന്റെ മനസ്സിലും ശരീരത്തിലും വരുത്തിക്കൊണ്ടിരുന്ന കാലം. അനുജൻ എട്ടാം തരത്തിൽ പഠിക്കുന്നു. സഹോദരി നാലാം തരത്തിലും. സ്വാതന്ത്ര്യസമരം കൊടുംപിരിക്കൊണ്ടിരിക്കുന്ന കാലം. അച്ഛൻ അറിഞ്ഞും അറിയാതെയും താനും അതിലൊക്കെ പങ്കുകൊള്ളുമായിരുന്നു.

അച്ഛന്റെ മരണം. കച്ചവടം, ഭൂസ്വത്ത് എന്നിവയിൽ നല്ലതും പ്രധാനവുമായ ഭാഗങ്ങൾ എല്ലാം കൊച്ചച്ഛന്മാരുടെ കയ്യിലായി. കള്ളപ്രമാണങ്ങൾ ചമച്ചും കള്ളക്കേസുകൾ നടത്തിയും മുക്കാലും അവർ കൈക്കലാക്കി. അച്ഛന്റെ മരണത്തോടെ ശയ്യാവലംബിയായ അമ്മ. ഒന്നും അറിയാത്ത സഹോദരങ്ങൾ. ലോകപരിചയം തെല്ലും ഇല്ലാത്ത താൻ. അച്ഛൻ നടത്തിയിരുന്ന സ്ക്കൂൾ പോലും അവർ കൈക്കലാക്കി. എല്ലാം നിറകണ്ണുകളോടെ നോക്കി നിന്നു. താൻ വേദനിച്ചപ്പോൾ ആശാന്റെ സാന്ത്വനം.

''ധൈര്യമായിരിക്കൂ കുട്ടാ, ഇവരുടെ ഈ വിജയം വെറും നൈമിഷികം മാത്രം. ദൈവം അവരെ പഠിപ്പിക്കും.''

എന്നിട്ടോ കൊച്ചച്ഛന്മാർ ഇന്ന് നാട്ടിലെ പ്രഭുക്കൾ. റേഷൻ കട, മില്ലുകൾ, കൊപ്രാകച്ചവടം, സ്കൂൾ, വാഹനങ്ങൾ, നോക്കിയാൽ തീരാത്ത ഭൂസ്വത്തുക്കൾ. ഇതെല്ലാം എങ്ങനെ ഉണ്ടായി. കള്ളക്കണക്കും കരിഞ്ചന്തയും മായം ചേർക്കലും കോഴ വാങ്ങലുമെല്ലാം. താൻ എത്രയോ കണ്ടിരിക്കുന്നു.

കേട്ടിരിക്കുന്നു. എല്ലാവർക്കുമറിയാവുന്ന സത്യം. പക്ഷെ-

നാട്ടുകാരുടെ മദ്ധ്യസ്ഥതയിലാണ് തനിക്ക് അച്ഛന്റെതായിരുന്ന സ്ക്കൂളിൽ ജോലി തന്നത്. ജോലിക്കു പോയ ആദ്യ ദിവസം ക്ഷേത്രത്തിൽ പോയി തൊഴുതു. പിന്നെ തന്റെ ഗുരുനാഥനെ പോയി കണ്ടു. വാർദ്ധക്യം ബാധിച്ചെങ്കിലും ആ മുഖം എത്ര പ്രസന്നം. അദ്ദേഹം തന്നെ അന്നും ഉപദേശിച്ചു. സത്യമായ കാര്യങ്ങൾ കുഞ്ഞുങ്ങൾക്ക് പറഞ്ഞു കൊടുക്കണം. വളർന്നു വരുമ്പോൾ ജീവിതത്തിൽ വിജയിക്കാൻ അവർക്കു നല്ല ഉപദേശങ്ങൾ നൽകണം. ലോകത്തിൽ ഏറ്റവും ഉത്തമമായ ജോലിയാണ് കുട്ടാ അദ്ധ്യാപക ജോലി. തന്റെ ഗുരുനാഥന്റെ വാക്കുകൾക്ക് ഒരിക്കലും താൻ ഇടർച്ച വരുത്തിയിട്ടില്ല.

കാലം എന്തൊക്കെ തരത്തിൽ നമ്മെ നയിക്കുന്നു. താനും അമ്മാവന്റെ മകൾ വാസന്തിയും. ചെറുപ്പത്തിലെ കളിക്കൂട്ടുകാർ. മണ്ണപ്പം ചുട്ടും, കഞ്ഞിയും കറിയും വെച്ചും, അച്ഛനും അമ്മയുമായി കളിച്ചും വളർന്നവർ. ഏട്ടനെയല്ലാതെ മറ്റാരെയും വിവാഹം കഴിക്കുകയില്ലെന്ന് ശഠിച്ചവൾ, അമ്മാവനും അമ്മായിയും മൗനാനുവാദം നൽകിയിരുന്നത്. തനിക്കായി എല്ലാം കാഴ്ചവയ്ക്കാൻ ഒരുങ്ങിയവൾ. തന്റെ നീതിബോധം ഒന്നുമാത്രം അതിനെ വിലക്കി. എന്നായാലും തനിക്കുള്ളതല്ലേ? ആയിടക്കാണ് അനുജന് പട്ടണത്തിൽ ജോലി ലഭിച്ചത്. സർക്കാർ ജോലി. നല്ല ജോലി. താൻ വളരെയധികം സന്തോഷിച്ചു. എന്നാൽ എത്ര പെട്ടെന്നാണ് അമ്മാവനും അമ്മായിയും മാറിയത്. അനുജന്റെയും വാസന്തിയുടെയും മാറ്റം. അനുജന് വാസന്തിയെ വിവാഹം ചെയ്തുകൊടുക്കുവാനുള്ള അമ്മാവന്റെ തീരുമാനം. അവസാനമായി കണ്ടപ്പോൾ വാസന്തി പറഞ്ഞത്;

''സത്യസന്ധത, ആത്മാർത്ഥത എല്ലാം ശരിയാണ് ചേട്ടാ. ഞാൻ എന്തുചെയ്യാൻ.''

രോഗിണിയായ അമ്മ, വിവാഹ പ്രായമെത്തിയ സഹോദരി. അവരുടെ മുഖങ്ങൾ മനസ്സിൽ തെളിയുമ്പോൾ തന്റെ എല്ലാ മോഹങ്ങളും മങ്ങിപ്പോകുന്നു. കണ്ണുകൾ നിറഞ്ഞു. വിവാഹത്തിന്റെ മൂന്നാം ദിവസം അനുജനും വാസന്തിയും പട്ടണത്തിലേക്ക് മാറി. അമ്മയും അനുജത്തിയും തന്റെ

കൂടെ. അമ്മയ്ക്ക് ഒരുനേരം മരുന്നു പോലും നൽകാത്ത അവൻ, വർഷങ്ങൾക്കു ശേഷം ഒരു സാധു തറവാട്ടിലെ അംഗമായ ലക്ഷ്മിയുമായി തന്റെ വിവാഹം നടന്നപ്പോൾപോലും വന്നില്ല. കൈക്കൂലിയുടെ പര്യായമായി മാറിയ അവനിന്ന് പട്ടണത്തിൽ ബംഗ്ലാവുണ്ട്, കാറുണ്ട്, പണം ബാങ്കിൽ ഡിപ്പോസിറ്റ് ഉണ്ട്. മക്കൾ ഉന്നത നിലവാരമുള്ള കോളേജുകളിൽ. എവിടെയും അഡ്മിഷനും ജോലിയും കൈക്കുമ്പിളിൽ.

കോളേജിൽ ഉന്നത വിജയം നേടിയ തന്റെ മകൻ ജോലി തെണ്ടി നടന്നു മടുത്തു. ചെല്ലുന്നിടത്തെല്ലാം ലക്ഷങ്ങൾ വേണം പോലും. സംഭാവനയോ, സമ്മാനമോ, പലപേരുകളിലും രൂപങ്ങളിലും കോഴ വേണം പോലും. സഹികെട്ട അവൻ തന്റെ നേരെ നിന്ന് ചോദിച്ച ചോദ്യം ''അച്ഛന്റെ സത്യവും കൊണ്ടിരുന്നിട്ട് എന്തുനേടി? നിങ്ങളൊക്കെ തല്ലുകൊണ്ട് സ്വാതന്ത്ര്യം നേടിയില്ലേ? ആ നേരത്ത് വല്ല കള്ളക്കടത്തും നടത്തി നാലു കാശുണ്ടാക്കിയിരുന്നെങ്കിൽ''! കേട്ടപ്പോൾ സ്തംഭിച്ചിരുന്നു പോയി. തന്റെ മകൻ തന്നോട് പിണങ്ങിയിറങ്ങി.

ആ കണ്ണുകൾ നിറഞ്ഞൊഴുകി. നെഞ്ചിന്റെ ഭാഗത്ത് ഷർട്ട് തുരുതുരാ ഉയർന്നു താണു. തന്റെ ഭാര്യ സുഖമില്ലാതെ ആശുപത്രിയിൽ. കഷ്ടപ്പാടിന്റെ പ്രതിഫലം. രോഗം കൂടുതലാണ്. ധാരാളം പണം വേണം. നല്ല ചികിത്സയും മരുന്നും ലഭിക്കണമെങ്കിൽ കാശു കൊടുക്കണം പോലും. ഇല്ലെങ്കിൽ?

മരുന്നു വാങ്ങാൻ പണം ആവശ്യമായി വന്നപ്പോഴാണ് നിവൃത്തിയില്ലാതെ പ്രോവിഡണ്ട് ഫണ്ടിൽ നിന്നും ലോൺ എടുക്കാൻ പോയത്. രണ്ടു മാസത്തെ കാത്തിരിപ്പിനു ശേഷം മറുപടി കിട്ടി.

''അപേക്ഷിച്ചതിൽ മിച്ചമുള്ള തുക എഴുതിയിരിക്കുന്നത് തെറ്റായതിനാൽ മടക്കുന്നു''.

വായിച്ചശേഷം തന്റെ സഹപ്രവർത്തകൻ വാസുപിള്ള പറഞ്ഞു.

''മാഷോട് ഞാൻ അപ്പഴേ പറഞ്ഞതാ, അപേക്ഷ മാത്രം കൊണ്ടു ചെന്നാൽ ലോൺ കിട്ടുകയില്ല. അതിനുമുകളിൽ 'ഒരു വെയിറ്റും' കൂടി വേണമെന്ന്,അതുകേട്ടില്ല. ആദർശവും കൊണ്ടി

രുന്നു. ഇപ്പോൾ അറിഞ്ഞില്ലേ?''

ഇനിയും കുഞ്ഞുങ്ങളെ വഞ്ചിക്കാൻ എന്റെ മനസ്സാക്ഷി അനുവദിച്ചില്ല. താൻ അവരോട് സത്യം മാത്രമേ പറഞ്ഞുള്ളൂ. ആ കുഞ്ഞുങ്ങളുടെ എങ്കിലും ഭാവി നശിക്കാതിരിക്കാൻ സത്യം മാത്രമേ ഞാൻ അവരോട് പറഞ്ഞുള്ളൂ. സത്യം പറഞ്ഞു കൊടുത്തതു തെറ്റാണോ? നിങ്ങൾ തന്നെ പറയൂ, വിധിക്കൂ കോടതി; വിധിക്കൂ.

''അതിനാൽ യുവർ ഓണർ, തന്റെ ജോലിക്കും നാടിനും വരും തലമുറക്കും അപമാന പാത്രമായിരിക്കുന്ന ഈ മനുഷ്യനെ ഡിസ്മിസ് ചെയ്ത നടപടി സാധൂകരിക്കുകയും അപ്പീൽ തള്ളിക്കളയുകയും ചെയ്യുമാറാകണമെന്ന് അപേക്ഷിക്കുന്നു.''

അഡ്വക്കേറ്റ് പ്രഭാകരൻ മണിക്കൂറുകൾ ദീർഘിച്ച തന്റെ വാദം അവസാനിപ്പിച്ചു. വിജയഭാവത്തിൽ അദ്ദേഹം ചുറ്റുമൊന്ന് കണ്ണോടിച്ചു. തന്റെ സീറ്റിൽ ഇരുന്നു.

''പ്രതിക്ക് കൂടുതലായി എന്തെങ്കിലും ബോധിപ്പിക്കുവാനുണ്ടോ?''

മാഷ് ചിന്തയിൽനിന്നും ഞെട്ടിയുണർന്നു.

''ങേ... ഇല്ല..ല്ല..ഇല്ല..

എ....നി....ക്കൊന്നും പ് ...പറയാ ....നില്ല.''

മാഷിന്റെ കണ്ണിൽ ഇരുൾ പടർന്നു. തൊണ്ട വരണ്ടു. കൂടിന്റെ പിടിയിൽ നിന്നും പിടിവിട്ടു. കാലുകൾ കുഴഞ്ഞു. താഴെ വീണു. പിറകിൽ നിന്നിരുന്നവർ ഓടിവന്നു.

''കേസ് അടുത്തമാസം 15-ാം തീയതി വിധി പറയാൻ മാറ്റി വച്ചിരിക്കുന്നു.''

ജഡ്ജി എഴുന്നേറ്റ് സാവധാനം തന്റെ ചേംബറിലേക്ക് നടന്നു....

1990

2. പാളംതെറ്റിയ വണ്ടി

''അമ്മേ, ഞാനൊന്നു പുറത്തേക്ക് ഇറങ്ങിയിട്ടു വരട്ടെ''. എന്റെ ശബ്ദം കേട്ട് അമ്മ പുറത്തേക്കു വന്നു.

''എങ്ങോട്ടാ മോനേ?'' അമ്മ ചോദിച്ചു.

''സാജന്റെ വീടുവരെ ഒന്നു പോയിട്ടു വരട്ടെ'' എന്റെ മറുപടി. അമ്മയുടെ മുഖം മാറുന്നത് ഞാൻ ശ്രദ്ധിച്ചു.

''അതിനിപ്പോ നീയിങ്ങു വന്നതല്ലേയുള്ളൂ. അതും നാലുകൊല്ലം കൂടി. ബോംബേന്നുള്ള യാത്രതന്നെ എത്ര വിഷമം. നാളെയോ മറ്റന്നാളോ സൗകര്യം പോലെ പോകാമല്ലോ?''

''അമ്മയ്ക്കറിയില്ലേ, ഞാനും സാജനും എത്ര കൂട്ടുകാരായിരുന്നു, ഇന്നു തന്നെ എനിക്കു പോണം.''

''വേണ്ട വേണ്ട, കൂട്ടുകാരന്റെ വിശേഷമൊന്നും പറയണ്ട. കൂട്ടുകാരനാണെന്ന് ഇവിടെ പറഞ്ഞതു മതി. പുറത്തൊന്നും പറയണ്ട.'' അമ്മയുടെ പരുഷമായ വാക്കുകൾ.

''ഇതൊക്കെ ലോക സഹജമല്ലേ അമ്മേ? പണമുള്ളപ്പോൾ എല്ലാവർക്കും കാര്യം. ബന്ധുക്കൾ, കൂട്ടുകാർ, സ്വന്തക്കാർ എല്ലാം. അതില്ലെങ്കിൽ ആരും തിരിഞ്ഞു നോക്കുകയില്ല.''

''ഇതുകേട്ടാൽ ഏതോ വലിയകാര്യം പറഞ്ഞെന്നു തോന്നും. മോനേ, അങ്ങനെയല്ല. നിനക്ക് കാര്യങ്ങൾ അറിഞ്ഞുകൂടാ. അവിടെ ഇപ്പോൾ ആരും പോകാറില്ല.''

''സാജനെ പോലീസ് പിടിച്ചു; കള്ളക്കടത്തിന്, കുറച്ചുനാൾ ജയിലിലായിരുന്നു. ഇപ്പോൾ സുഖമില്ല. ഇത്രയുമല്ലെ കാര്യം'' എന്റെ ചോദ്യം.

‘‘ഞാൻ നിന്നോടൊന്നും പറയുന്നില്ല.’’അമ്മ അതുപ റഞ്ഞപ്പോഴാണ് ജ്യേഷ്ഠൻ അങ്ങോട്ടു കടന്നുവന്നത്.

‘‘അത്രയുമല്ല കാര്യം. കൂട്ടുകാരനാണെന്ന് വേറെയാരോ ടും പറയണ്ട. ഉള്ള അഡ്രസ്സു പോകും’’. ചേട്ടന്റെ കമന്റ്. ഞാൻ ആകാംക്ഷയോടെ ചേട്ടന്റെ മുഖത്തേക്കു നോക്കി.

‘‘പോലീസ് പിടിച്ചപ്പോഴല്ലേ വിവരം അറിയുന്നത്. കള്ള ക്കടത്തെന്നുവെച്ചാൽ മയക്കുമരുന്നു കടത്ത്. കുറെനാൾ ജയിലിൽ ആയിരുന്നു. ചാകാറായപ്പോൾ അവർ വിട്ടു. പോ ലീസിന്റെ ഇടീം, കൂട്ടത്തിൽ നാണംകെട്ട രോഗങ്ങളും. അങ്ങോ ട്ടൊന്നും പോകണ്ട. പിന്നെ ഇവിടെ ഇപ്പോ നിന്നെ എല്ലാ വരും അറിയും. അതുകൊണ്ടു സാരമില്ല. ആ വരാ ന്തയിലെങ്ങാനും നിന്ന് കണ്ടിട്ടു പോരെ.’’

ഞാൻ മിഴിച്ചു നിൽക്കുകയാണ്. എന്തൊക്കെയാണ് കേൾക്കുന്നത്. എന്റെ കളിക്കൂട്ടുകാരൻ സാജൻ.

‘‘എത്ര പെമ്പിള്ളേരുടെ കണ്ണുനീര് അവൻ വീഴ്ത്തിയതാ. എന്തായിരുന്നു ഭാവം. തള്ളേടെ ഒരു ഗമ കാണണമായിരുന്നു.’’ അമ്മയുടെ വക.

ഞാൻ ചോദ്യ ഭാവത്തിൽ ചേട്ടന്റെ മുഖത്തു നോക്കി. ‘‘അതേടാ, മയക്കുമരുന്ന് കടത്തായിരുന്നു പണി. അധോ ലോകത്ത് വിഹാരം. അപ്പോ എല്ലാം വേണമല്ലോ? എല്ലാവ രുമായി നല്ലതും ചീത്തയും-ഇടപഴകി. അതാ പറഞ്ഞത് നാ ണംകെട്ട രോഗങ്ങളുമെന്ന്. ഇനീം പോരെ കൂട്ടുകാരന്റെ വിശേ ഷം? മയക്കുമരുന്നിന്റെ കടുത്ത അടിമയും!’’

ഞാൻ ഒന്നും മിണ്ടിയില്ല. എന്തായാലും ഒന്നു കാണണം. ഞാൻ ഇറങ്ങി നടന്നു. അരനാഴിക ദൂരമേയുള്ളൂ സാജന്റെ വീട്ടിലേക്ക്. സൂര്യൻ പടിഞ്ഞാറെ ചക്രവാളത്തിലേക്ക് ചാഞ്ഞു തുടങ്ങി, ജ്വലിച്ചു നിന്ന ഒരു ഉച്ചയ്ക്കു ശേഷം. എന്റെ ചിന്തകൾ പിറകോട്ടു പാഞ്ഞു. നാലു കൊല്ലം മുമ്പ് അവധിക്ക് ആദ്യമായി വന്നപ്പോൾ അമ്മ പറഞ്ഞത്.

‘‘എങ്ങനെയായാലും അവൻ കാശുണ്ടാക്കാൻ മിടുക്കനാ. എന്തൊരു കേറ്റം. വെച്ചടിവെച്ച് കേറ്റം തന്നെ. എന്തോ കള്ള ക്കടത്തുണ്ടെന്നാ പലരും പറയുന്നത്. എങ്ങനാണേലും ആൾ മിടുക്കനാ.’’ ഇന്നിപ്പൊ അമ്മ പറയുന്നതോ? അതേ അമ്മ,

അതേ സാജൻ, അതേ ഞാൻ. പക്ഷേ, വാക്കുകൾ എത്ര മാറ്റം. എത്ര പരുഷം! ചിന്തകൾ വീണ്ടും പിറകോട്ട്. ഞാനും സാജനും ഒരേ പ്രായക്കാർ. ഒന്നിച്ച് ഒരേ സ്കൂളിൽ ഒരേ ക്ലാസ്സിൽ. പള്ളിയിൽ അൾത്താര സഹായികളായി രണ്ടു പേരും ഒന്നിച്ച്.പഠനത്തിലും കളികളിലും സാജനാണ് എന്നേക്കാൾമുമ്പിൽ.പ്രിഡിഗ്രി വരെ ഒന്നിച്ചു പഠിച്ചു. അതു കഴിഞ്ഞപ്പോൾസാമ്പത്തിക സ്ഥിതി മോശമായതിനാൽ അവൻ പഠിത്തം നിർത്തി. താൻ പഠിത്തം തുടർന്നു. ഇടയ്ക്ക് അവൻ എന്തോ കച്ചവടം തുടങ്ങിയെന്നു കേട്ടു. പിന്നീട് ഇടയ്ക്കു കണ്ടപ്പോൾ പറഞ്ഞു. കച്ചവടം നന്നായി നടക്കുന്നു. അല്പം കുട്ടിരാഷ്ട്രീയവും ഉണ്ടെന്ന്. പിന്നെ കൂട്ടുകാർ പറഞ്ഞുകേട്ടു: സാജന് നല്ല കയറ്റമാ. സാജനെ പിന്നെപ്പിന്നെ കാണുന്നതു കുറഞ്ഞു. ആൾ തിരക്കിലായി. ഞാൻ പഠനത്തിലും.

പഠനം കഴിഞ്ഞപ്പോഴേക്കും ഞാനും വല്ലാത്ത തിരക്കിൽ. ജോലിക്ക് അപേക്ഷ അയക്കണം. ടെസ്റ്റ്, ഇന്റർവ്യൂ. വീണ്ടും അപേക്ഷ, ടെസ്റ്റ്, ഇന്റർവ്യൂ. അങ്ങനെ ഒരു വൃത്തം. ആ വൃത്തത്തിൽ കറക്കം. ഡിഗ്രി സർട്ടിഫിക്കറ്റുമായി ജോലി തെണ്ടൽ. വയ്യാത്ത കുട്ടിയെ മടിയിൽ കിടത്തി വല്ലതും തരണേ എന്നു യാചിക്കുന്നവനെപ്പോലെ ഓഫീസുകൾ കയറിയിറങ്ങുന്നു. ഓഫീസർമാർക്ക് പുച്ഛം. സപ്തനാഡികളും തളരുന്ന ചോദ്യങ്ങൾ. പരിഹാസം. ഇതിനിടെ മാതാ പിതാക്കളെപ്പോലും മറക്കുന്നു.

നടന്നുനടന്ന് സാജന്റെ വീട്ടിലെത്തി. പൂരം കഴിഞ്ഞ പൂരപ്പറമ്പു പോലെ അനാഥമായ പറമ്പും മുറ്റവും. അടിച്ചു വാരാത്ത മുറ്റം. ചപ്പുചവറുകൾ അലക്ഷ്യമായി കിടക്കുന്നു. വീട് പായൽ പിടിച്ച് വൃത്തികേടായി കിടക്കുന്നു. മണ്ണും പൊടിയും പിടിച്ച് മങ്ങിയ ജനലുകളും വാതിലും. വാർക്ക വീട് സാജൻ പണിയിച്ചതാണ്. ഒരുനിമിഷം ഞാൻ തരിച്ചു നിന്നു. ഏതുനേരവും പോപ് മ്യൂസിക്കും ഡിസ്കോഡാൻസും കൊണ്ട് മുഖരിതമായിരുന്ന വീട്. ഇന്ന് ശ്മശാനമൂകത. കോളിംഗ് ബെല്ലിൽ അമർത്തി. അല്പം കഴിഞ്ഞ് മുന്നിൽ കതക് തുറന്നു. സാജന്റെ അമ്മ.

വിഷാദപൂർണമായ മുഖം. എന്നെ കണ്ടിട്ട് കരയുവാനോ

ചിരിക്കുവാനോ അവർക്ക് കഴിയുന്നില്ല. സാജന്റെ അമ്മയും എന്റെ അമ്മയും സമപ്രായക്കാർ. ഞങ്ങൾ പരസ്പരം അമ്മമാരെ അമ്മേ എന്നു തന്നെയാണ് വിളിച്ചിരുന്നത്. പക്ഷേ, ഇപ്പോൾ ഈ അമ്മയ്ക്ക് എന്റെ അമ്മയേക്കാൾ എത്ര പ്രായക്കൂടുതൽ. എന്നെക്കണ്ട് അമ്മ വിതുമ്പുന്നു.

''മോൻ എന്നുവന്നു''.

''ഇന്നലെ.''

കഴിഞ്ഞ തവണ ഞാൻ വന്നപ്പോൾ എത്ര പ്രസന്നവതിയായിരുന്നു ഈ അമ്മ.

''സാജനെ ഒന്നു കാണാൻ വന്നതാ.''

അമ്മയുടെ കണ്ണുകൾ നിറഞ്ഞൊഴുകി. ഏങ്ങലടിച്ച് അവർ തറയിലിരുന്നു. മുഖം കൈപ്പത്തിയിൽ താങ്ങി അവർ വിതുമ്പി. എനിക്ക് ധാരാളം ചോദിക്കണമെന്നുണ്ട്. സാജന്റെ മരുന്ന്, ആഹാരം തുടങ്ങിയവയൊക്കെ. എങ്ങനെ ചോദിക്കാൻ. അവസാനം ഞാൻ ചോദിച്ചു, ''സാജൻ ഏതു മുറിയിലാ?''

എന്റെ മുമ്പിൽ പുറത്തു നിന്നും ഓടാമ്പൽ ഇട്ടിരിക്കുന്ന മുറി. അതിന്റെ ജനൽ തുറന്നു കിടക്കുന്നു. അമ്മ ആ ജനലിനു നേരെ നോക്കി. ഞാൻ അങ്ങോട്ടു ചേർന്നു നിന്നു. അമ്മ അകത്തെ ലൈറ്റിട്ടു. ഒരുനിമിഷം-ഓ ദൈവമേ, എന്റെ കണ്ണുകൾ എന്നെ വഞ്ചിക്കുകയാണോ? എന്തൊരു കാഴ്ച! എന്റെ സാജൻ. നാലു വർഷം മുമ്പ് മുഖത്തു നിന്ന് ചോര തൊട്ടെടുക്കാവുന്ന വിധത്തിലിരുന്ന, റോസാപ്പൂവിന്റെ നിറമുള്ള, കൈയിൽ എരിയുന്ന സിഗരറ്റും ചുണ്ടിൽ തത്തിക്കളിക്കുന്ന പുഞ്ചിരിയുമായി നടന്നിരുന്ന എന്റെ ആത്മമിത്രം, സാജൻ! ആ സാജനോ ഇത്. ഓജസ്സും തേജസ്സും എവിടെപ്പോയി. വെറും അസ്ഥികൂടം! ത്വക്കിന്റെ ശക്തിയില്ലെങ്കിൽ അസ്ഥി ഖണ്ഡങ്ങൾ വേറിട്ടു കിടക്കുമായിരുന്നു. കവിളുകൾ ഒട്ടിവലിഞ്ഞ് , ചുണ്ടുകൾ ഉണങ്ങി വരണ്ടു വലിഞ്ഞ്, പല്ലുകൾ ഉന്തി, വയർ ഒട്ടി, കണ്ണുകൾ അഗാധമായ കുഴികളിൽ, പീള അടിഞ്ഞു കൂടി, എന്തൊരു വികൃത രൂപം! ശ്വാസോച്ഛ്വാസം ചെയ്യുമ്പോൾ വാരിയെല്ലുകൾ ഒന്നൊന്നായി എഴുന്നുതാഴുന്നു. പേപിടിച്ച നായ പോലും ഈ അവസ്ഥയിൽ എത്തുകയില്ല.

''സാജാ, എന്റെ സാജാ''

എന്റെ കണ്ഠമിടറി. അമ്മയുടെ ഏങ്ങലടി ഉയർന്നു കേട്ടു. അവർ തറയിൽ എന്റെ കാൽച്ചുവട്ടിലിരിക്കുകയാണ്.

എന്റെ ചിന്തകൾ തകിടംമറിയുന്നു. ജീവിതവ്യഗ്രതയിൽ ഒരു ഇന്റർവ്യൂവിനായി നഗരത്തിൽ ട്രെയിൻ ഇറങ്ങി. അതാ അല്പം അകലെ സാജൻ. കണ്ടപാടെ ഞാൻ അടുത്തുചെന്നു. അവന്റെ മുഖത്ത് ഒരു ജാള്യത. ''സാജാ നീയിവിടെ?'' ഞാൻ ചോദിച്ചു. ഒരു ബിസിനസ്സുകാര്യവുമായി വന്നതാണ്. അവന്റെ സ്നേഹത്തിന് യാതൊരു കുറവുമില്ല. എന്തൊരു നല്ല വേഷം. ഞാൻ ഓർത്തു.

ജീൻസും ഷർട്ടും കൂളിംഗ്ഗ്ലാസ്സും ഷൂസും കയ്യിൽ സിഗ രറ്റും. മറുകയ്യിൽ വിലകൂടിയ ബ്രീഫ്കേയ്സ്, ഓ! 'ചെത്തു സ്റ്റൈൽ' ഞാൻ മനസ്സിലോർത്തു.

''വാ നമുക്കൊരു ചായ കഴിക്കാം''

അവൻ പറഞ്ഞു. ഞാൻ അവന്റെ കൂടെ നടന്നു. മനസ്സുനി റയെ സാജൻ ഹരം പിടിച്ചുനിന്നു. ഞാൻ എന്തു മാത്രം പുസ്ത കങ്ങൾ വായിച്ചു പഠിച്ചു. എത്ര രാത്രികൾ ഉറക്കമിളച്ചു പഠിച്ചു. ഇന്ന് മറ്റുള്ളവന്റെ മുമ്പിൽ ജോലി തെണ്ടി നടക്കുന്നു. ഇവനോ, ആരെയും ആശ്രയിക്കാതെ ബിസിനസ്സ് നടത്തി ജീവിക്കുന്നു. എന്നാലും എന്തു ബിസിനസ്സാണ് ഇത്ര ലാഭം കൊയ്തു കൂട്ടുവാൻ. സാജനോടായതു കൊണ്ടു എനിക്ക് എന്തും ചോ ദിക്കാം. ചായ കുടിച്ചിരുന്നപ്പോൾ ഞാൻ തുറന്നു ചോദിച്ചു. അല്പം മടിച്ചെങ്കിലും സാജൻ മനസ്സുതുറന്നു.

''അല്പസ്വല്പം സ്മഗ്ലിംങ് കൂടെയുണ്ടെടാ,ജീവിക്കണ്ടെ?''

എനിക്ക് അല്പം നീരസം തോന്നി, ഞാൻചോദിച്ചു.''സാ ജാ,ഇങ്ങനെ സമ്പാദിച്ചാൽ?''

എന്റെ ചോദ്യം അവനെ ചൊടിപ്പിച്ചു.

''ആരെങ്കിലും സ്വാർത്ഥനായി ലോകത്തിൽ ജനി ക്കുന്നുണ്ടോ ജോർജുകുട്ടീ''

അവൻ വീണ്ടും ചോദിച്ചു. ''ആരെങ്കിലും കുറ്റവാളിയായി ജനിക്കുന്നുണ്ടോ ഈ ലോകത്ത്?''

''അപ്പോൾ നീ സമൂഹത്തിന്റെ ചുമലിൽ വയ്ക്കുകയാണ് ഇതിന്റെ ഉത്തരവാദിത്വം'' ഞാൻ പറഞ്ഞു.

''എടാ ജോർജേ, നിനക്ക് ചിന്തിക്കാൻ പറ്റുമോ? എത്ര

നന്നായി പഠിച്ചവനാ ഞാൻ. തുടർന്നു പഠിക്കാൻ പണമില്ല. ജീവിതഭാരം!''

''അതിന് ഇതാണോ പരിഹാരം.''

എന്റെ പ്രതികരണം.

''എടാ, അഡ്മിഷന് പണം, ജോലിക്ക് കോഴ, സ്ഥലം മാറ്റത്തിന് കോഴ. പണമുള്ളവന് കാര്യം നടക്കും അല്ലാത്തവൻ പിണം. ശരിയല്ലേ?'' ഞാൻ ഒന്നും മിണ്ടിയില്ല. അവൻ ആവേശഭരിതനായി തുടർന്നു:

''എടാ പണമുള്ളവന്റെ മുമ്പിൽ അധികാരികളും, സമുദായവും പുരോഹിതരും എന്തിന് മാതാപിതാക്കൾ പോലും പഞ്ചപുച്ഛമടക്കും.''

''നീ നിന്നെത്തന്നെ ന്യായീകരിക്കുന്നു.'' ഞാൻ പറഞ്ഞു. സാജൻ തുടർന്നു.

''എടാ പണക്കാരൻ നിശ്ചയിക്കുന്നതാ പ്രമാണം. ലക്ഷമുള്ളവൻ ലക്ഷപ്രഭു. കോടിയുള്ളവൻ കോടീശ്വരൻ. അവൻ ഈശ്വരനാണെടാ ഈശ്വരൻ! സൃഷ്ടി സ്ഥിതി സംഹാരങ്ങൾ അവന്റെ കൈയിൽ. നിനക്ക് ഒരു ജോലി കിട്ടിയാൽ, ഈ ജീവിതകാലം മുഴുവൻ കഷ്ടപ്പെട്ടാൽ എന്തുകിട്ടും? എന്നെ നോക്ക്. ഒരു കൊല്ലം കൊണ്ട് ഞാനുണ്ടാക്കുന്നത് നിനക്ക് ജീവിതം മുഴുവനും കൊണ്ട് കാണാൻ പറ്റില്ല.''

''അധികാരികൾ പിടിച്ചാൽ നീയെന്തുചെയ്യും. ഒരു മനസ്സാക്ഷിയൊക്കെ വേണ്ടേടാ?'' ഞാൻ പിടിച്ചുനിൽക്കാൻ നോക്കുകയാണ്.

''മനസ്സാക്ഷി, മണ്ണാങ്കട്ട'' അവൻപറഞ്ഞു. ''എടാ, നിനക്ക് ആ അൾത്താര ശുശ്രൂഷിപ്പണിയേ പറ്റൂ. ഇപ്പോഴും കൊച്ചുകുട്ടിയാ നീ. എടാ ഒരാൾ എം.എൽ.എ., എം.പി. ഒക്കെ ആകാൻ എന്തു ചെലവുവരുമെന്നാ നിനക്കു തോന്നുന്നത്?''

''എനിക്കറിഞ്ഞുകൂടാ. എന്നാലും, രണ്ടുമൂന്നു ലക്ഷം വേണമായിരിക്കും.''

ഞാൻ പറഞ്ഞു.

''പോടാ, എം.എൽ.എ. ആകാൻ പത്തുവരെ വേണ്ടി വരും. എം.പി.ആകാൻ മുപ്പതും അമ്പതുമൊക്കെ വേണം അറിയാമോ?''

‘‘അതിന്?’’

‘‘ഇത്രയും മുടക്കുന്നവൻ ജയിച്ചാൽ ആദ്യംഎന്തുചെയ്യും?’’

‘‘എനിക്കറിഞ്ഞുകൂടാ. നീ പറ.’’ എന്റെ മറുപടി.

‘‘ആദ്യം മുടക്കു മുതൽ ഒപ്പിക്കണ്ടേ? പിന്നെ അടുത്തതിന് അത്രയും കരുതണ്ടേ? അപ്പോൾ എത്ര? തോറ്റു പോയാലോ, പിന്നെ ജീവിക്കണ്ടേ? ഇതൊന്നും ആകാശത്തു നിന്നും മന്നാ പൊഴിയുന്നതു പോലെ പൊഴിയുന്നതല്ല. ഉണ്ടാക്കണം. ഇല്ലെങ്കിൽ കഴിവില്ലാത്തവൻ.’’

‘‘നിനക്ക് നിന്റേതായ ന്യായവാദങ്ങൾ. എനിക്കൊന്നും കേൾക്കണ്ട.’’

അവന്റെ ന്യായവാദങ്ങൾ, എന്റെ പ്രതിരോധം. ഞാൻ അറ്റകൈ പ്രയോഗിച്ചു.

‘‘നിന്റെ പാളം ശരിയല്ല.’’
ഞാൻപറഞ്ഞു.

‘‘ഇതാ ഞാൻ പറയുന്നത് നിനക്ക് ആ പഴേ അൾത്താര ശുശ്രൂഷിപ്പണി പറ്റുമെന്ന്. എനിക്ക് രാഷ്ട്രീയ സ്വാധീനമുണ്ടെടാ. ആരും പിടിക്കത്തില്ല. നിന്നോട് പറഞ്ഞിരുന്ന് സമയംപോയി. എനിക്ക് ഒരു പാർട്ടിയെ കാണാനുണ്ട്.’’

ഇതും പറഞ്ഞ് അവൻ തിടുക്കത്തിൽ പോയി. ചായയുടെ പണവും കൊടുത്തു.

‘‘മോൻ എന്നാണ് പോകുന്നത്?’’

അമ്മയുടെ ചോദ്യം. ഞാൻ ഞെട്ടിയുണർന്നു.

‘‘രണ്ടാഴ്ച കഴിഞ്ഞേയുള്ളൂ, എനിക്ക് സാജനെ ഒന്ന് അടുത്തു കാണണം.’’

ഞാൻ പറഞ്ഞു. അമ്മ ഞെട്ടി.

‘‘വേണ്ട മോനേ, അവൻ ഉറങ്ങുകയല്ലേ?’’

അവർ ഒഴിവുകഴിവുപറഞ്ഞു.

‘‘അവൻ സംസാരിക്കുമോ? അല്പസ്വല്പം വല്ലതും?’’ ഞാൻ ചോദിച്ചു.

‘‘വളരെ കുറച്ചുമാത്രം. അപ്പോഴേക്കും ചുമയ്ക്കും.’’ ‘‘എനിക്ക് അടുത്തു ചെല്ലണം.’’ ഞാൻ ശഠിച്ചു. അമ്മ വാതിൽ തുറന്നു. ഞാൻ കട്ടിലിന് അടുത്തു ചെന്നു.

‘‘സാജാ സാജാ, ഇതു ഞാനാ, ജോർജുകുട്ടി.’’ ഞാൻ വിളിച്ചു. അവൻ കണ്ണു തുറന്നു. ചിരിക്കാൻ ശ്രമിച്ചു. വികൃതമെങ്കിലും ഹൃദ്യമായ ചിരി. പെട്ടെന്ന് ആ മിഴികൾ നിറഞ്ഞൊഴുകി. ‘‘ജോർജുകുട്ടീ.. നീ പറഞ്ഞത്... ശരിയാ...യിരുന്നു.... എന്റെ പാളം തെറ്റിയായി...രുന്നു... വണ്ടിയോടിച്ചത്; ഒറ്റായിരുന്നു. പ്ലെയിനിൽ....ബോംബേന്ന്...ഫോൺ. പറന്നുയരാൻ..തുടങ്ങിയതാ..പെട്ടെന്ന് നിർത്തി പരിശോധിച്ചു...പത്തു ലക്ഷത്തിന്റെ ബ്രൗൺ ഷുഗർ ആയിരുന്നു.... നാർകോട്ടിക് ആക്ട്. ആർക്കും ഒന്നും ചെയ്യാൻ സാധിച്ചില്ല. എല്ലാം വിധി.’’

‘‘ജോർജേ, ജോർജേ.. എന്റെയീ സഹനം ഞാൻ അറിയുന്നു അംഗീകരിക്കുന്നു.’’

‘‘സാജാ, ഈ തിരിച്ചറിവാണ് വലുത്. വളരെ കുറച്ചുപേർക്കുമാത്രം ലഭിക്കുന്ന ഈ തിരിച്ചറിവ്. ഇത് നിന്റെ മഹത്വമാണ്.’’ ‘‘ഈ സഹനം എനിക്ക് മധുരമാണ് ജോർജ്. ഞാൻ അത് അർഹിക്കുന്നു.’’ ആ മിഴികൾ നിറഞ്ഞൊഴുകി. ‘‘മതി, ചുമ വരും’’ അമ്മ ഇടയ്ക്കു പറഞ്ഞു.

‘‘ഞാൻ വരട്ടെ’’ ഞാൻ യാത്ര പറഞ്ഞു പുറത്തിറങ്ങി.

അപ്പോൾ പടിഞ്ഞാറെ ചക്രവാളത്തിൽ തളർന്നവശനായ പകലോനെ തിരമാലകൾ താങ്ങിത്തുടങ്ങിയിരുന്നു.

1991

3. വിഡ്ഢികൾ

വിശാലമായ കൺട്രോൾ മുറിയിലെ പ്രധാന യന്ത്ര സംവിധാനത്തിന്റെയടുത്തു സസൂക്ഷ്മം നിരീക്ഷിച്ചു കൊണ്ടിരുന്ന അയാൾ അത്യാഹ്ലാദത്തോടും ഭ്രാന്തമായ അംഗവിക്ഷേപങ്ങളോടും കൂടി പൊട്ടിച്ചിരിച്ചു. മുറിയിലുണ്ടായിരുന്നവർ ചുറ്റും ഓടിക്കൂടി. എല്ലാവരുടേയും കണ്ണുകൾ സ്ക്രീനിൽ തെളിഞ്ഞു വന്നു കൊണ്ടിരുന്ന കാഴ്ചയിൽ കേന്ദ്രീകരിച്ചു നിന്നു.

''നോക്കൂ എന്തൊരു തകർപ്പൻ വിജയം.''

ഒരു ബട്ടൺ അമർത്തിക്കൊണ്ട് അയാൾ പറഞ്ഞു. ടെലിവിഷനിൽ ചിത്രം വളരെ അടുത്തും വ്യക്തമായും കാണാമിപ്പോൾ. അവരുടെ ആളുകൾ അങ്ങകലെ ഒരു ഗ്രഹത്തിന്റെ ഉപരിതലത്തിൽ ഇറങ്ങിയിരിക്കുന്നു. മുഴുവനും ജലത്തിൽ നിമഗ്നമായിരിക്കുന്ന ഒരു ഗ്രഹം. അവരുടെ ശബ്ദം:

''ഞങ്ങൾ സുരക്ഷിതരായി ഇറങ്ങിയിരിക്കുന്നു.'' തുടർന്നു പരസ്പരം ആശംസകളും അഭിനന്ദനങ്ങളും.

ജലത്തിൽ പൊന്തിക്കിടക്കുന്ന ആ വാഹനം സാവധാനം മുന്നോട്ടു പോയി. അലമാലകളിൽ ചാഞ്ചാടിയിരുന്ന അതിന്റെ ഉള്ളിലും പുറത്തും വന്നിരുന്ന് അവർ പരിശോധനകൾ നടത്തി ക്കൊണ്ടിരുന്നു. ദൂരദർശിനിയിൽപോലും ഒരിഞ്ചു കര കാണാനില്ല.

''എന്തൊരു മുകത.''

കാറ്റു ചീറിയടിക്കുന്ന ശബ്ദമല്ലാതെ യാതൊരു ശബ്ദവു

മില്ല. കൺട്രോൾ നിലയത്തിൽനിന്നും അവർക്കു നിർദേശങ്ങൾ നൽകിയിരുന്നു.

''ജലത്തിന്റെ സാന്ദ്രത പരിശോധിക്കൂ''.

''ആ ജലത്തിന്റെ ഘടന പരിശോധിക്കൂ'' ''അതിന്റെ സാമ്പിൾ എടുക്കൂ'' തുടങ്ങിയവ.

കൺട്രോൾ നിലയത്തിൽ നിന്നും നിർദേശങ്ങൾ നൽകി ക്കൊണ്ടിരുന്ന അയാൾ പെട്ടെന്ന് അത്ഭുത സ്തബ്ധനായി. ആ മുഖം പൂർവാധികം വികസിച്ചു. അയാൾ വീണ്ടും വീണ്ടും സൂക്ഷിച്ചു നോക്കി.

''അതെഅതെ, അതൊരു ജീവി തന്നെ.'' അയാൾ വിളി ച്ചുപറഞ്ഞു. അവരുടെ വാഹനത്തിന്റെ അടുത്തായി അതാ ഒരുജീവി. അവരെത്തന്നെ സൂക്ഷിച്ചുനോക്കി നിൽക്കുന്നു. വാ ഹനത്തിൽ ഉള്ളവരും അതിനെ കണ്ടുകഴിഞ്ഞു.

''അതിനെ കൊല്ലാതെ പിടിച്ചെടുക്കൂ.''

അടുത്ത ക്ഷണം ആ ജീവി ഷോക്കടിച്ച പോലെ മറി ഞ്ഞു വീണു.

''അതിനെ വാഹനത്തിൽ കയറ്റി ശീതീകരിണിയിൽ സൂക്ഷിക്കൂ''.

''കുറെയേറെ ജലവും സംഭരിച്ച് ഉടൻ മടങ്ങുക. ദൗത്യം അവസാനിച്ചിരിക്കുന്നു. ഉടൻ മടങ്ങി വരുക''.

ഏതാനും നിമിഷത്തിനുള്ളിൽ അതൊരു ബാഹ്യാകാശ വാഹനമായി മാറി. ആ ഗ്രഹത്തിന്റെ ഉപരിതലത്തിൽ നിന്നും ഉയർന്നു കഴിഞ്ഞു.

ആകാംക്ഷാ ഭരിതമായ നിമിഷങ്ങൾ. എല്ലാവരുടേയും കണ്ണുകൾ ഒരേ ബിന്ദുവിൽ. അതാ അവരുടെ വാഹനം അടുത്തു കൊണ്ടിരിക്കുന്നു. നിശ്ചിത സ്ഥാനത്തു വാഹനം ഇറങ്ങി. എല്ലാവരും അങ്ങോട്ട് ഓടി.

''വേഗം. വേഗം ആ ജീവിയെ ലാബറട്ടറിയിൽ എത്തിക്കൂ. നമുക്ക് അല്പം പോലും സമയം നഷ്ടപ്പെടുത്താനില്ല. എവിടെ ആ ജീവി.''

''ഇതാ എത്തിക്കഴിഞ്ഞു.''

'ജീവൻ നഷ്ടപ്പെട്ടിട്ടില്ലല്ലോ'?

''ഇല്ല''

എല്ലാവരും കൂടി അതിനെ ലാബറട്ടറിയിലെ ഗ്ലാസ്സുമുറിയിലെ ജലത്തിൽ ഇറക്കി വിട്ടു.

നിമിഷങ്ങൾ ഒന്നൊന്നായി കൊഴിഞ്ഞു വീണു. എല്ലാവരും അതിനെത്തന്നെ ഉറ്റുനോക്കുകയാണ്. അഞ്ചടിയോളം നീളം, നീണ്ടുരുണ്ട ശരീരം. രണ്ടറ്റവും വണ്ണം കുറഞ്ഞു മദ്ധ്യഭാഗം വണ്ണം കൂടി, തലയുടെ അറ്റം കൂർത്ത്, തലയുടെ ഇരുവശവും സ്ഥിതിചെയ്യുന്ന കണ്ണുകൾ. ബലമേറിയ വാല്. രണ്ടുവശവും ജലത്തിൽ തുഴയുവാൻ ഓരോ ജോടി ചിറകുകൾ. കട്ടിയുള്ള ത്വക്ക്. ജലത്തിൽ ജീവിക്കാൻ പറ്റിയ ശരീരഘടന. അയാൾ സ്വയം പറഞ്ഞു.

''വേറെയും ചെറുജീവികൾ ആ ജലത്തിൽ ഉണ്ടായിരിക്കണം. ഇതിന് ആഹാരം? അപ്പോൾ അതൊരു ജീവികളുള്ള ഗ്രഹം തന്നെ''.

''അതാ ആ ജീവി അനങ്ങുന്നു.''

ഒരുവൻ വിളിച്ചുപറഞ്ഞു. എല്ലാവരും ആഹ്ലാദചിത്തരായി എന്തൊക്കെയോ പറഞ്ഞുകൊണ്ടിരുന്നു.

നിമിഷങ്ങൾ വീണ്ടും കൊഴിഞ്ഞുവീണു. ആ ജീവി സാധാരണ നിലയിലേക്ക് എത്തി ത്തുടങ്ങി. ഗ്ലാസ് മുറിയിൽ അവർക്ക് അഭിമുഖമായി നിന്നിരുന്ന അതിന്റെ മുഖത്തും എന്തൊക്കെയോ ഭാവഭേദങ്ങൾ മിന്നിമറയുന്നതു കണ്ടു.

''ഇത് ഉയർന്ന വർഗത്തിൽപ്പെട്ട ജീവിതന്നെ. അതു ചിന്തിക്കുന്നുണ്ടെന്നു തോന്നുന്നു.''

അയാൾ പറഞ്ഞു.

തന്റെ ചുറ്റും നിൽക്കുന്നവരെ അതു സൂക്ഷിച്ചുനോക്കി. ഗോളാകൃതിയായ തല. വട്ട മുഖം. തലയിൽ ഒരൊറ്റ രോമം പോലുമില്ല. നീണ്ടു കൂർത്ത ചെവികൾ തലയുടെ ഇരു വശങ്ങളിലും. തലയുടെ ഇരു വശങ്ങളിലേക്കും വ്യാപിച്ചു കിടക്കുന്ന കണ്ണുകൾ. വൃത്താകാരമായ വായ്. മൂക്കിന്റെ സ്ഥാനത്ത് ഒരു കുഴി. പൊക്കം കുറഞ്ഞ ശരീരം. കൈകാലുകൾ ആദ്യാവസാനം ഒരേ വണ്ണം, ദൃഢമായ പേശിയോടുകൂടിയവ. നീളം കുറഞ്ഞ വിരലുകൾ. ആകെക്കൂടി വിചിത്രമായിരിക്കുന്നുവല്ലോ. അതു മനസ്സി

ലോർത്തു.

‘‘ആ ജീവി ശബ്ദം പുറപ്പെടുവിക്കുന്നല്ലോ?’’ ഒരാൾ പറഞ്ഞു. അയാൾ ഒരു ബട്ടൺ അമർത്തി. ശബ്ദ വ്യവച്ഛേദിനി പ്രവർത്തിച്ചു തുടങ്ങി. ജീവികൾ പുറപ്പെടുവിക്കുന്ന ശബ്ദം അപഗ്രഥിച്ചു ഭാഷയാണോ എന്നറിയാനുള്ള ഉപകരണമാണത്. അവരുടെ മുഖത്ത് അത്ഭുതവും വിജയഭാവവും മാറി മാറി സ്ഫുരിക്കുന്നുണ്ടിപ്പോൾ. ലീഡർ ഒരു ആംഗ്യം കാണിച്ചപ്പോൾ ഒരുവൻ മറ്റൊരു യന്ത്രത്തിന്റെ ബട്ടൺ അമർത്തി. ഏതൊരു ഭാഷയെയും അവരുടെ ഭാഷയിലേക്കു പരിഭാഷപ്പെടുത്തുന്ന യന്ത്രമാണത്. അതിൽനിന്നും ശബ്ദം കേട്ടുതുടങ്ങി.

‘‘നിങ്ങൾ ആരാണ്, ഞാൻ എവിടെയാണ്’’ അതു സംഭ്രമത്തോടുകൂടി ചോദിച്ചു.

‘‘പറയാം, അതിനുമുമ്പ് എന്റെ ചോദ്യത്തിന് ഉത്തരം പറയൂ.’’

ആ യന്ത്രത്തിന്റെ സഹായത്താൽ അവർ സംസാരിച്ചുതുടങ്ങി.

‘‘നീ ഏതു തരം ജീവിയാണ്.?’’ അയാൾ ചോദിച്ചു.

‘‘ഞാനോ? എന്റെ പേര് ഡോൾഫിൻ. അങ്ങനെയായിരുന്നു മനുഷ്യർ ഞങ്ങളെ വിളിച്ചിരുന്നത്.’’

‘‘ഡോൾഫിൻ എന്നോ? മനുഷ്യർ വിളിച്ചിരുന്നുവെന്നോ? മനുഷ്യനോ? ആരാണവൻ?’’ അയാൾ കൂടുതൽ ജിജ്ഞാസുവായി. അയാളുടെ അത്ഭുതം ശതഗുണീഭവിച്ചു.

‘‘അതെ, മനുഷ്യർ ഞങ്ങളെ വിളിച്ചിരുന്നത് അങ്ങനെയാണ്. ആരാണ് മനുഷ്യരെന്നോ? നിങ്ങൾക്ക് അവരെപ്പറ്റി ഒന്നും അറിയില്ല അല്ലേ?’’

‘‘ഇല്ല ആരാണവർ. വിശദമായി പറയൂ.’’

അയാൾ അക്ഷമനായി കാണപ്പെട്ടു.

‘‘നിങ്ങൾ വന്നിറങ്ങി എന്നെ പിടിച്ചു കൊണ്ടു പോന്ന ആ ഗ്രഹമില്ലെ. അതിനെ അടക്കി ഭരിച്ചിരുന്നവർ.’’

‘‘അടക്കി ഭരിച്ചിരുന്നവരോ? എന്നുവച്ചാൽ?’’ താൻ വീണ്ടും അത്ഭുതങ്ങളിലേക്ക് എത്തുകയാണെന്നു മനസ്സിലായ അയാളുടെ മുഖം വീണ്ടും സന്തോഷം കൊണ്ട് നിറഞ്ഞു. ചെവികൾ

രണ്ടും രണ്ടു വശങ്ങളിലേക്കും വിടർന്നു നിന്നു. കണ്ണുകളിലെ കൃഷ്ണമണികൾ രണ്ടും ഏറ്റവും മുകളിൽ കോണോടു ചേർന്നു നിന്നു.

''എന്നിട്ട് അവർ എവിടെ?''

അയാൾ ചോദിച്ചു.

''ഞങ്ങൾ നോക്കിയിട്ട് അവിടെ ആരേയും കണ്ടില്ലല്ലോ?''

''പറയാം, പക്ഷെ, അതു വളരെയേറെ പറയാനുള്ളതാണ്.'' ഡോൾഫിൻ അർദ്ധോക്തിയിൽ നിറുത്തിയശേഷം തുടർന്നു. ''ഒരു ദു:ഖകഥയാണത്.''

''പറയൂ കേൾക്കട്ടെ.''

അയാൾ അതിന്റെ മുഖത്തേക്കു നോക്കി. തികച്ചും വിഷാദപൂർണമാണ് ആ മുഖം.

''മനുഷ്യർ ആ ഗ്രഹത്തെ അടക്കി വാണിരുന്നവർ. അനേകതരം ജീവ ജാലങ്ങളെക്കൊണ്ടും പക്ഷി മൃഗാദികളെക്കൊണ്ടും വൃക്ഷ ലതാദികളെക്കൊണ്ടും ഫല മൂലാദികളെക്കൊണ്ടും നിറഞ്ഞതായിരുന്നു ആ ഗ്രഹം. ആ ഗ്രഹത്തെ അധിവസിച്ചിരുന്ന ജീവജാലങ്ങളിൽ ഏറ്റവും ബുദ്ധിയുള്ള ജീവിയായിരുന്നു മനുഷ്യൻ. ചിന്തിക്കുന്നതിനും സംസാരിക്കുന്നതിനും അധ്വാനിക്കുന്നതിനും മറ്റു ജീവജാലങ്ങളെയെല്ലാം കീഴടക്കുന്നതിനും അവനു കഴിഞ്ഞിരുന്നു. നിങ്ങളെപ്പോലെയൊക്കെത്തന്നെ. എന്നാൽ അതിലും മനോഹരവും ചലന സൗകര്യവും ഉള്ളതായിരുന്നു അവരുടെ ശരീരം. ചിത്രങ്ങൾ വരയ്ക്കുന്നതിനും കവിതകളും കഥകളും രചിക്കുന്നതിനും അവർക്കു സാധിച്ചിരുന്നു. മാത്രവുമല്ല അനേക കാലത്തെ അനുഭവസമ്പത്തു കൊണ്ടു വളരെയധികം വിജ്ഞാനം ആർജിക്കുന്നതിനും വിദ്യാഭ്യാസം വഴി പിൻതലമുറകൾക്ക് അവ കൈമാറുന്നതിനും അവർക്കു സാധിച്ചിരുന്നു. മനോഹരങ്ങളായ വീടുകൾ നിർമിച്ച് അതിൽ വസിച്ചിരുന്ന സസ്തനികളായിരുന്നു അവർ.''

''വീടുകൾ നിർമ്മിച്ചിരുന്നോ? ആ ജലത്തിലോ? ഞങ്ങൾ അവയൊന്നും കണ്ടില്ലല്ലോ?''

അയാളുടെ സംശയം വർദ്ധിച്ചുവന്നു.

''വീടുകൾ നിർമ്മിച്ചിരുന്നതു വെള്ളത്തിലല്ല. കരയിലായി

രുന്നു. നല്ല ഉറപ്പുള്ള മണിമന്ദിരങ്ങൾ.''

''കരയിലോ? അതിന് അതു മുഴവൻ ജലത്താൽ ചുറ്റപ്പെട്ട ഗ്രഹമല്ലേ?''

''ഇപ്പോൾ അങ്ങനെയാണ്, എന്നാൽ മുമ്പ് അങ്ങനെ ആയിരുന്നില്ല.''

''പിന്നെ എങ്ങനെ ഈ അവസ്ഥയിലായി.''

അയാൾ ചോദിച്ചു.

''അതാണ് പറയാൻ പോകുന്നത്.''

ഡോൾഫിൻ പറഞ്ഞു.

''ഇങ്ങനെ അളവില്ലാത്ത, അന്തമില്ലാത്ത സിദ്ധികളുടെ ഉടമയായിരുന്ന ആ മനുഷ്യർക്ക് ഒരു കുഴപ്പമുണ്ടായിരുന്നു.''

''എന്താണത്?''

അയാൾ വീണ്ടും അക്ഷമനായി.

''പരസ്പരം മത്സരം.''

ഓരോരുത്തരും മറ്റുള്ളവരെ അടക്കി ഭരിക്കാൻ താത്പര്യപ്പെട്ടു. ആ ഗ്രഹം പല രാജ്യങ്ങളായി വിഭജിക്കപ്പെട്ടു. പല സംസ്കാരങ്ങളും മതങ്ങളും ആചാരമര്യാദകളും നില നിന്നിരുന്ന രാജ്യങ്ങൾ. സ്നേഹത്തിലും ശാന്തിയിലും സമാധാനത്തിലും വസിച്ചിരുന്ന ജനങ്ങൾ. എന്നാൽ ഇടയ്ക്കിടെ ചിലരാജ്യങ്ങളിൽ ചില ഏകാധിപതികൾ അധികാരത്തിൽ വന്നിരുന്നു. അപ്പോഴൊക്കെ മറ്റു രാജ്യങ്ങളെയെല്ലാം തന്റെ കാൽക്കീഴിൽ കൊണ്ടുവരുവാൻ ശ്രമമാരംഭിക്കും. സ്വാതന്ത്ര്യ പ്രേമികളായ മറ്റുള്ളവർ എതിർക്കും. അതിന്റെ പരിണത ഫലം യുദ്ധമായിരിക്കും. എണ്ണമറ്റ യുദ്ധങ്ങൾ അവിടെ നടന്നിട്ടുണ്ട്.

ആദ്യ കാലങ്ങളിലെല്ലാം മനുഷ്യ ശക്തിക്കായിരുന്നു യുദ്ധ വിജയത്തിൽ പ്രാധാന്യം. എന്നാൽ ഓരോ യുദ്ധവും കഴിയുമ്പോൾ ബുദ്ധിമാനായ മനുഷ്യൻ എതിരാളികളെ നശിപ്പിക്കുന്നതിനു പുതിയ പുതിയ ആയുധങ്ങൾ കണ്ടുപിടിച്ചു. ക്രമേണ അവർ ജലത്തിലും കരയിലും വായുവിലും വളരെ വേഗം സഞ്ചരിക്കുന്നതിനുള്ള വാഹനങ്ങൾ കണ്ടുപിടിച്ചു. അവയിൽ ആയുധങ്ങൾ ഉപയോഗിക്കാൻ സൗകര്യങ്ങൾ ഉണ്ടാക്കി. അവ ഉപയോഗിച്ചു ശത്രുക്കളെ നശിപ്പിക്കാൻ ശ്രമിച്ചു.

തന്മൂലം ആ യന്ത്രങ്ങളും ആയുധങ്ങളും നശിപ്പിക്കുന്നതിന് ആവശ്യമായ പുതിയ യന്ത്ര സാമഗ്രികൾ കണ്ടുപിടിച്ചു. വീണ്ടും കാലം പുരോഗമിച്ചപ്പോൾ സ്വന്തം ഗ്രഹം വിട്ടു മറ്റു ഗ്രഹങ്ങളിലേക്കു നിങ്ങളെപ്പോലെ പര്യവേക്ഷണയാത്രകൾപോകാനും അവർക്കു സാധിച്ചിരുന്നു. എന്നാൽ ആ യാത്രകളും ശത്രുക്കളെ പരാജയപ്പെടുത്താനുള്ള ശ്രമത്തിന്റെ ഭാഗമായിരുന്നു.

അങ്ങനെ ഒരു പ്രത്യേക കാലഘട്ടമായപ്പോഴേക്കും മനുഷ്യൻ വളരെയധികം പുരോഗമിച്ചു കഴിഞ്ഞിരുന്നു. തന്മൂലം എല്ലാ രാജ്യങ്ങളും തമ്മിൽ ഒരുവിധത്തിൽ അല്ലെങ്കിൽ മറ്റൊരു വിധത്തിൽ ബന്ധപ്പെട്ടിരുന്നു. അതിനാൽ രണ്ടു രാജ്യങ്ങൾ തമ്മിലുള്ള യുദ്ധം ചിലപ്പോൾ എല്ലാ രാജ്യങ്ങളെയും ബാധിക്കുകയും ലോക മഹായുദ്ധങ്ങൾ എന്ന് മനുഷ്യർ അവയെ വിളിക്കുകയും ചെയ്തിരുന്നു.

ഒരോ ലോക മഹായുദ്ധവും കോടിക്കണക്കിനു മനുഷ്യരേയും അളവില്ലാത്ത സമ്പത്തുകളേയും നശിപ്പിച്ചിട്ടുണ്ടായിരുന്നു. ആദ്യത്തെ മഹായുദ്ധം കഴിഞ്ഞപ്പോൾ അതിന്റെ ഭീകരത മനസ്സിലാക്കിയ മനുഷ്യൻ അത്തരമൊന്ന് ഒരിക്കലും സംഭവിക്കാതിരിക്കുവാൻ ചില മുൻകരുതലുകൾ എടുത്തു. എന്നാൽ ചുരുങ്ങിയ കാലം കൊണ്ട് ആ നാശ നഷ്ടങ്ങളെയെല്ലാം നേട്ടങ്ങളാക്കി മാറ്റിയ മനുഷ്യൻ മറ്റൊരു മഹായുദ്ധത്തിനു തയ്യാറെടുപ്പു നടത്തുകയാണുണ്ടായത്.

വീണ്ടും യുദ്ധം പൊട്ടിപ്പുറപ്പെടുകയും ആദ്യത്തെതിന്റെ പതിന്മടങ്ങു നാശനഷ്ടങ്ങളും കഷ്ടപ്പാടുകളും വരുത്തിവയ്ക്കുകയും ചെയ്തു. ജയിച്ചവരും തോറ്റവരും ഒന്നു പോലെ നശിച്ചിരുന്നു. വീണ്ടും മറ്റൊരു മഹായുദ്ധമുണ്ടായാൽ എന്തായിരിക്കും സംഭവിക്കുകയെന്ന് നിശ്ചയമില്ലാതിരുന്നതിനാൽ അങ്ങനെയൊന്നു സംഭവിക്കാതിരിക്കാൻ മനുഷ്യർ ശക്തമായ മുൻകരുതലുകൾ എടുത്തു. വീണ്ടും കഠിനാദ്ധ്വാനം കൊണ്ട് മനുഷ്യർ ചുരുങ്ങിയ കാലത്തിനുള്ളിൽ യുദ്ധത്തിന്റെ മുറിപ്പാടുകൾ ഇല്ലായ്മ ചെയ്തു പുരോഗതിയിലേക്കു കുതിച്ചു.

ഇങ്ങനെ മനുഷ്യൻ ബുദ്ധിയുടെയും പുരോഗതിയുടെയും

പാരമ്യതയിൽ എത്തിയ കാലത്ത് അവർ മറ്റൊരു വസ്തുത മനസ്സിലാക്കി. ആ ഗ്രഹത്തിൽ മനുഷ്യൻ കഴിഞ്ഞാൽ ഏറ്റവും ബുദ്ധിയുള്ള ജീവി എന്റെ വർഗത്തിൽപ്പെട്ടവരാണെന്ന്. അവർ എന്റെ പൂർവികരെ പിടിച്ചു വളരെയധികം പരീക്ഷണങ്ങൾ നടത്തി. അതിന്റെ ഫലമായി ഞങ്ങൾക്കു സംസാരിക്കാൻ കഴിയുമെന്നും ഭാഷ ഉപയോഗിക്കാൻ കഴിയുമെന്നും മനുഷ്യർ മനസ്സിലാക്കി. പിന്നീട് ഞങ്ങളും മനുഷ്യരും തമ്മിൽ സംസാരിക്കുന്നതിന് ഒരു ഭാഷ കണ്ടുപിടിച്ചു. ഞങ്ങളെ അവർ ഡോൾഫിൻ എന്നു വിളിക്കുകയും ഞങ്ങൾ തമ്മിൽ ആശയവിനിമയത്തിനുള്ള ഭാഷയെ ഡോൾഫിനീസ് എന്നു വിളിക്കുകയും ചെയ്തു. ആ ഭാഷയിലാണ് ഞാൻ ഇപ്പോൾ സംസാരിക്കുന്നത്.

ഇതിനിടെ വേറെയും ചില സംഭവങ്ങൾകൂടി മനുഷ്യരുടെ ഇടയിലുണ്ടായി. മുൻകാലങ്ങളിൽ ഒരു രാജ്യത്തെ സമ്പത്തു മുഴുവൻ കുറെപ്പേരുടെ കൈകളിലായിരുന്നു. ഒന്നുമില്ലാത്തവരായിരുന്ന ഭൂരിപക്ഷം മറ്റുള്ളവരുടെ അടിമകളുമായിരുന്നു. എല്ലാവർക്കും അവകാശപ്പെട്ട രാജ്യത്തിന്റെ സ്വത്തു മുഴുവൻ പൊതു സ്വത്തായിരിക്കണമെന്നും എല്ലാവർക്കും ഒന്നുപോലെ അവകാശമുണ്ടായിരിക്കണമെന്നും ഒരു കൂട്ടർ വാദിച്ചു. മറ്റൊരു കൂട്ടർ അത് ഒരിക്കലും അനുവദിക്കാൻ പാടില്ലെന്നു ശഠിച്ചു. ഇരുകൂട്ടരും മറുപക്ഷത്തെ തോല്പിക്കാൻ പദ്ധതികൾ ആലോചിച്ചുകൊണ്ടിരുന്നു.

ഓരോ ചേരിയും അത്യധികം മാരകമായ ആയുധങ്ങൾ കണ്ടു പിടിക്കുകയും ആയുധപ്പുരകൾ നിറയ്ക്കുകയും ചെയ്തു പോന്നു. ഇരുകൂട്ടരും പരസ്പരം കുറ്റാരോപണങ്ങൾ നടത്തിക്കൊണ്ടു വമ്പിച്ച പ്രചാരണങ്ങൾ നടത്തിവന്നു. എല്ലാരാജ്യങ്ങളും പ്രത്യക്ഷമായോ പരോക്ഷമായോ ഏതെങ്കിലുമൊരു ചേരിയിൽ അണിനിരന്നു. എല്ലാവരും സ്വയം രക്ഷയ്ക്കെന്നു പറഞ്ഞു വൻശക്തികളിൽ നിന്നും ആയുധങ്ങൾ ശേഖരിച്ചു തുടങ്ങി. ചില ഭരണാധിപന്മാർ സ്വരാജ്യത്തെ പ്രശ്നങ്ങളിൽ നിന്നും ജനശ്രദ്ധ തിരിച്ചു വിടുന്നതിനായി യുദ്ധ ഭീഷണികൾ മുഴക്കാനും ചെറിയ യുദ്ധങ്ങൾ തന്നെ നടത്താനും മടിച്ചിരുന്നില്ല. കൂടാതെ മതങ്ങളുടെ പേരിലും ചേരിതിരിവുകൾ ഉണ്ടാക്കിയെ

ടുത്തിരുന്നു. എന്നാൽ സമാധാനകാംക്ഷികളായ സാധാരണ ജനങ്ങൾ ഇവയെല്ലാം ഏറെ ഭയപ്പെട്ടു. കാരണം, ഏതൊരു ചെറിയ യുദ്ധവും മഹാ യുദ്ധമായി മാറുന്നതിനുള്ള സാധ്യതകൾ ധാരാളമായിരുന്നു. എല്ലാ രാജ്യത്തുമുണ്ടായിരുന്ന സമാധാനകാംക്ഷികൾ ഇത്തരം സംഘർഷങ്ങളെ ഇല്ലായ്മ ചെയ്യുവാൻ പരിശ്രമിച്ചിരുന്നു. വീണ്ടും ഒരു യുദ്ധമുണ്ടായാൽ ആരും ജയിക്കാനും തോൽക്കാനും ഉണ്ടാവില്ലെന്നും മനുഷ്യനും അവന്റെ സംസ്കാരവും നശിക്കുമെന്നും അവർ ഉദ്ബോധിപ്പിച്ചു കൊണ്ടിരുന്നു. എന്നാൽ, ഒരു യുദ്ധമുണ്ടായാൽ തങ്ങൾ തന്നെ വിജയിക്കുമെന്ന് ഒരു ചേരി അവകാശവാദം ഉന്നയിച്ചിരുന്നു. മറുഭാഗക്കാരാകട്ടെ വളരെ കുറച്ചു മനുഷ്യരെങ്കിലും യുദ്ധത്തെയും കെടുതികളെയും അതിജീവിക്കുമെന്നും അവർ തങ്ങളുടെ ഗൃഹത്തിൽ സ്ഥിതിസമത്വം കൈവരുത്തുമെന്നും പ്രചരിപ്പിച്ചു.

മനുഷ്യൻ നിർമിച്ചുവെച്ച ആയുധ കൂമ്പാരങ്ങൾ പ്രയോഗിക്കപ്പെട്ടാൽ എന്തു സംഭവിക്കുമെന്ന് അതു നിർമിച്ചവർക്കു തന്നെ തീർച്ചയില്ലായിരുന്നു. അതുപോലെ മറുപക്ഷത്തുള്ള ആയുധങ്ങളുടെ ശക്തി എത്രയെന്നു കൃത്യമായി ഇരു കൂട്ടർക്കും അറിവില്ലായിരുന്നു. അതിനാൽ ആദ്യത്തെ കൂട്ടരുടെ വാദം വസ്തുതകൾക്കു നിരക്കാത്തതായിരുന്നു. അതുപോലെ അല്പം കുറച്ചു മനുഷ്യരും വിശാലമായ ആ ഗ്രഹവും അളവില്ലാത്ത സമ്പത്തുമുള്ള അവസ്ഥയിൽ സ്ഥിതിസമത്വത്തിനു വേണ്ടി പടപൊരുതേണ്ട അവസ്ഥ തന്നെയില്ലെന്നും അതിനാൽ രണ്ടാമത്തെ കൂട്ടരുടെ വാദം അർത്ഥ ശൂന്യമാണെന്നും സമാധാന കാംക്ഷികൾ വാദിച്ചു. എങ്കിലും മനുഷ്യരെല്ലാം ഒരു യുദ്ധത്തിന്റെ സാധ്യതയെപ്പറ്റി സംസാരിച്ചുകൊണ്ടിരുന്നു. എതിരാളികളുടെ ശക്തിയറിയുന്നതിനായി വൻ തോതിൽ ചാര പ്രവർത്തനങ്ങളും നടത്തിയിരുന്നു. എന്റെ പൂർവീകന്മാർ മനുഷ്യരുടെ ആജ്ഞാനുവർത്തികൾ ആയിരുന്നതിനാൽ ഞങ്ങൾ, ഡോൾഫിനുകളെ വൻതോതിൽ ചാരപ്രവർത്തനത്തിന് ഉപയോഗിച്ചിരുന്നു.

''അതെങ്ങനെ?''

അതുവരെ നിശബ്ദനായിരുന്ന അയാൾ ചോദിച്ചു.

മനുഷ്യനു ഞങ്ങളെപ്പോലെ ജലത്തിൽ സഞ്ചരിക്കാൻ സാധിച്ചിരുന്നില്ല. അതിനു പകരം ജല യാത്രയ്ക്കും ചരക്കുകൾ കൊണ്ടു പോകുന്നതിനും വൻ കപ്പലുകൾ ഉപയോഗിച്ചിരുന്നു. യുദ്ധത്തിനും കപ്പൽ ഒരു പ്രധാന ഘടകമായിരുന്നു. ഞങ്ങളുടെ പൂർവ്വീകന്മാരുടെ ശരീരത്തിൽസ്ഫോടക വസ്തുക്കൾ ഏല്പിച്ചു നിശ്ചിത സ്ഥാനങ്ങളിലുള്ള കപ്പലുകളുടെ അടിഭാഗത്തു നിക്ഷേപിക്കാൻ ചുമതലപ്പെടുത്തിയിരുന്നു. അങ്ങനെ ശത്രുക്കൾക്ക് വമ്പിച്ച നഷ്ടം ഉണ്ടാക്കുവാൻ സാധിച്ചിരുന്നു.

യുദ്ധമുണ്ടായാൽ രക്ഷപ്പെടുന്നതിനുള്ള മാർഗങ്ങളെപ്പറ്റിയും ബുദ്ധിമാനായ മനുഷ്യൻ ആലോചിച്ചു തുടങ്ങി. ആ ഗ്രഹത്തിന്റെ ഉപരിതലത്തിൽ വളരെകൂടുതൽ ഭാഗം കടലും കുറച്ചുഭാഗം കരയുമായിരുന്നു. വടക്കുംതെക്കും ധ്രുവങ്ങളിൽ വൻതോതിൽമഞ്ഞുകട്ട കൊണ്ടു നിറഞ്ഞിരുന്നു. കോടിക്കണക്കിനു ചതുരശ്ര കിലോമീറ്റർ വിസ്താരത്തിൽ ഐസ് വ്യാപിച്ചിരുന്നു.

ചിലരാജ്യക്കാർ ഗ്രഹത്തിന്റെ ഉപരിതലത്തിനും വളരെ അടിയിൽ ജീവിക്കുന്നതിനുള്ള സൗകര്യങ്ങൾ ഉണ്ടാക്കി. കൂറ്റൻ പാറക്കൂട്ടങ്ങൾ ഉപരിതലത്തിനടിയിലുണ്ടായിരുന്നു. അവ തുരന്നു വാസസ്ഥലങ്ങളും മറ്റു സൗകര്യങ്ങളും ഉണ്ടാക്കി. മറ്റു ചിലരാകട്ടെ ശൂന്യാകാശത്തു മനുഷ്യനു വസിക്കുവാൻ വേണ്ട കോളനികൾ സ്ഥാപിച്ചു തുടങ്ങി. യുദ്ധമുണ്ടായാൽ അല്പം ചിലരെങ്കിലും നാശത്തെ അതിജീവിക്കുമെന്ന് ഇരുകൂട്ടരും ശക്തിയായി വിശ്വസിച്ചിരുന്നു. എന്തു തന്നെ സംഭവിച്ചാലും ഇരു വിഭാഗവും മറുഭാഗത്തെ നശിപ്പിച്ചേതീരു എന്ന സ്ഥിതിയിലായി. ജനങ്ങളെല്ലാം വീണ്ടും ഒരു മഹായുദ്ധത്തിന്റെ കരിനിഴലിലായി. ഡോൾഫിൻ ഒന്നു നിറുത്തി. ദു:ഖ നിമഗ്നനായി. അതിന്റെശബ്ദം പരിക്ഷീണമായി തുടങ്ങയതു പോലെ,അയാൾ നിശബ്ദനായി കേട്ടിരുന്നു.

അവസാനം അതു സംഭവിക്കുകതന്നെ ചെയ്തു. ഡോൾഫിൻ തുടർന്നു. നിസ്സാരമായ കാരണത്തിന്മേൽ രണ്ടു ചെറിയ രാജ്യങ്ങൾ തമ്മിലുണ്ടായ യുദ്ധം എല്ലാവരെയും

അമ്പരപ്പിച്ചുകൊണ്ടു മറ്റൊരു മഹായുദ്ധമായി വളരുകയാണുണ്ടായത്. മാധ്യസ്ഥ ശ്രമങ്ങളെല്ലാം വിഫലമാക്കിക്കൊണ്ടു യുദ്ധം രൂക്ഷതരമായി. രക്ഷാമാർഗങ്ങൾ തയ്യാറാക്കിവച്ചിരുന്നവരെല്ലാം നിഗൂഢ സങ്കേതങ്ങളിൽ ഒളിച്ചു. ഇരുകൂട്ടരും തങ്ങളുടെ ആയുധങ്ങൾ ജനങ്ങൾക്ക് അത്ഭുതവും മഹാദുരിതങ്ങളും കാഴ്ച വച്ചു കൊണ്ട് പുറത്തെടുത്ത് പ്രയോഗിച്ചു തുടങ്ങി.

അത്യധികം ഊർജം പ്രസിരിപ്പിക്കുന്ന ബോംബുകൾ നിർലോഭം വാരിവിതറി. അണു ബോംബുകളും ഹൈഡ്രജൻ ബോംബുകളും ന്യൂട്രോൺ ബോംബുകളും. അങ്ങനെ ബോംബുകളുടെ ഒരു പരമ്പര തന്നെ. പിന്നീട് അതിഭീകരമായ പകർച്ച വ്യാധികളുടെ അണുക്കളെ ഇരുകൂട്ടരും ശത്രുരാജ്യങ്ങളിൽ തുറന്നുവിട്ടു. കാലാവസ്ഥയെ മാറ്റിമറിച്ചു. ഇടിയും മിന്നലും പേമാരിയും ഭൂകമ്പങ്ങളും കൃത്രിമമായി ഉണ്ടാക്കി. അണക്കെട്ടുകൾ തകർത്തു കളഞ്ഞു. കോടിക്കണക്കിനു മനുഷ്യരും മൃഗങ്ങളും മറ്റു ജീവജാലങ്ങളും ചത്തൊടുങ്ങി. പകർച്ച വ്യാധികൾ പിടിപെട്ടും അംഗ ഭംഗംവന്നും ജനങ്ങളെല്ലാം ദുരിതത്തിലായി. ശവശരീരങ്ങൾ കൊണ്ട് ഉപരിതലം നിറഞ്ഞു. കൃഷി ചെയ്യുവാൻ സാദ്ധ്യമല്ലാതായി. മാത്രവുമല്ല, ചെടികളും വൃക്ഷങ്ങളും തിന്നു നശിപ്പിക്കുന്ന ബാക്ടീരിയാകൾ വലിയ തോതിൽ അഴിച്ചുവിടപ്പെട്ടു. ഇതിനിടയിൽ വനാന്തരങ്ങളിൽ ഒളിച്ചിരുന്ന ജനങ്ങളെയും പട്ടാളക്കാരെയും നശിപ്പിക്കുന്നതിന് ആവശ്യമായ രാസ പദാർത്ഥങ്ങൾ പ്രയോഗിച്ചു. ലക്ഷക്കണക്കിനു ചതുരശ്രകിലോ മീറ്റർ വനം കത്തിച്ചു ചാമ്പലാക്കാൻ അതിനു കഴിഞ്ഞു. അതു പോലെ എണ്ണപ്പാടങ്ങളും എണ്ണ ശുദ്ധീകരണ ശാലകളും ബോംബിട്ടു തകർത്തതിനാൽ ആ ഗ്രഹം മുഴുവൻ ഒരു വലിയ അഗ്നി ഗോളമായി മാറി. മൈലുകളോളം ഉയരത്തിൽ മാസങ്ങൾ തന്നെ തീജ്ജ്വാലകൾ കത്തി നിന്നു. ഉപരിതലത്തിലെ മനുഷ്യരും എണ്ണമറ്റ ജീവ ജാലങ്ങളും അളവില്ലാത്ത സമ്പത്തും കത്തിനശിച്ചു. എങ്കിലും ഉപരിതലത്തിനുള്ളിലെ ഗൂഢസങ്കേതങ്ങളിലും ബാഹ്യാകാശത്തെ കോളനികളിലും താമസിച്ചിരുന്നവർ അന്തിമ യുദ്ധം നടത്താൻ തുനിഞ്ഞു. അപ്പോഴാ

ണ് അതു സംഭവിച്ചത്. ഡോൾഫിൻ വീണ്ടും ഒന്നു നിർത്തി.

''എന്താണത്?''

അയാൾ ചോദിച്ചു.

ആ ഗ്രഹത്തിന്റെ തെക്കും വടക്കും ധാരാളം ഹിമ പ്രദേശങ്ങൾ കിടന്നിരുന്നില്ലേ. കൂടാതെ മഞ്ഞു മലകളും. ആ ഗ്രഹത്തിന്റെ പ്രകൃതിയും പരിസ്ഥിതിയും തകിടം മറിക്കുന്ന തരത്തിലുള്ള പ്രവർത്തനങ്ങൾ നടത്തിയതിന്റെ ഫലമായിട്ടും യുദ്ധത്തിന്റെ ഫലമായുണ്ടായ വൻ ഭൂകമ്പങ്ങളുടെയും അതി ഭയങ്കരമായ ചൂടിന്റെയും ഫലമായിട്ടും ഗ്രഹത്തിന്റെ ഉപരിതലം മുഴുവൻ അത്യധികം ചൂടു പിടിക്കുകയും ഉറഞ്ഞു കിടന്നിരുന്ന മഞ്ഞു പ്രദേശങ്ങൾ മുഴുവൻ ഉരുകിത്തുടങ്ങുകയും ചെയ്തു. കുറച്ചു മാസങ്ങൾ കൊണ്ട് ഉപരിതലത്തിലെ ഏറ്റവും ഉയരം കൂടിയ കൊടുമുടികളെപ്പോലും തന്റെ ഗർഭത്തിലൊളിപ്പിച്ചു കൊണ്ട് മഹാസമുദ്രങ്ങൾ കൂടിച്ചേർന്നു. ഒരു മനുഷ്യനും അതിനെ തടഞ്ഞു നിർത്താനായില്ല. അതോടുകൂടി ഭൂഗർഭ നിലയങ്ങളിൽ വസിച്ചിരുന്ന എല്ലാ ജന വിഭാഗങ്ങളും അവിടെ കിടന്നു ശ്വാസംമുട്ടി മരിച്ചു. ആ നിഗൂഢ നിലയങ്ങൾ തന്നെ അവരുടെ കല്ലറകളായി മാറി.

ഉപരിതലത്തിലുണ്ടായ ഈ പ്രതിഭാസങ്ങൾ അതിന്റെ ബാഹ്യ ഭാഗത്തേക്കും പ്രത്യാഘാതങ്ങൾ ഉണ്ടാക്കി. ആ ഗ്രഹത്തിന്റെ ആകർഷണ ശക്തിയിൽ വലിയ വ്യതിയാനങ്ങൾ വരുത്തി. അതിന്റെ ഫലമായി ശൂന്യാകാശത്തു നിലനിന്നിരുന്ന കോളനികൾ ഓരോന്നായി അവയുടെ ഭ്രമണപഥം വിട്ട് മറിഞ്ഞുവീഴാൻ തുടങ്ങി. അവയെല്ലാം ആ ഗ്രഹത്തിന്റെ ഉപരിതലത്തിലേക്കു യാതൊരു നിയന്ത്രണവുമില്ലാതെ കുതിച്ചു. അന്തരീക്ഷത്തിൽ വച്ച് പൊട്ടിത്തകർന്നു കത്തിച്ചാമ്പലായി പോയി.അങ്ങനെ ലക്ഷക്കണക്കിനു വർഷങ്ങളായി ആ ഗ്രഹത്തിന്റെ അധിപന്മാരായിരുന്ന മനുഷ്യരും അവരുടെ സംസ്കാരങ്ങളും അവരുടെ അഹങ്കാരത്തിന്റെയും മത്സരത്തിന്റെയും ഫലമായി എന്നേയ്ക്കുമായി മഹാ സമുദ്രങ്ങളുടെ അടിയിൽ വിലയം പ്രാപിച്ചു.

മനുഷ്യ വംശവും കരയിലെ ജീവ ജാലങ്ങളും നശി

ച്ചിട്ടും എന്റെ പൂർവീകന്മാരിൽ ചിലർ നശിക്കാതെ അവശേഷിച്ചിരുന്നു. അവർ മനുഷ്യനിൽ നിന്നും കിട്ടിയ വിജ്ഞാനം വികസിപ്പിക്കാൻ ശ്രമിക്കുകയും പിൻതലമുറക്കാർക്കു ചരിത്രമെല്ലാം പറഞ്ഞു കൊടുക്കുകയും ചെയ്തു പോന്നു. ഇപ്പോൾ ഈ ചരിത്രമെല്ലാം ശരിക്കും അറിയാവുന്നതായി ഞാൻ മാത്രമേയുള്ളൂ. എന്റെ പിൻഗാമികൾക്കു ഞാൻ ഇതെല്ലാം പറഞ്ഞു കൊടുക്കുകയായിരുന്നു. അപ്പോഴാണ് നിങ്ങളുടെ ആളുകൾ വന്നിറങ്ങിയത്. ഏതെങ്കിലും വിധത്തിൽ മനുഷ്യരിൽ ആരെങ്കിലും രക്ഷപ്പെട്ടു കാണുമെന്നും അവരുടെ പിൻഗാമികൾ പഴയ ഗ്രഹംതേടി വന്നതായിരിക്കുമെന്നും ഞാൻ കരുതി. അത്യധികം സന്തോഷത്തോടു കൂടിയാണ് ഞാൻ വന്നത്. എന്നാൽ മനുഷ്യരുടെ അനേകം ചിത്രങ്ങളും പ്രതിമകളും കണ്ടിട്ടുള്ള എനിക്കു പെട്ടെന്ന് മനസ്സിലായി നിങ്ങൾ മനുഷ്യരല്ലെന്ന്. ഞാൻ രക്ഷപ്പെടാൻ ആലോചിക്കുകയായിരുന്നു. അപ്പോഴാണ് നിങ്ങളുടെ ആൾക്കാർ എന്നെ പിടിച്ചുകൊണ്ടു പോന്നത്. നിങ്ങളും മനുഷ്യരെപ്പോലെ അതിബുദ്ധിമാൻമാർ തന്നെ. ആകട്ടെ നിങ്ങൾ ആരാണ്? ഡോൾഫിൻ പറഞ്ഞു നിർത്തി. അയാളുടെ മുഖത്തേക്കു നോക്കി.

''പറയാം, അതിനുമുമ്പ് ഒരു കാര്യംകൂടി. ആകട്ടെ, ആ ഗ്രഹത്തിനെ മനുഷ്യൻ വിളിച്ചിരുന്ന പേര് എന്താണ്?''

''ഭൂമി'', ഡോൾഫിൻ മറുപടി പറഞ്ഞു.

''വിഡ്ഢികൾ, സ്വയം നശിപ്പിച്ച വിഡ്ഢികൾ'' അയാൾ പിറുപിറുത്തു. ദു:ഖചിന്തകൾ ആ മനസ്സിനെ മഥിക്കുന്ന പോലെ. അയാൾ ചിന്താമഗ്നനായിപ്പോയി.

ഒരു ശബ്ദം കേട്ട് അയാൾ ഞെട്ടിത്തിരിഞ്ഞു. ഒരുനിമിഷം അയാൾ സ്തംഭിച്ചുനിന്നു. ''കഷ്ടം, അതു മരിച്ചുപോയി''. അയാൾ പിറുപിറുത്തു.

1983

4. സീമന്തപുത്രൻ

ങേ..... എന്താണത്....... ഒരു ആരവം. അയാൾ പെട്ടെന്ന് നിന്നു. വയലിൽ നിന്നും മടങ്ങുകയായിരുന്നു. അപ്പോഴാണ് പതിവില്ലാത്ത ആരവം. അതും തന്റെ വീട്ടിൽ നിന്നും. അയാൾ ഉദ്വേഗത്തോടെ ചുറ്റും നോക്കി. ദേഹം മുഴുവൻ ചെളിയും വിയർപ്പും. കൂടെയുള്ള വേലക്കാരിൽ ചെറുപ്പക്കാരന്റെ നേരെ നോക്കി. അർത്ഥം മനസ്സിലായ അവൻ വേഗം മുന്നോട്ടു കുതിച്ചു. വീട്ടിലേക്ക്.

അയാളുടെ മനസ്സ് അസ്വസ്ഥമായി. വൃദ്ധനായ തന്റെ പിതാവ്. ഛെ.... കുഴപ്പമൊന്നും ആയിരിക്കില്ല. അയാൾ ചെവി വട്ടം പിടിച്ചു. ഹൊ.... സന്തോഷത്തിന്റെ തപ്പും താളവുമാണല്ലോ. എന്തു സംഭവിച്ചു. താൻ വയലിലേക്ക് പോരുമ്പോൾ പ്രത്യേകിച്ച് ഒന്നുമില്ലായിരുന്നു. പിതാവ് പതിവു പോലെ പൂമുഖത്തെ ചാരു കസേരയിൽ. എന്നും അങ്ങനെയാണ്. അവൻ.....ആ കുടുംബദ്രോഹി.... പോയതിൽ പിന്നെ. എത്ര ആരോഗ്യവും ഓജസ്സുമായിരുന്നു തന്റെ അപ്പച്ചന്.

എത്ര പെട്ടെന്നാണ് അദ്ദേഹം പടു വൃദ്ധനായത്. എത്ര നാളായി അദ്ദേഹം ആ ചാരുകസേരയിൽ കഴിയുന്നു. ഒന്നിലും

താല്പര്യമില്ലാതെ. ആഹാരത്തിലോ വസ്ത്രത്തിലോ യാതൊന്നിലും താല്പര്യമില്ലാതെ. എന്നിട്ട് ഇപ്പോൾ ഇത്ര പെട്ടെന്ന് എന്തു സംഭവിച്ചു.

അതാ വേലക്കാരൻ തിരിച്ചു വരുന്നുണ്ടല്ലോ. അവനും ആകെ സന്തോഷത്തിലാണല്ലോ. അയാൾ അവന്റെ നേരെ നോക്കി. ''യജമാനനേ കൊച്ച് യജമാനൻ തിരികെ വന്നിരിക്കുന്നു. എല്ലാം നശിപ്പിച്ചു. ഇപ്പോ കാണണം. കഷ്ടം! എന്നാലും അവൻ തിരികെ വന്നതു കൊണ്ട് നിങ്ങളുടെ പിതാവ് വലിയ സന്തോഷത്തിലാണ്. പെരുന്നാളിന് അറക്കാൻ നിറുത്തിയിരുന്ന ആ കാളക്കിടാവില്ലേ. അവനെ കൊന്നു വിരുന്നൊരുക്കുകയാണ്.

ഇടി വെട്ടിയ പോലെ അയാൾ സ്തംഭിച്ചു നിന്നു. എന്ത്........ അയാൾ ആക്രോശിച്ചു. വേലക്കാർ ഞെട്ടി വിറച്ചു. അയാളുടെ കണ്ഠത്തിൽ നിന്നു തന്നെയാണോ ആ ശബ്ദം? അവർ സ്തബ്ധരായി പരസ്പരം നോക്കി. ഇത്ര കഠിനമായ ശബ്ദം അയാളിൽനിന്നും അവർ ഇതുവരെ കേട്ടിട്ടില്ല. ശാന്തനും പാവമെന്നുമൊക്കെ അറിയപ്പെട്ടിരുന്ന അയാൾ ആകെ മാറിപ്പോയല്ലോ. വേലക്കാർ ഭയന്ന് ചുറ്റും മാറിനിന്നു. അയാളുടെ നെഞ്ച് അസാധാരണമാം വിധം ഉയർന്നുതാണു. പൊട്ടുവാൻ തുടങ്ങുന്ന ഒരു അഗ്നിപർവതം. അടുത്ത നിമിഷം എന്താണ് സംഭവിക്കുക. അവർ സംഭീതരായി. ചെവി വട്ടം പിടിച്ചു. അയാളുടെ മനസ്സിൽ വികാരങ്ങളുടെ തിരത്തള്ളൽ.

അപ്പോൾ അതും സംഭവിച്ചു. ഇത് ഞാൻ പണ്ടേ മനസ്സിൽ കരുതിയതു തന്നെ. ദ്രോഹി..... കുലദ്രോഹി. എല്ലാം കളഞ്ഞു കുളിച്ച്, മദ്യവും മദിരാക്ഷിയും ചൂതും. എല്ലാം കഴിഞ്ഞ് ഇനി എന്റെ അധ്വാനം കൂടി മുടിക്കാൻ വന്നിരിക്കുന്നു. അയാൾ മുരണ്ടു. 'ഇല്ല... ഞാനിനി അങ്ങോട്ടില്ല. നീ വീട്ടിൽ ചെന്ന് ആ കരണവരോട് പറഞ്ഞേക്കൂ'. അയാളുടെ ചിന്തകൾ വർഷങ്ങൾക്കു പിന്നിലേക്ക് ഊളിയിട്ടു.

എത്ര സന്തോഷകരമായ ബാല്യകാലം. പിതാവും താനും അനുജനും. അപ്പച്ചൻ വയലിലേക്ക് പോകുമ്പോൾ ഞങ്ങൾ വീട്ടിൽ കാത്തിരിക്കും. കുസൃതികളും കളിയും പിണക്കങ്ങളു

മായി. അപ്പച്ചൻ വരുമ്പോൾ എന്തെല്ലാം സാധനങ്ങൾ. പഴങ്ങൾ, തേൻ, പച്ചക്കറികൾ, മത്സ്യങ്ങൾ, വേട്ടയാടിപ്പിടിച്ച ചെറു മൃഗങ്ങൾ, പക്ഷികൾ ഒക്കെ കൊണ്ടുവരും. അപ്പച്ചൻ ഞങ്ങളെ വാരിയെടുത്ത് ഉമ്മവയ്ക്കും. മടിയിലും പുറത്തും കഴുത്തിലു മൊക്കെ അള്ളിപ്പിടിച്ച് കയറി മറിഞ്ഞ് ഞങ്ങൾ എന്തൊരു സ്നേ ഹമായിരുന്നു. എത്ര സന്തോഷമായിരുന്നു. പറുദീസാ പോ ലെ.

വർഷങ്ങൾ കടന്നു പൊയ്ക്കൊണ്ടിരുന്നു. താൻ പഠിപ്പ് നിർത്തി പിതാവിന്റെ കൂടെ വയലിൽ ജോലികളിൽ സഹായിക്കാൻ തുടങ്ങി. കടിഞ്ഞൂൽ ഞാനാണല്ലോ. അനു ജൻ പഠിക്കുന്നതേയുള്ളൂ. മാത്രമല്ല അവൻ ഇളയവനാണല്ലോ. ഞങ്ങളുടെ വാത്സല്യപാത്രം. പ്രത്യേകിച്ചും അപ്പച്ചന് അവനെ ജീവനാണ്.

പയ്യേപ്പയ്യേ, അവന്റെ രീതികളിൽ ചെറിയ ചെറിയ മാറ്റങ്ങൾ. ജ്യേഷ്ഠനായ എന്നോട് തർക്കുത്തരവും ധിക്കാ രവുമൊക്കെ പറയുവാൻ തുടങ്ങി. അപ്പച്ചനും ഞാനും വേലക്കാ രുടെ കൂടെ വയലിൽ എന്നും അധ്വാനം. മണ്ണിലും ചെളിയിലും മഴയിലും വെയിലിലും മഞ്ഞിലും എന്നും ഒന്നുപോലെ അധ്വാ നം.

അധ്വാനത്തിന്റെ ഗുണഗണങ്ങൾ അപ്പച്ചൻ പറഞ്ഞു തരുമ്പോൾ ഞാനതെല്ലാം ശ്രദ്ധയോടെ കേൾക്കും. എന്നും വയലിൽ പോയില്ലെങ്കിൽ പിന്നെ ചെല്ലുമ്പോൾ എന്താണ് സ്ഥിതി. കാട്ടു മൃഗങ്ങളും കള്ളന്മാരും എല്ലാം നശിപ്പിച്ചിരിക്കും. തിന്നേണ്ടത് തിന്നും, ബാക്കി നശിപ്പിക്കും. കൊണ്ടു പോകാവു ന്നത് കള്ളന്മാർ കൊണ്ടു പോകും. അപ്പച്ചന്റെ സ്വരം കേട്ടാൽ മതി കാട്ടു മൃഗങ്ങളും കള്ളന്മാരും പറപറക്കും. അമ്പും വില്ലും കയ്യിലെടുത്താലോ, ഒന്നിന്റെ കാര്യം തീർന്നു. കള്ളനായാലും കാട്ടുമൃഗമായാലും.

ഇടയ്ക്കിടെ അനുജൻ വീട്ടിൽ വരുന്നത് വളരെ താമസി ച്ചായി. ഞാൻ ചോദിക്കുമ്പോൾ ഒഴിവു കഴിവുകൾ പലതും പ റയും. വേലക്കാരു പറഞ്ഞ് സാവകാശം ഞാനറിഞ്ഞു. മദ്യപാ നം, ചൂതുകളി ഇവയെല്ലാമുള്ളവരുമായിട്ടാണ് അവന്റെ കൂട്ട്.

ആദ്യമൊക്കെ ശാസിച്ചു നോക്കി. ഫലമില്ലെന്നു കണ്ടപ്പോൾ സ്നേഹത്തോടെ ഗുണദോഷിച്ചുനോക്കി. അപ്പച്ചൻ അറിഞ്ഞാൽ എന്തുമാത്രം വേദനിക്കും.

നമ്മളെ എത്ര സ്നേഹിക്കുന്നവനാണ് നമ്മുടെ അപ്പച്ചൻ. അപ്പച്ചന്റെ നിലയും വിലയുമൊക്കെ നോക്കേണ്ടെ. പക്ഷെ, തന്റെ വാക്കുകൾ വൃഥാവിലായിരുന്നു. അഹന്തമുറ്റിയ മറുപടികൾ. പരിഹാസം.

കാര്യങ്ങൾ അപ്പച്ചനും കുറേശ്ശേ അറിയുന്നുണ്ടായിരുന്നു. ഭക്ഷണ മേശയിൽ പലപല ജീവിതാനുഭവങ്ങളും അപ്പച്ചൻ പങ്കുവയ്ക്കും. അവൻ അതിലൊന്നും ശ്രദ്ധിക്കുകയില്ല. താനതൊക്കെ അക്ഷരം വിടാതെ ഹൃദിസ്ഥമാക്കും. അപ്പച്ചൻ എന്നും യഹോവയോട് പ്രാർത്ഥിക്കും. പ്രാർത്ഥിക്കുമ്പോൾ ആ കണ്ണുകൾ നിറഞ്ഞൊഴുകുന്നത് ഞാൻ കണ്ടിട്ടുണ്ട്.

പിന്നെപ്പിന്നെ ചിലരൊക്കെ ഭവനത്തിൽ പിതാവിന്റെ പക്കൽ വരുന്നതും ഗൗരവമായി സംസാരിക്കുന്നതും കാണാമായിരുന്നു. അനുജൻ പണം കടം വാങ്ങിച്ചത് തിരികെ കിട്ടാതെ വന്നവരാണവർ. സത്യസ്ഥിതി അന്വേഷിച്ച് പിതാവ് കടങ്ങൾ കൊടുത്തുതീർത്തു. എന്തിനാണ് പണം കടം വാങ്ങിയത് എന്നുചോദിച്ചാൽ ആവശ്യമുണ്ടായിട്ട് എന്ന ധാർഷ്ട്യം നിറഞ്ഞ മറുപടി മാത്രം. അസ്സമാധാനത്തിന്റെ കാർമേഘങ്ങൾ ഞങ്ങളുടെ പറുദീസായെ മൂടിക്കൊണ്ടിരുന്നു. എന്നും നെഞ്ചിൽ കരങ്ങൾ ചേർത്തു കിഴക്കോട്ട് തിരിഞ്ഞ് യഹോവയോട് നിറമിഴികളോടെ പ്രാർത്ഥിക്കുന്ന പിതാവിന്റെ മുഖം തന്റെ മനസ്സിൽ മായാതെ കിടക്കുന്നു. എന്നിട്ട്......

എന്തുമാത്രം സാരോപദേശങ്ങൾ. പരിഹാസങ്ങൾ മാത്രം മറുപടി. ശാസിച്ചാൽ ധാർഷ്ട്യം നിറഞ്ഞ മറുപടി. ഭാവിയെപ്പറ്റി പറയുമ്പോൾ മറുപടി എന്താണ്.

''അന്നേരം ഞാൻ നോക്കിക്കൊള്ളാം. ആണുങ്ങളായാൽ അന്തസ്സായി ജീവിക്കണം. പന്നിക്കൂട്ടിൽ കിടക്കുന്നവന് ലോകം അറിയത്തില്ല.''

ഹൃദയം പിളർക്കുന്ന വാക്കുകൾ. അവനും അവന്റെ സുഹൃത്തുക്കളും മാത്രം ബുദ്ധിയുള്ളവർ. അന്തസ്സുള്ളവർ.

പാട്ടും നൃത്തവും മദ്യവും മദിരാക്ഷിയും നിറഞ്ഞു അവന്റെ ജീവിതത്തിൽ.

അങ്ങനെയിരിക്കെ ഒരുദിവസം അതു സംഭവിച്ചു. പണം കടം കൊടുത്തവർ പിതാവിന്റെ പക്കൽ വീണ്ടും വന്നു. ധൂർത്തിന്റെ കടം വീട്ടി മുഷിഞ്ഞ അപ്പച്ചൻ നേരിട്ടു തന്നെ അനുജനെ ശാസിച്ചു. എത്ര പെട്ടെന്നാണ് അവന്റെ മറുപടി വന്നത്.

''എനിക്ക് ആവശ്യമുണ്ടായിട്ട് വാങ്ങിച്ചതാണ്. വിഷമമാണെങ്കിൽ എന്റെ വീതം ഇങ്ങു തന്നേക്കൂ. ഞാൻ എന്റെ ഇഷ്ടം പോലെ ചെയ്യും. നിങ്ങൾക്ക് എന്താ നഷ്ടം.'' ഇടിവെട്ടേറ്റതു പോലെ അപ്പച്ചൻ സ്തംഭിച്ചിരുന്നു പോയി. കൈത്തലത്തിൽ മുഖം അമർത്തി തേങ്ങുന്ന അപ്പച്ചന്റെ മുഖം. ആ ദു:ഖം. അവനെ തിരുത്തുവാൻ ശ്രമിച്ചതിന് എനിക്കും കിട്ടി നിന്ദനം.

ഭർത്സനം! എല്ലാം ഇന്നലെയെന്നോണം ആ മനസ്സിൽ തെളിഞ്ഞു തെളിഞ്ഞു വന്നു. ജീവിതം ആസ്വദിക്കാനുള്ളതാണ്. ഒരു നിമിഷമേ ജീവിക്കുന്നുള്ളൂ എങ്കിലും സുഖമായി ജീവിക്കണം. ഈ ജീവിതത്തിലേ ഇങ്ങനെയൊക്കെ നടക്കാൻ സാധിക്കൂ. മൃഗങ്ങൾക്ക് പാട്ടും നൃത്തവും ഒന്നും എന്താണെന്ന് അറിയത്തില്ലല്ലോ. പരിഹാസത്തിന്റെ കൂരമ്പുകൾ. ഒടുവിൽ അപ്പച്ചൻ അവന്റെ ഇഷ്ടത്തിന് സമ്മതിച്ചു. തന്റെ ഹൃദയം മുറിച്ചു കൊടുക്കുന്നതു പോലെ. തന്റെ ചോരയും വിയർപ്പും വീണ് വിളഞ്ഞ പാടങ്ങളും പറമ്പുകളും എല്ലാം രണ്ടായി കീറിമുറിച്ചു. ഹൊ...... എന്തൊരു വേദനയായിരുന്നു. യാതൊരു ആവശ്യവുമില്ലാത്ത സമയത്ത് ഇങ്ങനെ ഒരു വീതം വയ്ക്കൽ! ശരീരം കീറി മുറിക്കുന്നതുപോലെ.

കൈകാലുകൾ ചീന്തിപ്പറിക്കുന്നതു പോലെ. പിന്നീട് എല്ലാം ഒരു സ്വപ്നം പോലെയായിരുന്നു. ഒന്നുരണ്ടു ദിനങ്ങൾമാത്രം വീട്ടിൽതങ്ങി. ആ നേരം പോലും ശത്രുക്കളോടെന്ന പോലെ ഞങ്ങളോട് പെരുമാറി. രണ്ടു ദിവസങ്ങൾക്കു ശേഷം വിലിടിപ്പുള്ള വസ്ത്രങ്ങളും ആഭരണങ്ങളുമൊക്കെ എടുത്ത് ഒരുപോക്ക്. ഹാ... എന്തു ഭംഗിയുള്ള വസ്ത്രങ്ങൾ! ആഭരണങ്ങൾ. എന്തിന് ചെരിപ്പുകൾ പോലും എത്ര വിലയേറി

യവ! അത്തരം ഒരെണ്ണം ഒരിക്കൽ പോലും ഞാൻ വാങ്ങിച്ചിട്ടില്ല.

ആവശ്യമില്ലാതെ പണം നഷ്ടപ്പെടുത്താനുള്ള മടി. വിയർപ്പു തൂകി പണിയെടുക്കുന്നവനേ പണത്തിന്റെ വിലയറിയൂ. സുഹൃത്തുക്കളുടെ വീടുകളിൽ മാറി മാറി താമസിക്കുന്നു എന്നറിഞ്ഞു. സമ്പത്തുള്ളപ്പോൾ ചിരിച്ചു കാണിക്കുകയും കഷ്ടകാലത്തിൽ ഇളിച്ചു കാണിക്കുകയും ചെയ്യുന്നവർ! കൂടപ്പിറപ്പിനേക്കാൾ അവനു സ്നേഹം അവരോടാണ്.

ആഴ്ചകൾ കഴിഞ്ഞില്ല. ആ വാർത്ത ഞങ്ങളുടെ കാതുകളിൽ എത്തി. അനുജൻ സ്വത്തെല്ലാം വിറ്റു കഴിഞ്ഞിരിക്കുന്നു. ഇന്നലെ വരെ ഞങ്ങളുടെതായിരുന്ന ആ വയലുകളിലേക്ക് നോക്കി ഞാൻ നെടുവീർപ്പിട്ടു. എന്റെ ഹൃദയം പൊട്ടിപ്പിളരുന്നതുപോലെ.

ചെറുപ്പം മുതൽ ഓടിച്ചാടി തുള്ളിക്കളിച്ചിരുന്നത്, നൂറു മേനി വിളവു നൽകിയിരുന്നത് ഇന്ന് അവയെല്ലാം അന്യന്റേതായിരിക്കുന്നു. ഞങ്ങളുടെ കന്നുകാലികൾ മേഞ്ഞു നടന്നിരുന്ന ആ വയലുകൾ. ഓർക്കുമ്പോൾ കരൾ പിളരുന്നതു പോലെ. രോഗം വന്നിട്ടോ, എന്തെങ്കിലും അത്യാഹിതം ഉണ്ടായിട്ടോ വിറ്റതാണോ? ഓർക്കാൻ വയ്യ.

കിട്ടിയതെല്ലാം ഭാണ്ഡത്തിലാക്കി അവൻ നാടുവിട്ടു. വിവരം കെട്ടവരായ പിതാവിന്റെയും ജ്യേഷ്ഠന്റെയും അടുത്ത് കഴിയേണ്ടല്ലോ. എങ്ങോട്ടുപോയി? ഒരു പിടിയുമില്ല.

പാവം അപ്പച്ചൻ! അന്നു തുടങ്ങിയതാണ് പൂമുഖത്ത് ചാരുകസേരയിൽ ഒരേകിടപ്പ്. ആരെങ്കിലും നിർബന്ധിച്ചാൽ എന്തെങ്കിലും കഴിച്ചു എന്നുവരുത്തി മാറ്റിവയ്ക്കും. പിന്നെയും അകലങ്ങളിലേക്ക് നോക്കി ഒരേ കിടപ്പ്. അകലെ, അകലെ വീഥിയുടെ കാണാപ്പുറങ്ങളിൽ നിന്നും അപ്പച്ചാ എന്നുള്ള വിളി കേൾക്കുന്നുണ്ടോയെന്നായിരിക്കാം. എന്നാലും ഇങ്ങനെയുണ്ടോ ഒരു പുത്രസ്നേഹം.

ഇടയ്ക്ക് ഒക്കെ കൂട്ടുകാരും വിദേശങ്ങളിൽ പോയി വരുന്ന കച്ചവടക്കാരുമൊക്കെ വഴിയായി ഞാൻ അന്വേഷിച്ചിരുന്നു. തകർപ്പൻ ജീവിതം. ആസ്വദിച്ചു മുന്നേറുന്നു. പിന്നെപ്പിന്നെ യാതൊരു വിവരവുമില്ല. ഈ അപ്പച്ചനും ജ്യേ

ഷ്ഠനും ജീവിച്ചിരിപ്പുണ്ടോയെന്നുപോലും അവൻ ആരോടും ചോദിച്ചതായി പറഞ്ഞുകേട്ടില്ല. ഞങ്ങൾ ക്ഷുദ്ര കീടങ്ങളല്ലേ. പിന്നീട് എല്ലാം കഴിഞ്ഞ് തേങ്ങിക്കരഞ്ഞ് കേറി വന്നിരിക്കുന്നു. ഞാൻ അധ്വാനിച്ച് ഉണ്ടാക്കിയതിന്റെ ഓഹരിപറ്റാൻ. ഇത്തിൾക്കണ്ണിയായി വലിച്ചൂറ്റി എടുക്കാൻ. കണ്ണട്ടയെപ്പോലെ രക്തം ഊറ്റിക്കുടിക്കാൻ.

അപ്പച്ചന്റെ സ്ഥാനത്ത് ഞാനായിരുന്നുവെങ്കിൽ പുറംകാലുകൊണ്ട് തട്ടി പടിക്കുപുറത്ത് കടത്തി വിടുമായിരുന്നു. ''ഇല്ലെടാ.... ഇനി ഞാൻ അത് അനുവദിക്കില്ലെടാ. ചൂതുകളിക്കാർക്കും വ്യഭിചാരികൾക്കും കൊണ്ടുപോയി കൊടുക്കാൻ എന്റെ പണം ഞാൻ തരില്ലെടാ....'' അയാൾ മുരണ്ടു. കൈകൾ കൂട്ടിത്തിരുമ്മി.

അല്ലാ... അതാരാ ഇങ്ങോട്ടു വരുന്നത്. ഹൊ.... അപ്പച്ചനാണല്ലോ, വേണ്ട കാണണ്ട. അയാൾ തിരിഞ്ഞു നിന്നു.തിരിച്ച് നടക്കാൻ തുടങ്ങി. ''മകനെ, എന്റെ മോനേ, നീ ഇങ്ങോട്ട് നോക്കൂ. ഞാൻ പറയുന്നത് കേൾക്കൂ.'' അപ്പച്ചൻ അയാളോട് ആവശ്യപ്പെട്ടു.

''വേണ്ടാ.... എനിക്ക് എല്ലാം മനസ്സിലായി. ഇനി എനിക്ക് ഒന്നും കേൾക്കണ്ട. ഇത്രകാലവും ഞാൻ നിങ്ങൾക്ക് ദാസ്യവേല ചെയ്തിട്ടും എന്റെ അനുഭവം എന്താണ്. എനിക്കും ഇല്ലേ കൂട്ടുകാർ. അവരുടെ ഒപ്പം ആഹ്ലാദിക്കാൻ ഒരിക്കലെങ്കിലും ഒരു വിരുന്ന് നടത്തിയിട്ടുണ്ടോ. ഒരു ആട്ടിൻ കുട്ടിയെ എങ്കിലും എനിക്ക് തന്നിട്ടുണ്ടോ? ലോകത്തിലെ എല്ലാ മ്ലേച്ഛതകളിലും ആവോളം മുങ്ങി എല്ലാം നശിപ്പിച്ചു തിരിച്ചു വന്നവന് കൊഴുത്ത കാളക്കുട്ടിയെ കൊന്ന് വിരുന്ന്.

ഹ....ഹ.... എത്ര നല്ല നീതി. പിതാവിന്റെ കൂടെ കഷ്ടപ്പെടാനും വിയർപ്പ് ഒഴുക്കി ജോലി ചെയ്യാനും മൂത്തമകൻ. ധൂർത്തടിച്ച് സുഖിക്കാൻ ഇളയമകൻ. എത്ര നല്ല ന്യായം. ക്ഷമ പറഞ്ഞാൽ ധൂർത്തടിച്ചതെല്ലാം തിരിച്ചു കിട്ടുമോ? നിസ്സാരവിലക്കു വിറ്റു തുലച്ചതെല്ലാം തിരിച്ചു ലഭിക്കുമോ? ഇന്ന് ആ സ്വത്തുക്കൾ നമ്മുടെ കൈവശം ആയിരുന്നുവെങ്കിൽ എത്ര ഐശ്വര്യമായിരുന്നേനേ.

ഒരു ക്ഷമ പറഞ്ഞാൽ വേശ്യകളും ചൂതുകളിക്കാരും കൊണ്ടു പോയതു തിരികെ തരുമോ? നാട്ടുകാരുടെ മുൻപിൽ വച്ച് പിതാവിനെ അവഹേളിച്ചതും ഇല്ലാതാകുമോ? ഓഹരികൊടുക്കാൻ പറഞ്ഞപ്പോൾ കൊടുത്തില്ലായിരുന്നെങ്കിൽ അവൻ അപ്പനേം ജേഷ്ഠനേം ചിലപ്പോൾ കൊലചെയ്യുമായിരുന്നില്ലെ.

എന്നിട്ട് അയ്യോ പറ്റിപ്പോയി ക്ഷമിക്കണം എന്നു പറഞ്ഞാൽ മരിച്ചവർ തിരിച്ചുവരുമോ? കുറച്ചുനാൾ വീട്ടിൽ അടങ്ങിയൊതുങ്ങി കഴിഞ്ഞ് വീണ്ടും തുടങ്ങാമല്ലോ പരിപാടികൾ. കൂട്ടുകാർ ഓരോരുത്തരായി വന്നു തുടങ്ങും. ആകട്ടെ തന്റെ ഓഹരി വാങ്ങി പിരിഞ്ഞു പോയി ധൂർത്തടിച്ചവനെ വീണ്ടും ഭവനത്തിൽ പ്രവേശിപ്പിക്കാൻ ഏതു നിയമമാണ് അനുശാസിക്കുന്നത്? ഇല്ല.... ഇനിയും ഞാൻ സമ്മതിക്കുകയില്ല. അവൻ അവിടെയുണ്ടെങ്കിൽ ഞാൻ അങ്ങോട്ടില്ല.''

അയാൾ നിന്നു കിതക്കുകയാണ്.

പിതാവ് ശാന്തനായി പറഞ്ഞു.

''മകനെ നീ പറഞ്ഞതൊന്നും ഞാൻ ഖണ്ഡിക്കുന്നില്ല. നീ എന്നും എന്നോടു കൂടിയായിരുന്നല്ലോ. തീജ്ജ്വാലയിലേക്ക് ആകർഷിക്കപ്പെട്ട് എരിഞ്ഞടങ്ങുന്ന പ്രാണികളെപ്പോലെ ലോകത്തിന്റെ ഭ്രമങ്ങളിൽ വീണു നശിക്കാതെ നീ രക്ഷിക്കപ്പെട്ടു. എനിക്കുള്ളതെല്ലാം നിന്റേതാണ്. ഒരിക്കലും നീയൊരു ദാസനല്ല.

മകനേ.. ഞാൻ നിങ്ങളുടെ പിതാവാണ്. അതുകൊണ്ട് ഞാൻ നിങ്ങളെ സ്നേഹിക്കുന്നു. ആഴമായി, അനന്തമായി, അനുപമമായി, അവിരാമം ഞാൻ നിങ്ങളെ സ്നേഹിക്കുന്നു. നിങ്ങളെ സ്നേഹിക്കുന്നതു കൊണ്ട് എനിക്ക് നിങ്ങളോട് ക്ഷമിക്കാതിരിക്കാൻ സാധ്യമല്ല.

''നിന്റെ ഈ സഹോദരൻ മൃതനായിരുന്നു. ലോകത്തിന്റെ മ്ലേച്ഛതകളിലും മായകളിലും പെട്ടുഴന്നപ്പോൾ. എന്നാൽ ഇപ്പോൾ അവൻ ജീവിക്കുന്നു. ഇനി ഒരിക്കലും ആ പഴയ ജീവിതത്തിലേക്ക് തിരിച്ചു പോകുകയില്ലെന്നുള്ള ദൃഢനിശ്ചയത്താൽ. അവൻ നഷ്ടപ്പെട്ടവനായിരുന്നു; അനു

സരണക്കേടിന്റെ അന്ധകാരത്തിൽ. ഇപ്പോൾ കണ്ടുകിട്ടിയിരിക്കുന്നു; ഏറ്റുപറച്ചിലിന്റെ പൊൻവെളിച്ചത്തിൽ''.

''വരൂ.... നമുക്ക് വീട്ടിലേക്ക് പോകാം.'' പിതാവ് മകന്റെ ചുമലിൽ കൈകൾ വച്ചു. പരിക്ഷീണിതനായി അയാൾ പിതാവിന്റെ മുഖത്തേക്കു നോക്കി. അയാളുടെ കണ്ണുകൾ ആർദ്രമായി. പിന്നെ പിതാവിന്റെ പിന്നാലെ.... ഒരു കുഞ്ഞാടിനെപോലെ.

2003

5. സാബുമോൻ

''എന്താ സാബുമോനേ നിന്റെ മുഖം വല്ലാതെ വാടിയിരിക്കുന്നത്''? റോഡിലെ പൈപ്പിൽ നിന്നും വെള്ളം എടുത്തു വരികയായിരുന്നു എലിസബത്ത്. മകന്റെ മുഖം വാടിയിരിക്കുന്നു. കരയുന്നില്ല എന്നു മാത്രമേയുള്ളൂ. അവൻ ഒന്നും മിണ്ടുന്നില്ല. എലിസബത്ത് കയ്യിൽ തൂക്കിപ്പിടിച്ചിരുന്ന ബക്കറ്റും എളിയിൽ വച്ചിരുന്ന കുടവും വരാന്തയിൽ വച്ചു. വരാന്തയിലെ തറയിൽ ചുമരിൽ ചാരിയിരിക്കുന്ന മകനെ അവർ പൊക്കിയെഴുന്നേല്പിച്ചു. ''എന്തുപറ്റി കുട്ടാ നീയെന്താ വല്ലാതെയിരിക്കുന്നേ''. അവൻ ഏങ്ങിക്കരഞ്ഞു തുടങ്ങി. എലിസബത്തിന് മനസ്സിൽആധിയായി. എങ്കിലും അവർ മോനേ അരികിൽ ചേർത്ത് നിർത്തി.

''എന്താകുട്ടാ എന്റെ മോൻ കാര്യം പറഞ്ഞേ. ആരെങ്കിലുമായി വഴക്കുണ്ടാക്കിയോ''.

''ഊം..''

അവൻ നിഷേധാർത്ഥത്തിൽ തലയാട്ടി.''പിന്നെ നീയിന്നു ടി.വി. കാണാൻ പോയില്ലേ''. അവന്റെകരച്ചിൽ കൂടി വന്നു. അതൊരു പൊട്ടിക്കരച്ചിലായി.അവർ അവനെ അരികിൽ ചേർത്തു നിർത്തി തലയിൽ തലോടിക്കൊണ്ടു പറഞ്ഞു.

''മോൻ എന്താ ഉണ്ടായതെന്നു വച്ചാൽ മമ്മിയോടു പറ. എന്തു കാര്യമാണെങ്കിലും മമ്മി ശരിയാക്കാം''.

അവന്റെ കരച്ചിൽ സാവധാനം കുറഞ്ഞു. വിക്കി വിക്കി അവൻ പറഞ്ഞു.

''ചാക്കോച്ചേട്ടന്റെ വീട്ടിൽ അവരിപ്പം ടി.വി വയ്ക്കു ന്നില്ലെന്ന്. ഞാൻ പോന്നു കഴിഞ്ഞപ്പം അവരു ടി.വി. വയ്ക്കു കയും ചെയ്തു.'' എലിസബത്തിന്റെ മുഖം ചുവന്നു ഇരുണ്ടു. പിന്നെ മ്ലാനമായി. വികാരങ്ങൾ അവൾ നിയന്ത്രിച്ചു.അവർ ചോ ദിച്ചു.

''ആരാ മോനോടു പറഞ്ഞെ''? ''ആ അന്നമ്മച്ചേടത്തി. പി ള്ളേർക്ക് പഠിക്കാനുണ്ടെന്നു പറഞ്ഞു.'' എലിസബത്ത് അവനെ ആശ്വസിപ്പിച്ചു.

''ശരിയായിരിക്കും മോനേ, അവർ ഹൈസ്ക്കൂളിൽ പഠി ക്കുന്നവരല്ലേ.'' ''മോനും പഠിക്കാനില്ലെ''.

''എനിക്കു പഠിക്കാനുള്ളത് എല്ലാം ഞാൻ പഠിച്ചുകഴി ഞ്ഞു. അവർക്കു പഠിക്കാനുണ്ടെങ്കിൽ ഞാൻ പോന്നു കഴി ഞ്ഞപ്പോൾ അവരു ടി.വി വെച്ചല്ലോ. ഞാൻ ഒച്ച കേട്ടതാ. പി ന്നെ ഞാൻ പോയില്ല.''

''കൊച്ചാണെങ്കിലും അഭിമാനം ഉള്ളവനാ.''

എലിസബത്ത് മനസ്സിൽ പറഞ്ഞു. പിന്നെ മോനോടായി അവർ പറഞ്ഞു ''അതു നന്നായി''. നാലു കാശുണ്ടായപ്പോൾ അയൽക്കാരെ മറന്നു തുടങ്ങി. എന്തു കണ്ടിട്ടാ. എങ്ങനെ കഴി ഞ്ഞതാണെന്ന് എല്ലാവർക്കും അറിയാം. ഒരുത്തൻ മരുഭൂമി യിലെങ്ങാണ്ട് ചെന്ന് മണ്ണു ചുമക്കുന്നതിന്റെ നാലു പുത്തൻ കിട്ടുന്നുണ്ട്. ഓ, ഒരു ആനക്കാര്യം. അവർ ചിന്തിച്ചുനിന്നു പോയി. ''മമ്മീ ഡാഡിയോട് പറഞ്ഞ് നമുക്കും ഒരെണ്ണം വാങ്ങിക്കാം. ചെറുതു മതി. മമ്മീ ക്ലാസ്സിൽ എല്ലാ പിള്ളേരുടേ യും വീട്ടിൽ ഉണ്ട്. അവരൊക്കെ ദിവസോം വന്ന് പറയുന്നത് കേൾക്കാം. അവരുടെയടുത്ത് ഇനി ഞാൻ പോകത്തില്ല.'' കൊച്ചാണെങ്കിലും അവന്റെ വാശി.

അവർ അവനെ പിടിച്ചു മാറോട് ചേർത്ത് ആ കവിളിൽ ഉമ്മവച്ചു. മമ്മി ഡാഡിയോടു പറയാം. മോൻ പോയി പഠിക്ക്.'' ''തീർച്ചയാണോ''

''തീർച്ച''.

അവന്റെ മുഖം വികസിച്ചു.

ജോർജ്, എലിസബത്ത് ദമ്പതികളുടെ മൂത്ത മകനാണ്

സാബു. മൂന്നാംക്ലാസ്സിൽ പഠിക്കുന്നു. നന്നായി പഠിക്കുന്ന കുട്ടി. ജോർജ് പട്ടണത്തിൽ ഒരു കടയിൽ ജോലിക്കാരനാണ്. ആയിരത്തി ഇരുന്നൂറ് രൂപയോളം മാസം കിട്ടും. അതുകൊണ്ടു വേണം എല്ലാ ചെലവും നടത്താൻ. മൂന്ന് സെന്റ് സ്ഥലവും ഓടു മേഞ്ഞ ഒരു കൊച്ചു പുരയുമാണ് ആകെ സ്വത്തായി ട്ടുള്ളത്. അവരുടെ ചുറ്റുപാടുമുള്ള വീടുകളും അങ്ങനെ യൊക്കെത്തന്നെയാണ്. എല്ലാവരും വളരെ സാധാരണക്കാർ. കോളനിയല്ലെങ്കിലും കോളനിപോലെ പത്തമ്പത് വീടുകൾ. മൂന്നും നാലും അഞ്ചുമൊക്കെ സെന്റുള്ള ചെറിയ പ്ലോട്ടുകളും സാധാരണ വീടുകളും. ടെറസിട്ട വീടുകൾ രണ്ടെണ്ണമേയുള്ളൂ. ഒന്ന് ചാക്കോച്ചൻ ചേട്ടന്റെ വീട്. അയാൾക്ക് പണ്ട് മീൻ കച്ചവ ടമായിരുന്നു. കുറച്ചുനാളായി ഒരു മകൻ ഗൾഫിലാണ്. അവൻ പണം അയച്ചുകൊടുക്കുന്നതുകൊണ്ട് ഇപ്പോൾ മീൻ കച്ചവടം നടത്തുന്നില്ല. പകരം ചില ചില്ലറ ബ്രോക്കർ ജോലിയുമായി നടക്കുന്നു. ഇളയ രണ്ടു കുട്ടികളുള്ളത് പഠിക്കുന്നു. പിന്നെ ടെ റസ്സു വീടുള്ളത് സോമന്റെ വീടാണ്. അയാൾ നഗരത്തിൽ ഒരു പെട്ടിക്കട നടത്തുന്നു. സാമാന്യം നല്ല ബിസിനസ്സാണ്. അവിടെ യുള്ള വീടുകളിൽ നിന്നും എല്ലാവരും മാറി മാറി ഈ രണ്ടു വീടുകളിലും ടി.വി.കാണാൻ ചെല്ലും. കാരണം ഇവർക്കു രണ്ടു പേർക്കുമേ ആ ഭാഗത്ത് ടി വി. യുള്ളൂ.

അന്നു രാത്രി ജോർജ് എത്തി. എന്നും രാത്രി 9 മണി ആകുമ്പോഴേ അയാൾ വരൂ. 8 മണിക്ക് കട അടച്ചശേഷം വേ ണം ടൗണിൽ നിന്നും പോരാൻ. സൈക്കിളിൽ ഏകദേശം അര മണിക്കൂർ ചവുട്ടണം. കുട്ടികൾക്ക് എന്തെങ്കിലും പലഹാരവും കൊണ്ടേവരൂ. അതും വീട്ടു സാധനങ്ങളും പച്ചക്കറിയുമൊക്കെ വാങ്ങി വേണം വരാൻ. കുളിയും പ്രാർത്ഥനയുമൊക്കെ കഴി ഞ്ഞ് അത്താഴം കഴിച്ചു കൊണ്ടിരുന്നപ്പോൾ എലിസബത്ത് വി ഷയം അവതരിപ്പിച്ചു.

‘‘ഒരു ചെറിയ ടി.വിക്ക് എന്തുവില വരും’’?

‘‘എന്താണാവോ ഇപ്പോൾ ടി.വിയുടെ വില അന്വേ ഷിക്കുന്നത്.’’

ജോർജിന്റെ മറുചോദ്യം.

''ഡാഡീ നമുക്കൊരു ടി.വി.മേടിക്കണം.''

സാബുമോൻ പ്രശ്നം അവതരിപ്പിച്ചു.

''കുട്ടികൾ വല്ലയിടത്തും ടി.വി കാണാൻ പോകുന്നത് ശരിയല്ല. എന്നുമാകുമ്പോൾ അത് മറ്റുള്ളവർക്ക് ബുദ്ധിമുട്ടല്ലേ. അതിന് ആരെയും കുറ്റം പറഞ്ഞിട്ട് കാര്യമില്ല''.

എലിസബത്ത് കൂട്ടിച്ചേർത്തു.

''അതിന് ഇപ്പോൾ പെട്ടെന്ന് ഇങ്ങനെയൊക്കെ പറയാൻ എന്തുണ്ടായി''?

ഒന്നും ഉണ്ടായിട്ടല്ല. ഇന്ന് മോൻ ചാക്കോച്ചേട്ടന്റെ വീട്ടിൽ ചെന്നിരുന്നു. അപ്പോൾ കുട്ടികൾക്ക് പഠിക്കാനുണ്ട്, ടി.വി.വയ്ക്കുന്നില്ല എന്നു പറഞ്ഞു. മോൻ തിരിച്ചുപോന്നു കഴിഞ്ഞപ്പോൾ അവർ ടി.വി.വച്ചത്രേ. അവന് വലിയ സങ്കടം. ഞാൻ എത്ര പറഞ്ഞിട്ടാ അവന്റെ വിഷമം മാറിയത്. ഇതിന്റെ പേരിൽ ആരോടും പരിഭവിച്ചിട്ടു കാര്യവുമില്ല. ഹൈസ്ക്കൂളിൽ പഠിക്കുന്ന കുട്ടികളാ അവിടെയുള്ളത്. എലിസബത്ത് ശാന്തമായി കാര്യം പറഞ്ഞു. ''ഊം'' ജോർജ് ഒന്നു മൂളിയതേയുള്ളൂ മറുപടിയായിട്ട്. അയാളുടെ മനസ്സിൽ ചിന്തകൾ കാടുകയറി. ഒന്നിച്ച് എന്നും മാർക്കറ്റിൽ പോയിരുന്നതാണ് ചാക്കോച്ചേട്ടനും ജോർജും. അയാൾ മാർക്കറ്റിലേക്കും ജോർജ് അതിനടുത്തുള്ള കടയിലേക്കും. എന്നാലും എന്റെ മോൻ ചെന്നപ്പോൾ ഇങ്ങനെ ചെയ്യണോ? അല്ല, അവരെയും കുറ്റം പറയേണ്ട. സാരമില്ല. ഇതൊരു പ്രശ്നമാക്കേണ്ട കാര്യമില്ല. അയൽപക്കത്തുള്ളവരുമായി ഒരു മുഷിച്ചിൽ ഉണ്ടാകുന്നത് ശരിയല്ല. ഒരു ടി.വി.സെറ്റ് വാങ്ങണമെന്ന് ജോർജും കുറെനാളായി ആഗ്രഹിച്ചിരുന്നു. എന്നാൽ പണം തികയണ്ടേ. അയാൾ പലതും ആലോചിച്ചിരുന്നു.

''ഡാഡി ടി.വി.യുടെ കാര്യമാണോ ഓർക്കുന്നത്.''

സാബുവിന്റെ ചോദ്യം. അവൻ വിടാൻ ഭാവമില്ല. എലിസബത്ത് ഒന്നും മിണ്ടാതെ അടുക്കളയിൽ ജോലിയിൽ വ്യാപൃതയായി.

''ഒരു ടി.വി.വാങ്ങിച്ചാൽ കൊള്ളാമെന്നുണ്ട്.''

ജോർജ് സ്വഗതമായി പറഞ്ഞു. സാബു ഡാഡിയുടെ മു

ഖത്തേക്ക് ഉറ്റു നോക്കിയിരിക്കുകയാണ്. എലിസബത്ത് അടുക്കളയിൽ നിന്നും അവരുടെ അടുത്തേക്ക് വന്നു.

''ടി.വി.വാങ്ങാൻ കുറച്ചു രൂപ എന്റെ കൈവശമുണ്ട്. പോസ്റ്റോഫീസിൽ മാസംതോറും ഇട്ടിരുന്ന ഒരു അക്കൗണ്ട് ഉണ്ടായിരുന്നു. അത് കാലാവധി പൂർത്തിയായി. പക്ഷേ, അത് നാലായിരമേ ഉള്ളൂ. കുറച്ചുരൂപ കൂടി ഉണ്ടാക്കിയാൽ ഒരു ബ്ലാക്ക് & വൈറ്റ് ടി.വി. മേടിക്കാമായിരുന്നു.''

''ഡാഡി നമുക്ക് എത്ര ചെറുതായാലും കളർ മേടിച്ചാൽ മതി. അവരുടെയൊക്കെ കളർ ടി.വി.യാ. അല്ലങ്കിൽ ഒരു രസവുമില്ല.''

''മോനേ കളർ ടി.വി.ക്ക് പതിനായിരത്തിൽ കൂടുതൽ രൂപ വേണം. നമുക്ക് അതത്രയും രൂപ ഉണ്ടാക്കാൻ സാധിക്കുകയില്ല.'' ജോർജ് തീർത്തു പറഞ്ഞു. അവന്റെ മുഖം മ്ലാനമായി. എലിസബത്ത് അവനെ ആശ്വസിപ്പിക്കാൻ ശ്രമിച്ചു.

''പിന്നെ ടി.വി. ഇൻസ്റ്റാൾമെന്റായിട്ടു കിട്ടുകയില്ലേ. കടയിലെ മുതലാളി ജാമ്യമായി ഒപ്പിട്ടു കൊടുത്താൽ കിട്ടത്തില്ലേ.'' അവർ ഒരു മദ്ധ്യസ്ഥതയെന്നവണ്ണം ചോദിച്ചു.

''അങ്ങനെ കിട്ടും. ഞാൻ മുതലാളിയോട് ഇതുവരെ അത്തരം കാര്യങ്ങൾ ചോദിച്ചിട്ടില്ല. മാത്രവുമല്ല കടം വാങ്ങുന്ന തുകയ്ക്ക് പലിശയും കൊടുക്കണം. അതെങ്ങനെ സാധിക്കും''. അയാൾ നിസ്സഹായത പ്രകടിപ്പിച്ചു.

''ഡാഡി നാലായിരം കയ്യിലുണ്ടല്ലോ, ബാക്കി ആറായിരം രൂപയ്ക്ക് ഇൻസ്റ്റാൾമെന്റ് മേടിച്ചാൽ മതിയല്ലോ?''

''എന്നാലും മോനെ മാസം 250 രൂപയോളം അടയ്ക്കേണ്ടി വരും.''

ജോർജ് തന്റെ പ്രയാസം മോനോടായി പറഞ്ഞു. കുട്ടികളെ വിഷമങ്ങൾ അറിയിക്കേണ്ടായെന്ന് കരുതിയാലും പറ്റുകയില്ല. അവർ മനസ്സിലാക്കണമല്ലോ? ''ഡാഡി ഇപ്പോൾ നമ്മൾ പാലും മുട്ടയുമൊക്കെ മേടിക്കുന്നില്ലേ. അതു വേണ്ടന്നു വയ്ക്കാം. കൂടാതെ പത്രവും ഒരു മാസികയുമില്ലേ, അപ്പോൾ കുറച്ചുരൂപ മിച്ചം വരുമല്ലോ. പത്രവും മാസികയും ടി.വിവാങ്ങിയാൽ വേണ്ടല്ലോ''. ഒരു സാമ്പത്തിക വിദഗ്ദ്ധനെ പോലെ

വാദിക്കുകയാണ് സാബുമോൻ. ''അതു ശരിയാകില്ല. കൊച്ചിനു പാല് കൊടുക്കാതെ ഒക്കുകയില്ല.'' എലിസബത്ത് പറഞ്ഞു. ''എന്നാൽ കുഞ്ഞുമോനു മാത്രം പാലും മുട്ടയും കൊടുക്കാം. എനിക്ക് ചോറും കറിയും മാത്രം മതി.'' സാബുമോൻ വിദഗ്ദ്ധമായി വാദിക്കുകയാണ്. ജോർജ് കുറച്ചുസമയം ആലോചിച്ചിരുന്നു. അവസാനം അയാൾ പറഞ്ഞു. ''ശരി ഞാനൊന്നു ശ്രമിച്ചു നോക്കട്ടെ. മുതലാളിയുമായിട്ടും ടി വി കടയിലും ഒന്നന്വേഷിക്കട്ടെ.'' സാബുവിന്റെ മുഖം വികസിച്ചു. അവന്റെ ഹൃദയം തുടികൊട്ടി. അന്ന് അവൻ വളരെ ഉല്ലാസവാനായിട്ടണ് ഉറങ്ങാൻ കിടന്നത്.

പിറ്റേന്ന് സാബു സ്ക്കൂൾ വിട്ട് വന്നശേഷം ടി.വി. കാണാൻ ഒരിടത്തും പോയില്ല. ചാക്കോച്ചേട്ടന്റെ വീട്ടിൽ പോകുന്നില്ലെന്ന് അവൻ തീരുമാനിച്ചുകഴിഞ്ഞു. പിന്നെ സോമന്റെ വീട്ടിൽ പോകണം. അവിടെ കൂടുതൽ ആളുകൾ കാണും. സീരിയലും കുട്ടികളുടെ പരിപാടികളും ഒക്കെ അവന്റെ മനസ്സിൽ കൂടി കടന്നുപോയി. എന്നും ക്ലാസ്സിൽ കൂട്ടുകാരുടെ കൂടെ പരസ്യങ്ങളുടെ വിവരണവും മൗഗ്ലിയുടെ കഥയും ക്രിക്കറ്റും ഒക്കെ അവനും ചർച്ച ചെയ്യുന്നതാണ്. അവൻ പുസ്തകവുമെടുത്ത് വരാന്തയിൽ വന്നിരുന്നു. ചിന്തകൾ ടി.വിയുടെ പരിപാടികളിൽ പാറിനടന്നു.

ഒരു ഓട്ടോറിക്ഷ അടുത്തുള്ള റോഡിൽ വന്നുനിന്ന ശബ്ദം കേട്ടു. സാബു ശ്രദ്ധിച്ചില്ല. അല്പം കഴിഞ്ഞപ്പോൾ അതാ രണ്ടുപേർ. മുമ്പിൽ ജോർജ്. കാർഡ്ബോർഡിന്റെ ഒരു പെട്ടി താങ്ങിപ്പിടിച്ചിരിക്കുന്നു. പിന്നാലെ ഒരു ചെറുപ്പക്കാരൻ. ''ഡാഡീ, ഡാഡീ'' അവൻ ചാടിയെണീറ്റു. ഡാഡിയുടെ കയ്യിലിരിക്കുന്ന പെട്ടി. ടി.വിയും കൊണ്ടാണ് ഡാഡി വന്നിരിക്കുന്നത്. ''മമ്മീ.... ഡാഡി ടി.വി കൊണ്ടു വന്നിരിക്കുന്നു.'' അവൻ സർവശക്തിയുമെടുത്ത് വിളിച്ചുപറഞ്ഞു. എലിസബത്ത് മാത്രമല്ല ചുറ്റുമുള്ള മൂന്നാലു വീടുകളിൽ കൂടി ആ ശബ്ദം ചെന്നെത്തി. എലിസബത്ത് മുൻവശത്തു വന്നുനോക്കി. ''അയ്യോ....ഇന്നലെ പറഞ്ഞതല്ലേയുള്ളൂ. ഇത്രവേഗം മേടിച്ചോ? ഇന്ന് ജോലിക്ക് നിന്നില്ലേ.''

‘‘രാവിലെ മുതലെ ഇതു വാങ്ങാനുള്ള പരിപാടികളായിരുന്നു. മോന്റെ ആഗ്രഹമല്ലേ’’.

‘‘രൂപയൊക്കെ ശരിയായോ’’ അവൾ ചോദിച്ചു.

‘‘ആ അതൊക്കെ പിന്നെ പറയാം.

ഇത് എവിടെയാ ഒന്ന് വയ്ക്കുന്നേ’’?

അയാൾ പകുതി ആത്മഗതമായി പറഞ്ഞു. ‘‘കളറാണോ ഡാഡീ.’’

സാബുമോന് അതറിയാൻ ഉദ്വേഗമായി ‘‘അതേ മോനേ’’. സാബുമോന് സന്തോഷം അടക്കാനായില്ല. ‘‘മമ്മീ കളർ ടി.വി.യാ.’’ ‘‘മോൻ ഒന്നു മിണ്ടാതിരുന്നേ. നമുക്ക് അത് എവിടെയാ വയ്ക്കേണ്ടത്’’?

‘‘ഇതാരാ ഡാഡീ ഈ വന്നിരിക്കുന്നത്’’?

കൂട്ടത്തിൽ വന്ന ആളെ അപ്പോഴാണ് സാബുമോൻ ശ്രദ്ധിച്ചത്. ‘‘അതോ അത് നമ്മുടെ ടി.വി.യും അതിന്റെ ആന്റീനയും ഫിറ്റ് ചെയ്യാൻ വന്നയാളാണ്.’’ വീട്ടിൽ ഒരു ചെറിയ മേശയുണ്ടായിരുന്നത് എടുത്ത് ആദ്യത്തെ മുറിയിൽ ഒരു കോണിലേക്ക് നീക്കിയിട്ട് ടി.വി. അതിൽ വച്ചു. മെക്കാനിക്ക് ഏകദേശം ഒന്നു നോക്കി.

‘‘മുറി ചെറുതായതു കൊണ്ട് സൗകര്യം കുറയും. എന്നാലും കുഴപ്പമില്ല. വരാന്തയിലേക്കുള്ള വാതിലിനു നേരെ ടി.വി. തിരിച്ചുവച്ചിട്ട് അയാൾ പറഞ്ഞു. ഇതാണ് നല്ലത്. വരാന്തയിലിരിക്കുന്നവർക്കും കാണാം.

‘‘അതാ നല്ലത്’’

എലിസബത്തിനും ആ അഭിപ്രായം സ്വീകാര്യമായി. ആന്റിന വച്ചശേഷം ടി.വി. ഓൺ ചെയ്തു. സാബുമോൻ കുഞ്ഞനുജനെ എടുത്തു കൊണ്ടുവന്നു. ‘‘കുട്ടാ, നമ്മുടെ ടി.വി. കണ്ടോടാ ഇനി നല്ല പരിപാടികള് നമുക്ക് ഇവിടെയിരുന്നു കാണാമല്ലോ.’’ ടി.വി.യുടെ ചാനൽ ശരിയാക്കി അത്യാവശ്യം വേണ്ട കാര്യങ്ങൾ പറഞ്ഞു കൊടുത്ത ശേഷം മെക്കാനിക്ക് പോയി. ചുറ്റുമുള്ള വീടുകളിലേക്ക് വാർത്ത വേഗം പ്രചരിച്ചു.

ജോർജ്ജ്ടി.വി. വാങ്ങി. കളർ ടി.വി. അയൽക്കാർ പലരും ടി.വി. കാണാനെത്തി. സാബുമോന്റെ ആഹ്ലാദത്തിന് അതിരി

ല്ലായിരുന്നു. അവന്റെ ഹൃദയം പൊട്ടിത്തെറിക്കുവാൻ പോകുന്നതു പോലെ അവനു തോന്നി. മമ്മിക്ക് അവൻ തുടരെ തുടരെ രണ്ടുമൂന്നു ഉമ്മകൾ കൊടുത്തു. അവരുടെ കണ്ണുകൾ നിറഞ്ഞു. ഇനി ആരുടേയും അടുത്തു പോകേണ്ടല്ലോ. അവൾ ആത്മഗതമായി പറഞ്ഞു. അന്നു രാത്രി വിവിധ ചാനലുകൾ മാറിമാറിയിട്ട് നല്ല ഉച്ചത്തിൽ ടി.വി.വച്ചു. രാത്രി വളരെയാകുന്നതു വരെ അവർ കണ്ടു. അയൽക്കാർ പലരും ടി.വി. കാണാൻ വന്നു. എല്ലാവർക്കും നല്ല അഭിപ്രായം. നല്ല സ്വരം, പടം നന്നായി കാണാം. നല്ല നിറം, എല്ലാവരും അഭിപ്രായപ്പെട്ടു. ചാക്കോച്ചേട്ടന്റെ വീട്ടിൽ കേൾക്കാൻ തക്ക ശബ്ദത്തിലാണ് സാബുമോൻ ടി വി വച്ചത്. അവിടത്തേക്കാൾ നല്ലതാണ് ഇതെന്ന് എല്ലാവരും അഭിപ്രായപ്പെട്ടു. ജോർജിന് അഭിമാനം തോന്നി. ഓരോരുത്തരും ഓരോ അഭിപ്രായം പറയുന്നു. എന്തു വിലയായി. എവിടുന്ന് വാങ്ങിച്ചു. പുതിയ മോഡലാണ്. ഇങ്ങനെ എന്തെല്ലാം അഭിപ്രായങ്ങൾ എല്ലാവരുടെയും ചോദ്യത്തിന് ജോർജ് ഉത്തരം പറഞ്ഞു കൊണ്ടിരുന്നു.

രാത്രി എല്ലാവരും പോയപ്പോൾ എലിസബത്ത് ചോദിച്ചു. ‘‘രൂപ എങ്ങനെ തരപ്പെടുത്തി.’’ ‘‘ഇൻസ്റ്റാൾമെന്റാണ്. കയ്യിലിരുന്നത് കൊടുത്തു. ബാക്കി മുപ്പതു തവണയായി അടച്ചാൽ മതി. മുതലാളി ജാമ്യം നിന്നു. പിന്നെ മോൻ പറഞ്ഞതു പോലെ പത്രവും മാസികയൊന്നും വേണ്ടന്നു വച്ചു. പാല് കുഞ്ഞുമോന് മാത്രം മതിയല്ലോ. മുട്ടയും മറ്റും കുറച്ചുനാളത്തേക്ക് ഒഴിവാക്കാം. മറ്റു ചെലവുകളും കഴിയുന്നതും കുറച്ചാൽ മാസം 250 രൂപ പിടിക്കാൻ പറ്റും. അങ്ങനെ അഡ്ജസ്റ്റ് ചെയ്യാമെന്ന് കരുതി.’’ എലിസബത്തിനും അത് സമ്മതമായിരുന്നു. ടി.വി.കാണാൻ സാബുമോൻ എങ്ങും പോകണ്ടല്ലോ. ആരുടേയും കറുത്ത മുഖം കാണേണ്ടല്ലോ.

പിറ്റേദിവസം സ്ക്കൂൾ വിട്ടുവന്ന സാബുമോൻ ചായ കുടിക്കാൻ പോലും നിന്നില്ല. നേരെ ടി.വി.യുടെ മുന്നിൽ ചെന്നു പരിപാടികൾ ആസ്വദിച്ചിരുന്നു. ചായയും അല്പം ഉപ്പുമാവും എലിസബത്ത് അവന്റെ മുമ്പിൽ എത്തിക്കുകയായിരുന്നു. അനുജനെയും കൂട്ടി ടി.വി.യിലെ കാര്യങ്ങൾ പറഞ്ഞു കൊ

ടുത്തു കൊണ്ടിരുന്നു. സീരിയലിന്റെ സമയമായപ്പോഴേക്കും എലിസബത്തും അടുക്കളപ്പണികൾ നിർത്തിവച്ചു. മാത്രവുമല്ല അയൽക്കാർ പലരും ടി.വി. കാണാനെത്തി. സാബു മോനു വലിയ സന്തോഷം. ഉള്ള സൗകര്യത്തിൽ എല്ലാവരും ഇരുന്നു. ചിലർ വരാന്തയിലും വാതില്ക്കലും മറ്റുമായി കൂടി. അന്നു രാത്രിയും വളരെ താമസിച്ചാണ് എല്ലാവരും ഉറങ്ങാൻ കിടന്നത്. വാർത്തയുടെ സമയം മാത്രമേ കുട്ടികൾക്ക് ഒഴി വുള്ളൂ. ആ സമയം അവർ കഴിഞ്ഞ പ്രോഗ്രാമുകളെപ്പറ്റിയും പ രസ്യത്തെപ്പറ്റിയും പറയും.

പിറ്റേ ദിവസവും സ്ക്കൂൾ വിട്ടുവന്ന സാബുമോൻ ടി.വി. ഓൺ ചെയ്തു.

''മോനേ നിനക്കു പഠിക്കാനില്ലേ, പഠനം കഴിഞ്ഞിട്ടു ടി.വി.കാണാം.''

എലിസബത്ത് സാബുമോനോടായി പറഞ്ഞു. ''മമ്മീ ഞാൻ എല്ലാം പഠിച്ചു കഴിഞ്ഞതാണ്. സ്ക്കൂളിൽ ഉച്ചയ്ക്ക് വിട്ടപ്പോഴും ഇന്റർവെൽ സമയത്തും ഞാൻ പഠിച്ചു.'' അപ്പോഴേക്കും അവന്റെ കൂട്ടുകാരും എത്തി. എല്ലാവരും കൂടി പരിപാടികൾ കാണുവാൻ തുടങ്ങി. ജോർജ് രാത്രി 9 മണിക്കു വരുമ്പോഴും എല്ലാവരും കൂടി പരിപാടികൾ കാണു ന്നുണ്ട്. ഇടയ്ക്ക് വാർത്തയുടെ സമയം എല്ലാവരും പോയിട്ട് തിരിച്ചുവരും. ഞായറാഴ്ച ദിവസങ്ങളിൽ മുഴുവൻ സമയവും പരിപാടികളാണ്. സാബുമോനും കൂട്ടുകാരും എപ്പോഴും അതിന്റെ മുമ്പിൽ തന്നെ. ആഹാരം കഴിക്കാൻ പോലും അവനു നേരമില്ല. വെറുതേയല്ല ചാക്കോച്ചേട്ടന്റെ വീട്ടുകാർ ടി.വി. വയ് ക്കാതിരുന്നത്. എലിസബത്ത് മനസ്സിൽ ഓർത്തു. പ്രാർത്ഥന കൾക്കു പോലും ഇപ്പോൾ സമയമില്ല. കിടക്കാൻനേരം തന്നത്താനെ പ്രാർത്ഥന ചൊല്ലി കിടക്കാമെന്നു പറയും. എലി സബത്തു മാത്രം കുരിശും വരച്ച് അല്പം പ്രാർത്ഥന ചൊല്ലി കിടക്കും.

കുറച്ചു ദിവസങ്ങൾ കഴിഞ്ഞപ്പോൾ എലിസബത്ത് ജോർജി നോടു പറഞ്ഞു

''മോൻ ഒന്നും വായിച്ചു കാണാറില്ല. എപ്പോഴും അതിന്റെ

മുമ്പിലാ''.

''സാരമില്ല, കുട്ടികളല്ലേ കുറച്ചു ദിവസങ്ങൾ കഴി യുമ്പോൾ മാറിക്കൊള്ളും.'' ജോർജ് ഭാര്യയെ സമാധാനിപ്പിച്ചു.

മാസം ഒന്നുരണ്ടു കഴിഞ്ഞു പോയി. ഒരു ഞായറാഴ്ച എല്ലാവരും കൂടി സിനിമ കണ്ടു കൊണ്ടിരിക്കുകയായിരുന്നു. കുറെ സമയമായി ചിത്രം ക്ലിയർ ആകുന്നില്ല. മാത്രവുമല്ല

''ഗ്രെയിൻസ് വരുന്നുമുണ്ട്. ഇതെന്തുപറ്റി''?

''ഡാഡീ ഇന്ന് കുറെ കാക്കകൾ വന്ന് ആന്റീനയിൽ ഇരുന്നു. ഞാൻ ഓടിച്ചു വിട്ടു.'' സാബുമോൻ പറഞ്ഞു. ''ചില പ്പോൾ ആന്റിനയുടെ ദിശ മാറിയിട്ടുണ്ടാകും.'' അയൽക്കാരിൽ ഒരാൾ പറഞ്ഞു.

''ശ്ശൊ അതൊന്ന് ശരിയാക്കണമല്ലോ.'' ജോർജ് പറഞ്ഞു. അയാൾ പുറത്തിറങ്ങി. ഒരു ചെറിയ ഏണിയുണ്ടായിരുന്നത് എടുത്ത് ചാരി വീടിന്റെ മുകളിൽ കയറി. ആന്റിനയുടെ ദിശ നേരെയാക്കാൻ വേണ്ടി ആന്റിനയിൽ പിടിച്ചു.

''അയ്യോ അമ്മേ.....''

അതൊരു ആർത്ത നാദമായിരുന്നു. വരാന്തയിൽ ടി.വി. കണ്ടിരുന്നവർ ചാടിയെണീറ്റു. അവർ ഓടിച്ചെ ന്നപ്പോഴക്കും ജോർജ് ഷോക്കടിച്ച് പുരപ്പുറത്തുനിന്നും തെറിച്ച് നിലത്തു വീണ് കഴിഞ്ഞിരുന്നു. തല നിലത്തടിച്ചാ ണ് വീണത്. എല്ലാവരുംകൂടി താങ്ങിയെടുത്ത് വരാന്തയിൽ കിടത്തി. ബോധമില്ല ആരോകുറച്ചു വെള്ളമെടുത്ത് മു ഖത്തൊഴിച്ചു. അനക്കമില്ല. എലിസബത്തും സാബുമോ നും വാവിട്ടു കരഞ്ഞു. വേഗം ഒരു വണ്ടിവിളി ച്ചുകൊണ്ടു വന്നു. പട്ടണത്തിലെ ആശുപത്രിയിൽ കൊണ്ടു ചെന്നു. ഡോക്ടർ പരിശോധിച്ച ശേഷം പറഞ്ഞു താമസിച്ചു പോയി. ഇനി ഒന്നും ചെയ്യാനില്ല. എലിസബത്ത് തല കറങ്ങി വീണു പോയി. ആരെല്ലാമോ താങ്ങിപ്പിടിച്ചു. ആംബുലൻസിൽ ജോർജിന്റെ മൃതശരീരം കൊണ്ടു വന്നപ്പോൾ എല്ലാവരുടെയും കണ്ണുകൾ ഈറനണിഞ്ഞു. എന്തൊരു വിധി. എല്ലാവരും വിധിയെപഴിച്ചു.

മൂന്നു ദിവസങ്ങൾ മൂകമായി കടന്നു പോയി. അന്നു

വൈകുന്നേരം സാബുമോൻ എലിസബത്തിനോടു ചോദിച്ചു ''മമ്മീ ഞാനൊന്നു ടി.വി.വയ്ക്കട്ടെ കുറച്ചു സമയം അതിൽ നോക്കിയിരുന്നാൽ മനസ്സിലെ വിഷമം കുറയും മമ്മീ.''

എലിസബത്തിന്റെ കണ്ണു നിറഞ്ഞു. സീരിയലിന്റെ ആകർഷണീയത ഡാഡിയുടെ നഷ്ടത്തെ ഗ്രസിച്ചു കളഞ്ഞത് ആ മുഖത്ത് അവൾ തെളിഞ്ഞു കണ്ടു. മാത്രവുമല്ല അടുത്തമാസം കടക്കാർ ടി.വി. എടുത്തു കൊണ്ടുപോകുമെന്നും അവൾക്കറിയാമായിരുന്നു. അവളുടെ തേങ്ങൽ ഒരു ദീനരോദനമായി ആ കൊച്ചു വീടിന്റെ മുറികളിൽ നിറഞ്ഞൊഴുകി.

1994

6. ലോട്ടറി

കാലത്ത് ഓഫീസിൽ ചെന്നശേഷം പത്രം ഒന്നു നോക്കാമെന്നു കരുതിയാണ് ക്ലബ്ബിൽ പോയത്. പത്രത്തിലൂടെ കണ്ണോടിച്ച് പ്രധാന വാർത്തകൾ വായിച്ചു കഴിഞ്ഞപ്പോഴാണ് ലോട്ടറിയെപ്പറ്റി ഓർത്തത്. പലപ്പോഴും ലോട്ടറി എടുക്കാറുണ്ട്. ഒരു പൈസയും ഇന്നുവരെ കിട്ടിയിട്ടില്ല. അതുകൊണ്ട് വലിയ പ്രത്യേകതയൊന്നുമില്ല. ഇത്തവണയും ഒരെണ്ണം എടുത്തിട്ടുണ്ട്. കഴിഞ്ഞ ദിവസം ബോട്ടിൽ വച്ചാണ് അതെടുത്തത്. ബോട്ട് ജെട്ടിയിൽ കെട്ടിയിട്ടിരിക്കുകയായിരുന്നു. ഞാൻ കയറി ചെന്നു നിന്നത് ഒരു ലോട്ടറി വില്പനക്കാരന്റെയടുത്ത്. കാലക്കേടിന് ഞാനയാളുടെ മുഖത്തേക്ക് ഒന്നു നോക്കിപ്പോയി. അയാൾ എന്റെ നേരെ നോക്കി. ടിക്കറ്റുകൾ നീട്ടി.

''സാറെ ഒരെണ്ണമെടുക്ക്. നാളത്തെ ലോട്ടറിയാണ്. നാളെ പത്തു മണിക്ക് നറുക്കെടുപ്പ്. മറ്റന്നാളത്തെ പത്രത്തിൽ ഫലമറിയാം.'' അയാൾ ഒരു ടിക്കറ്റ് മുറിച്ച് എന്റെ ബാഗിന്റെ പുറത്തു വച്ചു കഴിഞ്ഞു.

''വേണ്ടടോ''.

ഞാൻ പറഞ്ഞു. അയാൾ വിടാൻ ഭാവമില്ല.

''ഒന്നെടുക്കൂ സാർ. ഏതു നേരത്താ ഭാഗ്യ ദേവത കടാക്ഷിക്കുന്നത് എന്നറിയാൻ പറ്റുമോ?''

''സാരമില്ലടോ ഇപ്പോൾ ഭാഗ്യമൊന്നുമില്ല''.

ഞാനങ്ങനെ പറഞ്ഞെങ്കിലും ഉള്ളിൽ ഒരു ചെറിയ പ്ര

ലോഭനം എടുക്കണോ?

''എടുത്തു നോക്കാതെ എങ്ങനെ ഭാഗ്യം പരീക്ഷിക്കാൻ പറ്റും. അഞ്ചുരൂപയല്ലേ ഉള്ളൂ സാർ. ഇത് വിറ്റാൽ ഒരു രൂപ എനിക്കും കിട്ടും. ഇതിരിക്കട്ടെ സാർ''.

ഞാനൊന്നും മിണ്ടിയില്ല. പിന്നെ സാവധാനം ടിക്കറ്റ് കൈയിലെടുത്തു. അഞ്ചുരൂപയും കൊടുത്തു. ഏതായാലും ഫലം ഒന്നു നോക്കിക്കളയാം. ഭാഗ്യദേവത അനുഗ്രഹിച്ചാലോ? പേഴ്സിൽ ഭദ്രമായി ടിക്കറ്റ് സൂക്ഷിച്ചു വച്ചിട്ടുണ്ട്. ഞാൻ സാവധാനം ടിക്കറ്റ് എടുത്തു. പത്രത്തിലെ നമ്പറുമായി ഒത്തുനോക്കി. ങേ! ഞാൻ സ്തംഭിച്ചു പോയി. എന്റെ കണ്ണുകൾ എന്നെ വഞ്ചിക്കുകയാണോ? എന്റെ ടിക്കറ്റിന്റെ നമ്പർ KT 480660. പത്രത്തിൽ ഒന്നാം സമ്മാനം അതേ നമ്പർ. ഞാൻ ഒന്നു കൂടി നോക്കി. അതേ, അതു തന്നെ. വീണ്ടും നോക്കി. ശരി തന്നെ. ഹായ്! എന്റെ ഹൃദയം പെരുമ്പറ കൊട്ടുകയാണ്. ആ ശബ്ദം എനിക്കു വ്യക്തമായി കേൾക്കാം. എന്റെ ശരീരം വിറക്കുന്നല്ലോ. എനിക്കു വിളിച്ചു കൂവാൻ തോന്നി. അലറി വിളിക്കണം. പക്ഷേ ഒച്ച പൊങ്ങുന്നില്ലല്ലോ, തുള്ളിച്ചാടണമെന്നുണ്ട്. പക്ഷേ ശരീരം അനക്കാൻ പറ്റുന്നില്ല. അടുത്തക്ഷണം എനിക്കുസമനിലതിരിച്ചുകിട്ടി. ഛെ, എന്തു മോശത്തരങ്ങളാണ് എനിക്കു തോന്നുന്നത്. സംഗതി ശരിയാണോയെന്ന് ഒന്നുകൂടി ഉറപ്പുവരുത്താം. വീണ്ടും ഞാൻ ആ നമ്പർ പത്രവുമായി ഒത്തുനോക്കി. ഓരോ അക്ഷരവും അക്കവും K,T,4,8,0,6,6,0 കൂടാതെ ബ്രാക്കറ്റിൽ എറണാകുളം എന്നുകൂടിയുണ്ട്. ഓ ഇനി സംശയിക്കാനെന്തിരിക്കുന്നു. എല്ലാവരോടും പറയാം. പത്രം ഓഫീസിലേക്ക് വിളിച്ചു പറയണം. പത്രക്കാർ വരും. ഫോട്ടോയെടുക്കും. നാളത്തെ പത്രത്തിൽ ഫോട്ടോ! എല്ലാവരുടെയും വക അഭിനന്ദനങ്ങൾ! ഓഫീസിലും നാട്ടിലും ആകെയൊരു വാർത്തയായിരിക്കും. ചിന്തകൾ ഇത്രത്തോളമായപ്പോഴാണ് പെട്ടെന്നു തലക്കുള്ളിൽ കൊള്ളിയാൻ മിന്നിയത്. ശ്ശെടാ! ഇതങ്ങനെ പബ്ലിക് ആക്കാൻ പറ്റിയ കാര്യമല്ല. നാലു പേരറിഞ്ഞാൽ കള്ളന്മാരും കൊള്ളക്കാരും അറിയും. അവന്മാരും പുറകെ വരും. അധോലോകക്കാരറിഞ്ഞാൽ ആകെ

കുഴപ്പമാകും. കാശും കിട്ടില്ല, ടിക്കറ്റും കാണില്ല. തല കഴുത്തിലും കാണില്ല. വേഗം ഞാൻ നാലുചുറ്റും നോക്കി. ഇല്ല. ആരും കണ്ടിട്ടില്ല. എന്നെ ആരും ശ്രദ്ധിച്ചിട്ടില്ല. ടിക്കറ്റ് മടക്കി പോക്കറ്റിലിട്ടു. പെട്ടെന്ന് ഞാൻ എന്റെ സീറ്റിലേക്ക് പോയി. അവിടെ ചെന്ന് പേനയെടുത്തു. കൈ വിറക്കുകയാണ്. ടിക്കറ്റിന്റെ മറുവശത്ത് എന്റെ പേരും ഒപ്പും തീയതിയോടുകൂടി ഒരു വിധത്തിൽ ഇട്ടുവച്ചു. അതും ബോൾപോയിന്റ് പേന കൊണ്ട്. ഇനി ആരും ഇത് തട്ടിക്കൊണ്ടുപോയി അത്ര പെട്ടെന്ന് കാശു മേടിക്കില്ല. ഓ! ഒരു ചെറിയ ആശ്വാസം. എന്നാലും ഇത് ഇനി എങ്ങനെയാണ് പണം മേടിക്കുക. ആരോടാണ് ഒന്ന് ചോദിക്കുക. നെഞ്ചിന്റെ കൂട് തകർത്ത് ഇപ്പോൾ ഹൃദയം പൊട്ടിത്തെറിക്കുമെന്നു തോന്നുന്നു.

കൂട്ടുകാരോടൊക്കെ എങ്ങനെയാണ് ഒന്നു പറയാതിരിക്കുക. ഞാൻ ആകെ വിയർക്കുകയാണ്. മുകളിലേക്ക് നോക്കി. ഫാൻ ഫുൾ സ്പീഡിൽ കറങ്ങുകയാണ്. ജനലുകൾ എല്ലാം തുറന്നാണ് കിടക്കുന്നത്. എന്നിട്ടും കുടുകുടാ വിയർക്കുകയാണ്. ആരോടെങ്കിലും പറയാതെ വയ്യ. എന്റെ ചുണ്ടിൽ ചിരിവന്നു. വേഗം ഞാൻ മുഖഭാവം മാറ്റി. അടുത്തിരിക്കുന്നവരൊക്കെ കണ്ടാലോ? വീട്ടിലാണെങ്കിൽ ഭാര്യയോടു പറയാം. പക്ഷേ ഓഫീസിൽ ആരോടു പറയും. പുരുഷന്മാരും സ്ത്രീകളും ധാരാളമുണ്ട്. പറഞ്ഞില്ലെങ്കിൽ അവരൊക്കെ എന്തു വിചാരിക്കും. എന്നാലും ഞങ്ങളോട് ഒരു വാക്കു പറഞ്ഞില്ലല്ലോ? ഏതായാലും ഏറ്റവും അടുത്ത കൂട്ടുകാരോടൊക്കെ പറയണം. ഞാൻവേഗം കസേരയിൽ നിന്നും എഴുന്നേറ്റു. ആരോടൊക്കെയാ പറയുക. അതേക്കുറിച്ച് ഒരുതീരുമാനമെടുത്തില്ലല്ലോ.? അതോർത്ത്കസേരയിൽ ഇരുന്നു. ആരോടൊക്കെ പറയണം. കൂട്ടുകാരെഒാരോരുത്തരെ ഓർത്തു. പെട്ടെന്ന് എഴുന്നേറ്റു. ഒന്നു രണ്ടു പേരോടെങ്കിലും പറഞ്ഞില്ലെങ്കിൽ ഇപ്പോൾ ഞാൻ മരിച്ചുപോകും.അപ്പോഴാണ് ഒരുകാര്യം ഓർത്തത്. പെട്ടെന്ന് ചെന്ന് ഒരാളോട് ഇക്കാര്യം പറഞ്ഞാൽ അയാളുടെ സ്ഥിതി എന്തായിരിക്കും. ആദ്യം ആരും വിശ്വസിക്കുകയില്ല. പിന്നെ സംഗതി ശരിയാണെന്ന് അറിയുമ്പോൾ വല്ല ഷോക്കും ഉണ്ടായാലോ? പ

റഞ്ഞു കേട്ടിട്ടുള്ള ഒരു സംഗതി ഓർമയിലെത്തി. ഒരാൾക്ക് ഒരു ലോട്ടറി അടിച്ചു. വളരെ വർഷം മുമ്പാണ്. അതും പത്തു ലക്ഷം. അന്ന് അത് 'അതിഭയങ്കരമായ' ഒരു തുകയാണ്. സംഗതി ആദ്യം മനസ്സിലാക്കിയത് അയാളുടെ മകനാണ്. അച്ഛൻ അറിയുമ്പോൾ വല്ല ഷോക്കും ഉണ്ടായാലോ? അയാൾ ആലോചിച്ചു. അയാൾ തന്റെ സുഹൃത്തായ ഡോക്ടറെ കണ്ടു കാര്യം പറഞ്ഞു. വളരെ സൂത്രത്തിൽ അച്ഛനെ കാര്യം പറഞ്ഞു മനസ്സിലാക്കണം. ഡോക്ടർ സമ്മതിച്ചു. അദ്ദേഹം സുഹൃത്തിന്റെ അടുക്കലെത്തി. പല കാര്യങ്ങൾ സംസാരിച്ചിരുന്ന കൂട്ടത്തിൽ ചോദിച്ചു.

''അല്ല ഒരു തമാശക്ക് ചോദിക്കട്ടെ? താങ്കൾക്ക് ഇപ്പോൾ പത്തുലക്ഷത്തിന്റെ ഒരു ലോട്ടറി അടിച്ചെന്നു കരുതുക. താങ്കൾ എന്തുചെയ്യും? ലോട്ടറി കിട്ടിയ ആൾ വിവരം അറിയുന്നില്ലല്ലോ? വളരെ സാധാരണ മട്ടിൽ കൂളായി അയാൾ പറഞ്ഞു.

''അഞ്ചുലക്ഷം ഞാൻ ഡോക്ടർക്ക് തരും''.

ഇതു കേട്ട ഉടനെ ഡോക്ടർ ബോധംകെട്ടു നിലത്തു വീണു മരിച്ചു പോയി. കഥയാകാം സംഭവമാകാം. പക്ഷേ അങ്ങനെ വല്ലതും സംഭവിച്ചാലോ? ചാടിക്കേറി വല്ലവരോടും പറഞ്ഞ് വല്ല കുഴപ്പവും സംഭവിച്ചാലോ?

അല്ല, അതിനു ഞാനിപ്പോൾ അഞ്ചു ലക്ഷം ആർക്കും കൊടുക്കാൻ പോകുന്നില്ലല്ലോ? ഞാൻ മനസ്സിൽ പറഞ്ഞു. അപ്പോൾ ഒന്നു രണ്ടു പേരോടു പറയാം. ഞാൻ എഴുന്നേറ്റു. അപ്പോൾ വീണ്ടും സംശയം. രണ്ടു പേരോട് പറഞ്ഞാൽ സംഗതി കുഴപ്പമാകും. കാരണം മൂന്നു പേരറിഞ്ഞാൽ രഹസ്യമില്ല. പലരും അറിയും. പലർ അറിഞ്ഞാൽ എല്ലാവരും അറിയും. പോരെങ്കിൽ ഓഫീസിൽ സ്ത്രീകളും ധാരാളം. വാർത്താവിനിമയത്തിൽ ടി.വി.യെപോലും വെല്ലുന്നവർ. അങ്ങനെയായാൽ പിന്നെ ലോകം മുഴുവനും അറിയും. കള്ളന്മാരും കൊള്ളക്കാരും അധോലോകം മുഴുവനും. അപ്പോൾ പിന്നെ എന്തുചെയ്യും.? ഞാൻ വീണ്ടും ഇരുന്നു.

ഹൊ! എന്റെ ഈശ്വരാ, ഇനിയെന്തുചെയ്യും.?

ഞാൻ മനസ്സിൽ പറഞ്ഞു. എന്റെ ഭാവപകർച്ച വല്ലവരും

ശ്രദ്ധിക്കുമോ? ഞാൻ ഒരു രജിസ്റ്റർ എടുത്ത് അതിൽ കണ്ണു താഴ്ത്തിയിരുന്നു. എനിക്ക് പൊട്ടിച്ചിരിക്കാൻ തോന്നുന്നു. അല്ല, പൊട്ടിക്കരയാൻ തോന്നുന്നു. എന്തൊരു കഷ്ടമായിപ്പോയി. പത്ത് ലക്ഷത്തിന്റെ ലോട്ടറിയടിച്ചിട്ട് ഒന്നു പറയാൻ പോലും പറ്റുന്നില്ല. പറഞ്ഞാൽ കുഴപ്പം. പറയാതെയിത് എങ്ങനെ സാധിക്കും.

അപ്പോഴാണ് ഈ പണം കൊണ്ട് എന്തുചെയ്യണമെന്ന് ഓർമ വന്നത്. ഒത്തിരി കാര്യങ്ങൾ മനസ്സിലേക്ക് മല വെള്ളപ്പാച്ചിൽ പോലെ ചാടി വന്നു. പത്തുലക്ഷമുണ്ട്. നഗരത്തിൽ ഒരുപത്ത് സെന്റ് സ്ഥലവും വീടും മേടിക്കണം. എത്ര കാലമായി വാടക വീട്ടിൽ കഴിയുന്നു. അതും ഇടയ്ക്കിടെ വീട് മാറുക കൂടി വേണ്ടി വരുമ്പോൾ എന്തൊരു പൊല്ലാപ്പ്. ഭാര്യ എന്നും ഓർമപ്പെടുത്തും. ചെറുതായാലും സ്വന്തമായി ഒരു വീട് വേണം. വല്ല ലോണുമെടുത്തെങ്കിലും ഒരെണ്ണം ഉണ്ടാക്കണം. ആഗ്രഹമില്ലാഞ്ഞിട്ടാണോ? ഓരോ മാസവും എണ്ണിച്ചുട്ട അപ്പം പോലെ കിട്ടുന്നതും കൊണ്ട് മാസം തികക്കാൻ ഞാൻ പെടുന്ന പാടുണ്ടോ അവളറിയുന്നു. പത്രവും ടിവിയുമൊക്കെ നോക്കിയാൽ സർക്കാരുദ്യോഗസ്ഥന്മാർക്ക് വാരിക്കോരിക്കൊടുക്കലാണ് എന്നും. ഡി.എ. ബോണസ്സ്, അഡ്വാൻസുകൾ! ഒരു ഡി.എ. തരാറാകുമ്പോൾ പത്രത്തിൽ ഒരു വെണ്ടക്ക! സർക്കാർ ജീവനക്കാർക്ക് ഡി.എ. അതാണ് തലക്കെട്ട്. അതു തരാൻസർക്കാർ ആലോചിക്കുമ്പോൾ വേറൊരു വെണ്ടക്ക. തരാൻ തീരുമാനിക്കുമ്പോഴും ഓർഡർ ഇറക്കുമ്പോഴും വീണ്ടും വീണ്ടും വലിയ തലക്കെട്ടുകൾ. കിട്ടുന്നതോ ഒരു ഡി.എ. നശിച്ച പത്രക്കാര്!

'പത്രത്തിൽ കാണാം നെടിയരി, അതു പാത്രത്തിൽ വരുമ്പോൾ പൊടിയരി'

എന്നു പറഞ്ഞു കേട്ടിട്ടുള്ളത് എത്ര സത്യം. അതു പോട്ടെ, സ്ഥലവും വീടും മേടിക്കണം. ഒരു നല്ല വണ്ടി വേണ്ടേ? ഇപ്പോൾ അതില്ലാത്തവർ ആരുണ്ട്. ജോലി കിട്ടിയാൽ പിറ്റേദിവസം എങ്ങനെയെങ്കിലും ഒരെണ്ണം സംഘടിപ്പിക്കും. പിന്നെയൊരു ചെത്തല്ലേ! എനിക്കും മേടിക്കണം ഒരെണ്ണം.

ഒരു സെക്കന്റ് ഹാൻഡായാലോ? ഛെ,വേണ്ട മോശം. വാങ്ങുമ്പോൾ കമ്പനിയിൽ നിന്നുതന്നെ നല്ലതു വാങ്ങണം. പിന്നെ ഭാര്യക്കും കുട്ടികൾക്കും ആഭരണങ്ങൾ മേടിച്ചേക്കാം. ഇല്ലെങ്കിൽ സംഗതി ആകെ കണ്ണുനീർ മേളയായിപ്പോയാലോ? പിന്നെ കുറെ രൂപയെടുത്ത് ബാങ്കിലിടണം. വല്ല ബിസിനസ്സും തുടങ്ങിയാലോ?

അതൊക്കെ എങ്ങനെയെങ്കിലും ഒപ്പിക്കാം. കാശു കയ്യിലോട്ടു കിട്ടിയിട്ടു വേണമല്ലോ ഇതൊക്കെ ചെയ്യാൻ. അതൊന്നു മേടിച്ചെടുക്കണമല്ലോ? സംഗതി അധികം പബ്ലിക് ആകുകയുമരുത്. കടം ചോദിക്കാൻ ആളുകൾ ക്യൂവായിരിക്കും. ഹും! ഞാൻ കൊടുക്കുന്നുണ്ട്, പിന്നെ കിട്ടിയില്ലെങ്കിലോ? ലോട്ടറിയടിച്ച കാശല്ലേ? പിന്നെ തരാമെന്നു പറഞ്ഞു പറഞ്ഞു കാലം കഴിക്കും. അല്ല ഈ പണം ഒന്നു മേടിച്ചെടുക്കണ്ടെ.? അതിനെന്താ വഴി. കൂട്ടുകാരുമായിട്ട് ഒന്നാലോചിക്കാം. ഞാൻ വീണ്ടും കസേരയിൽ നിന്നും എണീറ്റു.

അല്ലാ, ആരോടാണ് ചോദിക്കാൻ പോണത്. ഓ.. പിന്നെയും ആദ്യത്തെ പ്രശ്നങ്ങൾ! ഞാൻ വീണ്ടും കസേരയിൽ ഇരുന്നു.

അപ്പോഴാണ് ഒരുകാര്യം ഓർത്തത്. ബാങ്കിൽ ഒരു കൂട്ടുകാരനുണ്ട്. അദ്ദേഹം അവിടെ അക്കൗണ്ടന്റാണ്. പുള്ളിക്കാരന്റെയടുത്ത് ചെന്ന് വിവരം പറഞ്ഞ് ടിക്കറ്റ് അവിടെ ഏല്പിക്കാം. ആഹാ! നല്ല ഐഡിയാ. ഇപ്പോൾ തന്നെ പോകാം. ഞാൻ എണീറ്റു.‘‘ഇതെന്താ സാറ് വല്ലാതിരിക്കുന്നേ? എഴുന്നേൽക്കുകയും ഇരിക്കുകയും’’?

അടുത്തിരിക്കുന്നയാൾചോദിച്ചു.

‘‘ഹേയ് ഒന്നുമില്ലന്നേ.’’

ഞാൻ മറുപടി പറഞ്ഞു കൊണ്ട് കസേരയിൽ ഇരുന്നു. ബാങ്കിൽ പോകുമ്പോൾ ഒരാൾ കൂടിയെങ്കിലും കൂടെ വേണ്ടേ. നാളെയായാലോ? വീട്ടിൽ ചെന്നു പറഞ്ഞിട്ട്. ഓ അതു പറ്റില്ല. അപ്പോഴേക്കും എങ്ങനെയെങ്കിലും പുറത്തറിഞ്ഞാലോ? വല്ലവരും ടിക്കറ്റ് തട്ടിക്കൊണ്ടു പോയാലോ? ഒരു കൂട്ടുകാരനെ കൂടി കൂട്ടി കൊണ്ടു പോകാം. അവസാനം

ഞാൻ അങ്ങനെ തീരുമാനിച്ചു. കൂട്ടുകാരനോട് ഒന്നു ബാങ്കിൽ പോകണമെന്ന് പറഞ്ഞ് കൂട്ടിക്കൊണ്ടു പോകുക. ബാങ്കിൽ ചെല്ലുമ്പോൾ കാര്യം പറഞ്ഞാൽ മതി. അവിടെ വച്ചാകുമ്പോൾ അയാൾക്ക് അത്ര വികാരങ്ങളൊന്നും ഉണ്ടാകുകയില്ല.

ഞാൻ എഴുന്നേറ്റു. ഒരു കൂട്ടുകാരന്റെയടുത്ത് ചെന്നു. ഒന്നു ബാങ്കിൽ പോകണമെന്നും വളരെ അത്യാവശ്യമാണെന്നും താനും കൂടി വരണമെന്നും പറഞ്ഞു.''എന്താടോ അത്യാവശ്യം''?

''അത് ഞാൻ പോകുന്ന വഴി പറയാം.''

എന്റെ മറുപടി.

രണ്ടു പേരും കൂടി ഒരു ഓട്ടോറിക്ഷയിൽ കയറി. പോകുന്ന വഴി ഞാൻ പോക്കറ്റിൽ വീണ്ടും വീണ്ടും ഒളികണ്ണിട്ടു നോക്കുന്നുണ്ട്. പേഴ്സ് പോക്കറ്റിലുണ്ടല്ലൊ. ഇടയ്ക്ക്ഞാൻ എന്തൊക്കെയോ കൂട്ടുകാരനോട് പറഞ്ഞു കൊണ്ടിരിക്കുന്നുണ്ട്.അവൻ ആകെ അന്തം വിട്ടിരിക്കുകയാണ്. ബാങ്കിലെത്തിയപ്പോൾഞാൻ പറഞ്ഞു.

''എടോ ഒരു ലോട്ടറിയുടെ കാര്യം പറയാനാ.''

എന്റെ ശബ്ദം വിറച്ചു. വാക്കുകൾ വിക്കി വിക്കിയാണ് പുറത്തു വന്നത്. ഞാൻ ടിക്കറ്റെടുത്ത് കൂട്ടുകാരനെ കണിച്ചു കൊണ്ട് അക്കൗണ്ടന്റിന്റെ അടുത്തേക്കു ചെന്നു.എന്നെ കൗണ്ടറിൽ കണ്ടപ്പോഴേ അദ്ദേഹം എഴുന്നേറ്റുവന്നു. എന്റെ മുഖം കണ്ടിട്ട് എന്തോ പന്തികേട് തോന്നിയതു കൊണ്ടാകാം അദ്ദേഹം ചോദിച്ചു.

''എന്താ രാവിലെ''?

ഞാൻ അദ്ദേഹത്തെ കൈകൊണ്ട് ആംഗ്യം കാണിച്ചു. രഹസ്യമാണ്, അല്പം മാറി വരാമോ? അദ്ദേഹം തന്റെ സീറ്റിനടുത്തേക്ക് ഞങ്ങളെ വിളിച്ചു. ഞങ്ങൾ ചെന്നു. മുന്നിലെ കസേരകൾ കാണിച്ച് ഇരിക്കാൻ പറഞ്ഞു. ഞാൻ ഇരുന്നില്ല. എന്റെ ഹൃദയം തുടി കൊട്ടുകയാണ്. എങ്ങനെ ഒന്നു പറയും. ഞാൻ ടിക്കറ്റെടുത്ത് അദ്ദേഹത്തിന്റെ മേശപ്പുറത്ത് വച്ചു.

ഇതുകണ്ടോ?

ഇത്തവണത്തെ ലോ....ലോട്ട....റി യിൽ ഒന്നാംസമ്മാനം

എ....നിക്കാണ്.

അദ്ദേഹത്തിന്റെ മുഖത്ത് അമ്പരപ്പ്. ടിക്കറ്റെടുത്ത് അദ്ദേഹം തിരിച്ചും മറിച്ചും നോക്കുകയാണ്. കൂടെ വന്ന സുഹൃത്ത് പകച്ചുനിൽക്കുകയാണ്. ഞാനാണെങ്കിൽ ഇപ്പോൾ പൊട്ടിത്തെറിക്കുമെന്ന മട്ടിലാണ്. പെട്ടെന്ന് അക്കൗണ്ടന്റിന്റെ മുഖത്ത് ഒരു ഭാവമാറ്റം. അദ്ദേഹം പറഞ്ഞു. നിങ്ങൾ ഇരിക്കൂ. ഞാനൊന്നു നോക്കട്ടെ.'' ''അതെന്താ സാർ'' ഞാൻ ചോദിച്ചു

''അതേയ് എവിടേയോ ഒരു കുഴപ്പമുണ്ട്. ഇന്നു രാവിലെ റേഡിയോ ന്യൂസ് കേട്ടിരുന്നോ?'' ''ഇല്ല'' ഞാൻ പറഞ്ഞു.

''ഇന്നലെ നറുക്കെടുത്ത ലോട്ടറിക്ക് ഡ്യൂപ്ലിക്കേറ്റ് ഉള്ളതായി പരാതി ഉണ്ടായിട്ടുണ്ട്. തിരുവനന്തപുരത്ത് ചെറിയ സമ്മാനങ്ങൾ വാങ്ങാൻ ടിക്കറ്റുമായി ചിലർ എത്തിയപ്പോഴാണ് പ്രശ്നമായത്. ഒന്നാം സമ്മാനത്തിന്റെ വേറൊരു ടിക്കറ്റ് ഞങ്ങളുടെ ബ്രോഡ്‌വേ ബ്രാഞ്ചിൽ ഒരാൾ ഏല്പിച്ചതായി കുറച്ചു മുമ്പ് ഇവിടെ ഫോൺ കിട്ടിയിരുന്നു. ഡ്യൂപ്ലിക്കേറ്റിൽ സർക്കാരിന്റെ സീലിൽ 'കേരള ശർക്കാർ ലോട്ടറി'യെന്നാണ് സീല് വച്ചിരിക്കുന്നത്. ഈ ടിക്കറ്റിലും അങ്ങനെയാണല്ലോ കാണുന്നത്. ഏതായാലും ഞാനൊന്ന് അന്വേഷിക്കട്ടെ.''

''എന്റെയീശ്വരാ!''

എന്റെ ശരീരം കിലുകിലാന്ന് വിറച്ചു. ഞാൻ തളർന്ന് കസേരയിലേക്ക് വീണു. ''ആ വഞ്ചകൻ, ദ്രോഹി അവൻ എന്നെ പറ്റിച്ചു. എന്റെ പത്തു ലക്ഷം. എന്റെ കാശ്. ദുഷ്ടൻ കള്ള ടിക്കറ്റാണ് തന്നത്. അമ്പടാ നായേ അവനെ ഞാൻ.''

പരിസരം മറന്ന് ഞാൻ എന്തൊക്കെയോ പുലമ്പി.

''എന്തോന്നാ ഈ നേരം വെളുത്തപ്പം കിടന്ന് പിച്ചും പേയും പറയുന്നത്. ഇന്ന് ഓഫീസിലൊന്നും പോണില്ലേ''? ഭാര്യ വന്നു വിളിച്ചതു കേട്ട് ഞാൻ ചാടി എഴുന്നേറ്റു. മുന്നിൽ പുഞ്ചിരിച്ചു കൊണ്ട് ശ്രീമതി. ആ മുഖത്തേക്ക് ദയനീയമായി നോക്കി ഞാൻ ഒരുനിമിഷം തരിച്ചിരുന്നു.

1993

7. 'എം.ഡി.' യുടെകൂടെ വന്ന പെണ്ണ്

ഇന്നാണ് ഞങ്ങളുടെ പുതിയ മാനേജിങ് ഡയറക്ടർ ശ്രീ.പ്രദീപ് കുമാർ ചാർജെടുക്കുന്നത്. ഇലക്ട്രോണിക്സ് ഉപകരണങ്ങൾ ഉണ്ടാക്കുന്ന വളരെ പ്രശസ്തമായ സ്ഥാപനമാണ് ഞങ്ങളുടേത്. സാധാരണയായി 'എം.ഡി.'മാർ മാറുന്നതും വരുന്നതുമൊന്നും ഞങ്ങൾക്ക് അത്ര കാര്യമൊന്നുമല്ല.എന്നാൽ പുതിയ എം.ഡി. അങ്ങനെയല്ല പോലും. സ്വദേശത്തും വിദേശത്തും വളരെ പ്രശസ്തനാണ്. ഉന്നത ബിരുദങ്ങൾ, ഇലക്ട്രോണിക്സിലും കമ്പ്യൂട്ടർ സയൻസിലും മാസ്റ്റർ ബിരുദം. അമേരിക്കയിലും ജപ്പാനിലും മറ്റും പല വർഷങ്ങൾ ചെലവഴിച്ച് പഠിച്ചും പഠിപ്പിച്ചും പ്രശസ്തനായ ആൾ.

വിദേശത്ത് നിന്നും വരുന്നു എന്നു പറഞ്ഞാൽ സാധാരണ ഞങ്ങൾ അത്ര ഗൗനിക്കാറില്ല. ഇക്കാലത്ത് വിദേശത്ത് പോയി വരുക എന്നുള്ളത് അത്ര കൊട്ടിഘോഷിക്കാനുള്ള കാര്യമൊന്നുമല്ലല്ലോ. മാത്രവുമല്ല അത്തരം ആളുകൾ എന്തുപറഞ്ഞാലും ആദ്യംപറയുന്ന മറുപടി എന്തായിരിക്കുമെന്നും ഞങ്ങൾക്കറിയാം. അമേരിക്കയിൽ അങ്ങനെയാണ്. ജപ്പാനിൽ ഇങ്ങനെയാണ്. ഇവിടെ എത്ര മോശം. ഇതൊക്കെയാണ് സാധാരണ കേൾക്കാറ്. എന്നാൽ എല്ലാ കാര്യങ്ങളും അവിടത്തെപ്പോലെയങ്ങ് ചെയ്താലെന്താ. അതിന് ഇവർ തീരുമാനിച്ചാൽ പോ

രല്ലോ. എന്നാലും പുതിയ 'എം.ഡി.'യെപ്പറ്റി ഞങ്ങൾക്ക് വളരെ പ്രതീക്ഷയാണുള്ളത്. അദ്ദേഹത്തെക്കുറിച്ചുള്ള വിവരങ്ങൾ പത്രദ്വാരാ ഞങ്ങൾ അറിഞ്ഞതാണ്.

എല്ലാവരും നേരത്തെ ഓഫീസിൽ എത്തിയിരിക്കുന്നു. മാനേജർ, അസി. മാനേജർമാർ മറ്റു പ്രമുഖ വ്യക്തികൾ പ്യൂൺവരെ. എം.ഡി.യെ വിമാനത്താവളത്തിൽ ചെന്നു സ്വീകരിക്കാനിരുന്നതാണ്. മാനേജർ ഭാർഗവൻ പിള്ള മൂന്നാലു ദിവസമായി അതിന്റെ റിഹേഴ്സൽ ആയിരുന്നെന്നാണ് കേൾവി. അപ്പോഴാണ് എം.ഡി.രാവിലെ 11 മണിക്ക് കാറിൽ ഓഫീസിൽഎത്തുമെന്ന് വിവരം കിട്ടിയത്. പാവം ഭാർഗവൻ പിള്ള! എന്നാലും ഇവിടെയും എം.ഡി.യെ സ്വീകരിക്കേണ്ടത് അദ്ദേഹം തന്നെ. എല്ലാവരും താഴത്തെ നിലയിൽ മെയിൻ ഗേറ്റിനടുത്ത് എത്തിയിരിക്കുകയാണ്. ബൊക്കെയും മാലയും തയ്യാറാക്കി വച്ചിട്ടുണ്ട്. ഫോട്ടോഗ്രാഫർമാർ തങ്ങളുടെ ക്യാമറകൾ പരിശോധിക്കുന്നു. ഫ്ളാഷ്, ആംഗിൾ, അകലം എന്നിവയൊക്കെ. തോക്കെടുത്ത് ഉന്നം പരിശോധിച്ച് നായാട്ടിനു പോകാൻ തയ്യാറെടുക്കുന്ന ശിക്കാരിയെപ്പോലെ. മൊബൈലുകൾ ഉണ്ടെങ്കിലും ചടങ്ങുകളുടെ ഫോട്ടോ ഇപ്പോഴും ഫോട്ടോഗ്രാഫർ തന്നെ കൈകാര്യം ചെയ്യണമല്ലോ.

കൃത്യം പതിനൊന്നു മണിക്ക് ഒരു ടയോട്ട കാർ മെയിൻഗേറ്റിനടുത്ത് വന്നു നിന്നു. ഡ്രൈവർ ഇറങ്ങി കൂളിംഗ് ഗ്ലാസ്സിട്ട ബാക്ക് ഡോർ തുറന്നു പിടിച്ചു. വെളുത്ത് സുന്ദരനായ ഒരാൾ കാറിൽ നിന്നും ഇറങ്ങി. വലതു കൈ ഉയർത്തി ഞങ്ങളെ അഭിവാദ്യം ചെയ്തു. ഇടതു കൈ ഓവർകോട്ടിന്റെ പോക്കറ്റിലും. ആൾ അതു തന്നെ, ആറടിയിലധികം ഉയരം. നാല്പതുവയസ്സിനടുത്ത പ്രായം. ഉയരത്തിനൊത്ത വണ്ണം. നല്ല മുഖശ്രീ. എല്ലാവരിലും മതിപ്പുളവാക്കുന്ന മുഖഭാവം. ഫ്ളാഷുകൾ മിന്നിപ്പൊലിഞ്ഞു. മാനേജർ ഭാർഗവൻ പിള്ള മാലയും ബൊക്കെയുമായി മുന്നോട്ടാഞ്ഞു. അപ്പോഴതാ, കാറിൽ നിന്നും ഒരാൾ കൂടി പുഞ്ചിരിച്ചു കൊണ്ട് ഇറങ്ങിവരുന്നു. ഒരു യുവസുന്ദരി. ഹൊ, എന്തൊരു സൗന്ദര്യം!

'വയനാടൻ മഞ്ഞൾ മുറിച്ചപോലെ'എന്നു കേട്ടിട്ടില്ലേ.

അതു പോലത്തെ നിറം. പ്രദീപ് കുമാറിന്റെ തോളൊപ്പം ഉയരം. കരിങ്കൂവള മിഴികൾ. മുല്ല മൊട്ടുകൾ പോലുള്ള പല്ലുകൾ, തൊണ്ടിപ്പഴം പോലുള്ള ചുണ്ടുകൾ. എള്ളിൻ പൂവിനെ നാണിപ്പിക്കുന്ന നാസിക. ഷാംപു ഉപയോഗിച്ച് കഴുകി ഉണക്കിയ മുടി. തോളൊപ്പം വെട്ടിയിട്ടിരിക്കുന്ന സമൃദ്ധമായ മുടി ഇളം കാറ്റിലാടുന്ന കതിർക്കുലകൾ പോലെ മന്ദമായി ഇളകിക്കൊണ്ടിരിക്കുന്നു. ഇളം റോസ് നിറത്തിലുള്ള സിൽക്കു സാരിയും ബ്ലൗസും. കുങ്കുമപ്പൊട്ട്. അവൾ ഇറങ്ങി വന്ന് പ്രദീപ്കുമാറിനോട് ചേർന്ന് നിന്നു. ഒരു നിമിഷം എല്ലാവരും പ്രദീപ് കുമാറിനെ മറന്നു പോയി. എല്ലാവരുടെയും കണ്ണുകൾ അവരിൽത്തന്നെ. മേനക, രംഭ, തിലോത്തമമാരായി ഒരുങ്ങി തിളങ്ങി നിന്നിരുന്ന ഞങ്ങളുടെ ഓഫീസു സുന്ദരിമാർ സൂര്യ പ്രകാശത്തിൽ മെർക്കുറി ദീപം പോലെ. മാനേജർ ഭാർഗവൻ പിള്ള എന്തു ചെയ്യുമെന്ന് ഞങ്ങൾ ഓർത്തുപോയി. ഒരു മാലയും ബൊക്കെയുമേയുള്ളൂ. കൂടെ ഭാര്യ, ഭാര്യയായിരിക്കുമല്ലോ, അല്ലാതെയാരാ? കൂടിവരുമെന്ന് അറിവുണ്ടായിരുന്നില്ല. എന്നാൽ ഭാർഗവൻ പിള്ള വളരെ ബുദ്ധിപൂർവം പ്രവർത്തിച്ചു. പ്രദീപ്കുമാറിനെ ഷേക്ക്ഹാൻഡ് ചെയ്ത് മാല അദ്ദേഹത്തെ അണിയിച്ചു. അനന്തരം ഷേക്ക് ഹാൻഡ് ചെയ്യാനായി അവരുടെ നേരെ കൈനീട്ടി. വേഗം പുഞ്ചിരിച്ചു കൊണ്ട് അവർ രണ്ടു കൈയും കൂപ്പി പറഞ്ഞു.

''നമസ്കാരം''.

അതിനു ശേഷം ഭാർഗവൻ പിള്ളയുടെ കയ്യിൽനിന്നും ബൊക്കെ വാങ്ങിച്ചു. അവർ രണ്ടുപേരും ഒപ്പം പറഞ്ഞു

''എല്ലാവർക്കും നമസ്കാരം''.

ഞങ്ങൾ എല്ലാവർക്കും വളരെ ഇഷ്ടപ്പെട്ടു. ഞങ്ങൾ അത്ഭുതപരതന്ത്രരായി നിൽക്കുകയാണ്. ഇങ്ങനെ ഒരനുഭവം ആദ്യമാണ്. പോരെങ്കിൽ ഇത്ര സുന്ദരിയായ ഒരു സ്ത്രീയും.

മാനേജർ ഭാർഗവൻ പിള്ള രണ്ടു പേരെയും ലിഫ്റ്റിലേക്ക് ആനയിച്ചു. രണ്ടാം നിലയിലാണ് എം.ഡി.യുടെ ക്യാബിനും പ്രധാന സെക്ഷനുകളും. അവർ ഞങ്ങൾക്ക് ഇടയിലൂടെ മുന്നോട്ട് കടന്നു നീങ്ങി. ആ സൗന്ദര്യധാമത്തെ തന്നെ കണ്ണിമയ്ക്കാതെ നോക്കി പരിസരം മറന്ന പോലെ നിന്ന ഞങ്ങളുടെ സൂപ്പർവൈ

സർ കണ്ണൻ മേനോനെ കാണിച്ച് ഒരാൾ എന്റെ ചെവിയിൽ മന്ത്രിച്ചു.

''കണ്ടർ മേനോൻ''*.

എല്ലാവരും അവനവന്റെ സീറ്റിൽ എത്തി. പുഞ്ചിരികൾ, കമന്റുകൾ, അഭിപ്രായങ്ങൾ ഒക്കെ തുടങ്ങി. പേരെന്താണ്? ടൈപ്പിസ്റ്റ് സുഷമയുടെ ചോദ്യം.

''പ്രദീപ് കുമാർ'' മോഹനൻ പറഞ്ഞു.

''അതല്ല ചോദിച്ചത്'' ''പിന്നെയാരുടേയാ''?

''മിസിസ്സിന്റെ''

''ഓ അതാണോ''?

അപ്പോഴേക്കും നാരദൻ നാരയണനെ ഞങ്ങൾ വിളിക്കുന്നത് അങ്ങനെയാണ് എത്തി.

''പ്രേമയെന്നാണ് പേര്''

''പ്രേമ പ്രദീപ് കുമാർ''

സുഷമ മുഴുവനാക്കി. കൂടുതൽ വിവരങ്ങൾക്കായി ഞങ്ങൾ നാരദനെ ദേവ ലോകത്തേക്ക് തന്നെ അയച്ചു.

കമ്പ്യൂട്ടർ പ്രിന്ററുകൾ ശബ്ദിച്ചുതുടങ്ങി. എല്ലാവരും ജോലികളിൽ മുഴുകി. അപ്പോഴാണ് നാരദൻ വീണ്ടും പ്രത്യക്ഷപ്പെട്ടത്.

''എം.ഡി. ഇപ്പോൾത്തന്നെ വീട്ടിലേക്ക് പോവുകയാണത്രേ. പിന്നീട് ഉച്ചക്കു ശേഷം വരും. അപ്പോൾ സെക്ഷനുകളിൽ വരും'',

''രണ്ടുപേരും വരുമോ''?

കണ്ണൻ മേനോൻ ചോദിച്ചു.

''അതറിയില്ല''.

അപ്പോഴേക്കും അതാ മാനേജർ ഭാർഗവൻ പിള്ളയും അവർ രണ്ടുപേരും കൂടി ലിഫ്റ്റിലേക്ക് നടക്കുന്നു. ഞങ്ങൾ താഴെ വരാന്തയിലേക്ക് ഇറങ്ങി നിന്നു. ലിഫ്റ്റിനടുത്ത് എത്തിയപ്പോൾ അതാ കറന്റ്പോയി. ഭാർഗവൻ പിള്ളക്ക് ആകെ അങ്കലാപ്പ്.

''സാരമില്ല നമുക്ക് സ്റ്റെയർകേസ് ഇറങ്ങിപ്പോകാം ഇല്ലേ''?

പ്രദീപ്കുമാർ പ്രേമയുടെ നേരെ തിരിഞ്ഞു ചോദിച്ചു. അവർ അദ്ദേഹത്തെ നോക്കി തലയാട്ടി.

മൂന്നുപേരും കൂടി സ്റ്റെയർകേസിന്റെ അടുത്തെത്തി. പടികൾ ഇറങ്ങാൻ കാലെടുത്തു. അപ്പോൾ പ്യൂൺ ഓടിവന്നു പറഞ്ഞു

''സാർ എം.ഡി.യെ ദൽഹിയിൽ നിന്നും മിനിസ്റ്റർ വിളിക്കുന്നു.''

വേഗം പ്രദീപ്കുമാർ തന്റെ ക്യാബിനിലേക്ക് ഓടി. ഒരുനിമിഷം! ആരോ വീഴുന്നതും കരയുന്നതുമായ ശബ്ദം കേട്ടാണ് ഞങ്ങൾ ഓടി സ്റ്റെയർകേസിന്റെ അടുത്തെത്തിയത്. ഞങ്ങളുടെ കണ്ണുകളെ ഞങ്ങൾക്ക് വിശ്വസിക്കാൻ കഴിഞ്ഞില്ല. പ്രേമ സ്റ്റെയർകേസിന്റെ മുകളിൽ നിന്നും ഉരുണ്ടുവീണു. ശരീരം പല കഷണങ്ങളായി താഴെ കിടക്കുന്നു. 'തല' കഴുത്തിൽ നിന്നും തെറിച്ച് പൊട്ടിത്തകർന്ന് അല്പം അകലെ കിടക്കുന്നു. അതിനുള്ളിൽ നിന്നും അത്യാധുനികങ്ങളായ ഇലക്ട്രോണിക് യന്ത്രങ്ങൾ ഉച്ചത്തിലുള്ള കരച്ചിലിന്റെ സ്ത്രീശബ്ദം പുറപ്പെടുവിച്ചുകൊണ്ടിരുന്നു.

1987

* വടക്കൻ പാട്ടുകളിലെ സ്ത്രീലമ്പടൻ ആയ ഒരു കഥാപാത്രം

8. ദാരിദ്ര്യരേഖ

നേരം പരപരാ വെളുത്തുവരുന്നതേയുള്ളു. പുലർകാലത്തെ കുളിരിന്റെ ആസ്വാദ്യതയിൽ ലയിച്ച് പാതി ഉറക്കത്തിലാണ് ഞാൻ. ടെലഫോൺ ബെല്ലടിച്ചിട്ടും അനങ്ങിയില്ല. വീണ്ടും ബെല്ലടിച്ചപ്പോൾ തെല്ലൊരു ദേഷ്യത്തോടെയാണ് ഞാൻ എഴുന്നേറ്റ് ഫോണെടുത്തത്.

''ഹലോ,....എസ്. ഡി. ഐ സാർ അല്ലെ''?

ഫോണിന്റെ അങ്ങേ തലയ്ക്കൽ നിന്നും ആരാഞ്ഞു. ''അതേ'' ഞാൻ മറുപടി പറഞ്ഞു. ''സർ ഞാൻ വലിയതുരുത്ത് പോസ്റ്റോഫീസിലെ മാസ്റ്ററാണ്, നമ്മുടെ കൊച്ചുതുരുത്ത് ഈ. ഡി. ഡി. എ. അപ്പുക്കുട്ടൻ മരിച്ചു പോയി''.

''ങേ എന്തുപറ്റി''?

ഉദ്വേഗത്തോടെ ഞാൻ ചോദിച്ചു.

''ട്രെയിൻ മുട്ടിയതാണെന്നാ പറഞ്ഞേ, ആത്മഹത്യയാണെന്ന് തോന്നുന്നു. ഏതായാലും കഴിഞ്ഞു. സാറിതിലെ വരുമോ, നമുക്ക് ഒരുമിച്ച് അങ്ങോട്ടൊന്നു പോകാം''.

''ഞാൻവരാം. ഉടൻതന്നെ വന്നേക്കാം''.

എന്റെ കണ്ഠം ഇടറിപ്പോയി. ഹൃദയത്തിൽ കടന്നൽ കുത്തിയപോലെ. തുളഞ്ഞു കയറുന്നപോലെ. ഇന്നലെ..... ഞാൻ സസ്പെന്റ് ചെയ്ത കൊച്ചുതുരുത്ത് ഈ. ഡി. ഡി. എ. അപ്പുക്കുട്ടൻ. നാട്ടുകാരുടെ പോസ്റ്റുമാൻ. എന്റെ കണ്ണുകൾ നിറഞ്ഞു. ടവ്വലെടുത്ത് ഞാൻ കണ്ണുതുടച്ചു. അതെ, ഇവിടെ വച്ച്.... ഈ മുറിയിൽ വച്ച് ഞാനൊന്ന് ഉറക്കെ കരയട്ടെ. പുറത്തിറങ്ങിയാൽ എനിക്കൊന്നു കരയാൻപോലും സാധിക്കില്ല.

അപ്പുക്കുട്ടാ......

ഞാൻ നിന്റെ ഇൻസ്പെക്ടറാണ്. നിന്നെ കുറ്റക്കാരനായി കണ്ടതുകൊണ്ട്..... സസ്പെന്റ് ചെയ്ത മേലധികാരി. എന്നോട് ക്ഷമിക്കൂ. അപ്പുക്കുട്ടാ......എനിക്ക് മറ്റൊന്നും ചെയ്യുവാൻ ഒരു മാർഗവുമില്ലായിരുന്നു. രാവിലെ ആദ്യത്തെ ബസ് എത്താറായി. ഞാൻ വേഗം തന്നെ മുഖം കഴുകി, ഡ്രസ്സ് മാറി, ബസ്സ്റ്റോപ്പിലേക്ക് ഓടി. ബസ്സ് വന്നു. ഒട്ടും തിരക്കില്ല. സീറ്റിൽ കയറി ഇരുന്നു. എന്റെ ചിന്തകൾ ഒരു നിയന്ത്രണവുമില്ലാതെ മറിഞ്ഞു മറിഞ്ഞു പോകുകയാണ്.

അപ്പുക്കുട്ടൻ, കൊച്ചു തുരുത്ത് നിവാസികളുടെ പോസ്റ്റുമാൻ. വലിയ തുരുത്ത് പോസ്റ്റോഫീസിന്റെ കീഴിലെ ബ്രാഞ്ച് പോസ്റ്റോഫീസ്. വർഷങ്ങളായി ഞങ്ങൾ പരിചയക്കാരാണ്. ആരോടും ഒരു വഴക്കുമില്ല. ജോലികൾ കൃത്യതയോടെ ചെയ്യും. ആർക്കും അപ്പുക്കുട്ടനെപ്പറ്റി പരാതിയുമില്ല. ഞാൻ പല പ്രാവശ്യം കൊച്ചുതുരുത്തിൽ പോയിട്ടുണ്ട്, ഔദ്യോഗിക ആവശ്യത്തിന്. അതിനിടയിൽ പലപ്പോഴും അപ്പുക്കുട്ടനുമായി അടുത്ത് ഇടപെട്ടിട്ടുണ്ട്. എന്തും തുറന്നുപറയുന്ന പ്രകൃതം. കളങ്കമില്ലാത്ത പെരുമാറ്റവും സംസാരവും. ഒരു കൊച്ചു വീടും അല്പം സ്ഥലവും. ഭാര്യക്ക് ഒരു തയ്യൽക്കടയുണ്ടായിരുന്നു. ഒരു മകൻ. രണ്ടാം ക്ലാസ്സിൽ പഠിക്കുകയായിരുന്നു. അപ്പുക്കുട്ടന്റെ ചെറിയ വരുമാനവും തയ്യൽ ജോലിയിൽ നിന്നു കിട്ടുന്നതും കൊണ്ട് സന്തോഷമായി കഴിഞ്ഞിരുന്ന ചെറിയ കുടുംബം. നാട്ടുകാരുടെ കണ്ണിൽ കേന്ദ്രഗവൺമെന്റ് ജോലിക്കാരനാണ്. പക്ഷേ, ഡിപ്പാർട്ട്മെന്റിന്റെ കണ്ണിലോ? എക്സ്ട്രാ ഡിപ്പാർട്ട്മെന്റ് ഡെലിവറി ഏജന്റ് എന്നാണ് ഔദ്യോഗിക നാമം. കുറച്ചു സമയം മാത്രം ജോലി ചെയ്യുന്ന-അതിനുള്ള അലവൻസ് മാത്രം ലഭിക്കുന്നയാൾ. മാസം 2400 രൂപയോളം ലഭിക്കും. ഇക്കാലത്ത് അതുകൊണ്ട് എന്ത് സാധിക്കും. ഭാര്യയുടെ തയ്യൽക്കടയിൽ നിന്നും നല്ല വരുമാനമുണ്ടായിരുന്നു. എന്നാൽ തൊട്ടടുത്ത് ഒരു റെഡിമെയ്ഡ് കട വന്നതോടു കൂടി തയ്യൽ ജോലികൾ വല്ലാതെ കുറഞ്ഞു. എങ്കിലും പരാശ്രയം കൂടാതെ കഴിഞ്ഞുകൂടുമ്പോഴാണ്

അതു സംഭവിച്ചത്.

അപ്പുക്കുട്ടന്റെ മകൻ രണ്ടാം ക്ലാസ്സിൽ പഠിക്കുന്ന കുട്ടി. ഒരു ദിവസം വൈകുന്നേരം അപ്പുക്കുട്ടൻ ജോലി കഴിഞ്ഞു തിരിച്ചുവന്ന് സൈക്കിൾ മുൻവശത്ത് ഭിത്തിയോട് ചേർത്തു വച്ചിരുന്നു. അപ്പുക്കുട്ടൻ കടയിലേക്കു പോയി. വീടിന്റെ തൊട്ടടുത്താണ് കട. അപ്പുക്കുട്ടൻ കടയിലേക്കു പോയനേരം കുട്ടി സൈക്കിൾ എടുത്ത് ഉന്തിക്കൊണ്ടു നടന്ന് പഠിക്കുകയായിരുന്നു. ഇടയ്ക്കൊക്കെ അങ്ങനെ അവൻ ചെയ്യാറുള്ളതാണ്. അപ്പുക്കുട്ടൻ കൂടെ ഉണ്ടാകും. പക്ഷേ അന്ന് അവൻ തനിയെ പ്രാക്ടീസ് ചെയ്തു നോക്കിയതാണ്. സൈക്കിൾ കുട്ടിയുടെ ദേഹത്തേക്കു മറിഞ്ഞുവീണു. കുട്ടി മറിഞ്ഞുവീണു. തല പുറകിൽ കിടന്ന കല്ലിൽ ചെന്ന് ശക്തിയായി ഇടിച്ചു. സൈക്കിൾ ദേഹത്തു മറിഞ്ഞു കിടന്നു. കുട്ടിയുടെ ബോധം പോയി. കാലും ഒടിഞ്ഞു. അസാധാരണമായ ശബ്ദം കേട്ട് കടയിൽ നിന്നും ഓടിവന്ന അപ്പുക്കുട്ടൻ മകൻ വീണു കിടക്കുന്നതാണ് കണ്ടത്. വേഗം തന്നെ കുട്ടിയെ അവരുടെ ഗ്രാമത്തിലുള്ള ആശുപത്രിയിൽ എത്തിച്ചു. പക്ഷേ, അവിടെ ഡോക്ടർ പരിശോധിച്ചശേഷം പട്ടണത്തിലുള്ള ജനറൽ ആശുപത്രിയിലേക്ക് പറഞ്ഞു വിട്ടു. അവിടെ അഞ്ചാറു ദിവസങ്ങൾ കഴിഞ്ഞു. കാലിന്റെ ഒടിവ് വച്ചു കെട്ടി പ്ലാസ്റ്റർ ഇട്ടുവെങ്കിലും കുട്ടിക്ക് ഇടയ്ക്കിടെ ബോധം നഷ്ടപ്പെടുന്ന അവസ്ഥ. പരിശോധനയിൽ തലച്ചോറിന് കാര്യമായ ക്ഷതം പറ്റിയിട്ടുണ്ടെന്നും വിദഗ്ദ്ധ ചികിത്സക്കായി മെഡിക്കൽ കോളേജിൽ കൊണ്ടു പോകണമെന്നും ഡോക്ടർമാർ പറഞ്ഞു.

ഒരുവിധം കഷ്ടിച്ച് ജീവിച്ചു പോന്നിരുന്ന കുടുംബം. കയ്യിലുണ്ടായിരുന്നതൊക്കെ ഒന്നൊന്നായി വിറ്റു തീർന്നു. പുരയ്ക്ക് തീ പിടിക്കുമ്പോൾ വാഴ വെട്ടുന്ന സ്വഭാവമാണല്ലോ ആളുകൾക്ക്. ഓരോന്നും നിസ്സാര വിലക്ക് വിറ്റു കൊണ്ടിരുന്നു. ജോലിക്കു പോകുവാൻ സാധിച്ചില്ല. ജോലിക്കു പോയില്ലെങ്കിൽ ശമ്പളമില്ല. ജോലിക്കു പോയില്ലെങ്കിലും ശമ്പളം കിട്ടുമെന്നാണ് നാട്ടിലുള്ളവരുടെ ധാരണ. അല്ലങ്കിൽ തന്നെ ആർക്കും ആരേയും സഹായിക്കാൻ പറ്റാത്ത കാലം. പണ്ടൊക്കെ വീട്ടിൽ കുറച്ച് അരി മേടിച്ചു കൊടുക്കണം. ഓണത്തിനും

സ്ക്കൂൾ തുറക്കുമ്പോഴും കുറച്ചു വസ്ത്രങ്ങളും വേണം. ഇന്ന് അതാണോ സ്ഥിതി. എത്ര കിട്ടിയാലും തികയാത്ത അവസ്ഥ. എത്ര കയ്യിലുണ്ടെങ്കിലും തികയാത്ത അത്യാവശ്യങ്ങൾ. ആവശ്യമില്ലാത്തവയെ അത്യാവശ്യങ്ങളായി മാറ്റുന്ന പരസ്യ കോലാഹലങ്ങളുടെ ഇടയിൽ ആർക്കും ഒന്നും ഒന്നിനും തികയുന്നില്ല. ആരേയും സഹായിക്കാനോ സഹതപിക്കാൻ പോലുമോ സാധ്യമല്ലാത്ത ലോകം. മരുന്നുകൾ പൈസ കൊടുത്തു വാങ്ങണം. നിത്യ ചെലവുകൾ കഴിയണം. ഓരോ ദിവസം കഴിയുമ്പോഴും അപ്പുക്കുട്ടൻ ദാരിദ്ര്യത്തിലേക്ക് കൂപ്പു കുത്തുകയായിരുന്നു. കടം കിട്ടാൻ സാധ്യതയുള്ളവരോടെല്ലാം കടം വാങ്ങിച്ചു. ഓഫീസുകളിൽ നിന്നുപോലും സുഹൃത്തുക്കൾ പിരിവെടുത്തു കുറച്ചു പണം നൽകി. അങ്ങനെയിരിക്കുമ്പോഴാണ് അപ്പുക്കുട്ടൻ ഒരു സത്യം മനസ്സിലാക്കുന്നത്. അയാളുടെ നാട്ടിലെ തന്നെ ചില പണക്കാർ മെഡിക്കൽ കോളേജിൽ അസുഖമായിട്ട് ചികിത്സക്കു വന്നിട്ടുണ്ട് പോലും. അവർക്ക് ആശുപത്രിയിൽ എല്ലാം സൗജന്യമാണ്. പഞ്ഞിപോലും പുറമേനിന്നു വാങ്ങേണ്ടതില്ല. അപ്പുക്കുട്ടന്റെ കാര്യത്തിലാകട്ടെ എല്ലാം പുറത്തേക്ക് കുറിച്ചു കൊടുക്കും. ആശുപത്രിയിൽ നിന്നും എന്തെങ്കിലും കൊടുത്താൽ അതിന് പണം ആദ്യം അടക്കണം.

ഇതെന്ത് കാര്യം. അപ്പുക്കുട്ടൻ തന്റെ കുട്ടിയെ പരിശോധിക്കുന്ന ഡോക്ടറോട് പരാതി പറഞ്ഞു. അപ്പോഴാണ് അയാൾ അറിയുന്നത് അവരൊക്കെ ദാരിദ്ര്യരേഖക്ക് താഴെയുള്ളവരാണ്. അതായത് മാസം എഴുന്നൂറ് രൂപ വരുമാനമില്ലാത്തവർ. വർഷം എണ്ണായിരത്തി അഞ്ഞൂറിൽ താഴെ മാത്രം വരുമാനം. അപ്പുക്കുട്ടനാകട്ടെ മാസം രണ്ടായിരത്തി നാനൂറ് രൂപയാണ് വരുമാനം. വർഷം മുപ്പതിനായിരം അടുത്ത് വരുമാനം! അപ്പുക്കുട്ടൻ തലക്ക് കൈ കൊടുത്ത് നിലത്തിരുന്നു പോയി. നാട്ടിലെ പ്രമാണിമാർ, പ്രഭുക്കൾ. തമ്പുരാനെന്ന് വിളിപ്പേരു പോലുമുള്ളവർ. അവർ ദാരിദ്ര്യരേഖക്ക് താഴെയുള്ള പട്ടിണിക്കാർ. എക്സ്ട്രാ ഡിപ്പാർട്ട്മെന്റുകാരൻ അപ്പുക്കുട്ടൻ മുതലാളി. ദാരിദ്ര്യരേഖയുടെ മുകളിൽ സസുഖം വാഴുന്നവൻ. അപ്പുക്കുട്ടന്

അത് താങ്ങാനാവുന്നതിലും അധികമായിരുന്നു. അയാൾ ഡോക്ടറോട് പറഞ്ഞു. ഇവരൊക്കെ നാട്ടിലെ പ്രമാണിമാരും കോടീശ്വരന്മാരുമാണ്. ഈ അർദ്ധപട്ടിണിക്കാരനായ എന്നെ ഇങ്ങനെ കഷ്ടപ്പെടുത്തരുത് സർ. ഡോക്ടർ നിസ്സംഗതയോടെ മറുപടി പറഞ്ഞു. ''മിസ്റ്റർ അപ്പുക്കുട്ടൻ അവരുടെ വീട്ടിൽ പോയി പരിശോധിക്കാൻ എനിക്ക് അധികാരമില്ല. റേഷൻ കാർഡിൽ അധികാരികൾ അടയാളപ്പെടുത്തിയ തുക മാസവരുമാനം 500 രൂപയാണ്. അതനുസരിച്ചാണ് ഞങ്ങൾ ഇവിടെ കാര്യങ്ങൾ നിശ്ചയിക്കുന്നത്. നിങ്ങളും ദാരിദ്ര്യരേഖക്ക് താഴെയാണെന്ന് തെളിയിച്ചാൽ നിങ്ങൾക്കും ആ ആനുകൂല്യങ്ങൾ ലഭിക്കും.''

രണ്ടാഴ്ച മുമ്പ് അപ്പുക്കുട്ടൻ എന്നെ കാണാൻ വന്നിരുന്നു. ലീവിന്റെ കാര്യം പറയാൻ വന്നതാണ്. കാര്യങ്ങളൊക്കെ പറഞ്ഞ് അയാൾ ഏങ്ങിയേങ്ങി കരഞ്ഞു. എനിക്ക് എന്തു ചെയ്യുവാൻ സാധിക്കും. ഈ കൊടും ചൂഷണത്തെപ്പറ്റി സംസാരിച്ച് അയാളുടെ ചോദ്യങ്ങൾ കാടുകയറിപ്പോയി. യാതൊരു പരിശോധനയുമില്ലാതെ വെറുതെ ഒരാൾ പറയുന്നത് റേഷൻ കാർഡിൽ എഴുതുന്നു. അതുവച്ച് നാട്ടിലെ പാവപ്പെട്ടവർക്ക് ലഭിക്കേണ്ട ആനുകൂല്യങ്ങൾ ധനവാന്മാരായ ബുദ്ധിമാൻമാർ തട്ടിയെടുക്കുന്നു. കോടീശ്വരന് പാവപ്പെട്ടവന്റെ ആനുകൂല്യങ്ങൾ. പാവപ്പെട്ട ഇ.ഡി.ക്കാരൻ കേന്ദ്ര ഗവ. ഉദ്യോഗസ്ഥനാണു പോലും. അവൻ മുതലാളിയാണുപോലും! അപ്പുക്കുട്ടന്റെ കണ്ണുകളിൽ രൗദ്രഭാവം. ഞാൻ എന്തു പറയേണ്ടൂ എന്നറിയാതെ വിഷമിച്ചു. അവസാനം ഞാൻ പറഞ്ഞു.

''അപ്പുക്കുട്ടാ, ഇതൊന്നും നമ്മൾ വിചാരിച്ചാൽ ശരിയാക്കാവുന്ന കാര്യമല്ല. ജോലിക്കാരുടെ വരുമാനം വ്യക്തമായി സാലറി സർട്ടിഫിക്കറ്റിലുണ്ടല്ലോ. അതാണ് കുഴപ്പം. നമുക്ക് സാലറി സർട്ടിഫിക്കറ്റ് തെറ്റായി എഴുതാനും സാധ്യമല്ല അതുപോലെ മാസവരുമാനക്കാർ ഭാഗ്യവാന്മാരാണെന്നല്ലെ നാട്ടുകാരുടെ മനോഭാവം. കാലക്കേട് എന്നല്ലാതെ എന്തു പറയാനാണ്. എന്തായാലും കുട്ടിക്ക് ഇപ്പോൾ കുറച്ച് ആശ്വാസമുണ്ടല്ലോ.''

''ഇനിയും വളരെ ദിവസങ്ങൾ വേണ്ടിവരും സാർ ഡിസ്ചാർജ്

ചെയ്യാൻ''

അത്രയും പറഞ്ഞപ്പോഴേക്കും അയാളുടെ കണ്ണു നിറഞ്ഞു. കണ്ഠംഇടറി. പിന്നെ ഒന്നുംപറയാതെ പുറത്തേക്ക് പോയി. രണ്ടാഴ്ച കഴിഞ്ഞു. ഇന്നലെ ഞങ്ങളുടെ സൂപ്രണ്ട് എന്നെ ഫോണിൽ വിളിച്ചു. കൊച്ചുതുരുത്ത് ഈ.ഡി.ഡി.എ. അപ്പുക്കുട്ടൻ മണി ഓർഡർ കള്ള ഒപ്പിട്ട് എടുത്തതിന്റെ പേരിൽ പരാതി ലഭിച്ചിട്ടുണ്ട്. നേരിട്ട് ചെന്ന് അന്വേഷണം നടത്തി നടപടി എടുത്തശേഷം എത്രയുംവേഗം റിപ്പോർട്ട് സമർപ്പിക്കണം. കേട്ടപ്പോൾ ഞാൻ ഞെട്ടിപ്പോയി. വേഗംതന്നെ ഞാൻ കൊച്ചുതുരുത്ത് പോസ്റ്റോഫീസിലെത്തി. കാര്യങ്ങൾ അന്വേഷിച്ചു. കഴിഞ്ഞ ആഴ്ച അവിടെ ഒരാളുടെ പേരിൽ മണി ഓർഡർ ആയി വന്ന 1500 രൂപ അപ്പുക്കുട്ടൻ കള്ള ഒപ്പിട്ട്എടുത്തു.

മേൽവിലാസക്കാരൻ സ്ഥലത്തെ പ്രമാണിയും പണക്കാരനുമാണ്. ഒരു മസം മുമ്പ് അയാൾ മെഡിക്കൽ കോളേജിൽ ചികിത്സയിലായിരുന്നു. അതുകൊണ്ട് ബോംബേയിലുള്ള മകൻ അയച്ചുകൊടുത്ത തുകയാണ്. മുൻപിലത്തെ ആഴ്ചയിലും ഇത്രയും പണം അയച്ചിരുന്നു. അപ്പുക്കുട്ടൻ ദാരിദ്ര്യരേഖയുടെ താഴെയുള്ളവരെപ്പറ്റി പറഞ്ഞതിൽ ഒരാൾ ഇദ്ദേഹമായിരുന്നു. പണം അയച്ചശേഷം മകൻ ബോംബേയിൽ നിന്നും ഫോണിൽ അറിയിച്ചതനുസരിച്ച് നാല് ദിവസം കഴിഞ്ഞ് അയാൾ പോസ്റ്റോഫീസിലെത്തി അന്വേഷിച്ചപ്പോൾ പണം കിട്ടിയില്ലേ എന്നായി പോസ്റ്റുമാസ്റ്റർ. പണം സ്വീകരിച്ച ഒപ്പോടുകൂടിയ ഫോറം തലേദിവസം അപ്പുക്കുട്ടൻ തിരിച്ചേല്പിച്ച കാര്യം പോസ്റ്റുമാസ്റ്റർ പറഞ്ഞു. വേഗം തന്നെ മേൽവിലാസക്കാരൻ സൂപ്രണ്ടിനെ ഫോണിൽ വിളിച്ചു പരാതി പറഞ്ഞു. പരാതി എഴുതി പോസ്റ്റുമാസ്റ്ററെ ഏല്പിക്കുകയും ചെയ്തു.

അദ്ദേഹം അത് സൂപ്രണ്ടിനു അയച്ചു കൊടുത്തു. അപ്പുക്കുട്ടൻ ജോലിക്ക് വന്നിട്ടുമില്ല. ഞാൻ അപ്പുക്കുട്ടനെ അന്വേഷിച്ചു വീട്ടിൽ ചെന്നു. എന്നെ കണ്ടതും അപ്പുക്കുട്ടൻ പൊട്ടിക്കരഞ്ഞു. ലോണെടുത്ത് വീടു വച്ചതു കാരണം അത് വിൽക്കാൻ സാധിക്കുന്നില്ല. വിൽക്കാവുന്നതെല്ലാം കിട്ടിയ വിലയ്ക്കു വിറ്റു. അവസാനം ആകെയുണ്ടായിരു

ന്നത് ഭാര്യയുടെ തയ്യൽ മെഷീനാണ്. 5000രൂപയ്ക്കു വാങ്ങി യതാണ്. അത് വിൽക്കാൻ, രണ്ടായിരം രൂപക്ക് ഒരാൾ വാങ്ങാമെന്ന് വാക്കു പറഞ്ഞു പോയതാണ്. പിറ്റേന്ന് പണം കൊടുക്കാമെന്ന് പറഞ്ഞിരുന്നു. ഭാര്യ ആശുപത്രിയിൽ കുട്ടി യുടെ അടുത്തു നിന്നും വന്നിരുന്നു. തിരിച്ചുപോകാൻ സമയം പണം കൊടുത്തു വിടുവാൻ ഉണ്ടായിരുന്നില്ല. പിറ്റേ ദിവസം രണ്ടായിരം രൂപ കിട്ടുമല്ലോ അപ്പോൾ മണി ഓർഡറിന്റെ ഉടമസ്ഥനു കൊടുക്കാമല്ലോയെന്നു കരുതി. ആ പണം കള്ള ഒപ്പിട്ട് എടുത്ത് ഭാര്യയുടെ കയ്യിൽ ആശുപത്രിയിൽ കൊ ടുത്തുവിട്ടു. ഭാര്യ ആ വിവരം അറിഞ്ഞതുമില്ല. പിറ്റേന്ന് തയ്യൽ മെഷീൻ വാങ്ങാമെന്നു പറഞ്ഞയാൾ വന്നില്ല. മണി ഓർഡറിന്റെ ഉടമസ്ഥൻ കാര്യങ്ങൾ അറിയുകയും ചെയ്തു. ആ തയ്യൽ മെഷീൻ അല്ലാതെ മറ്റൊന്നും അയാളുടെ പക്കലില്ല. അപ്പുക്കുട്ടൻ കൊച്ചു കുട്ടിയെപ്പോലെ ഏങ്ങിയേങ്ങി കരഞ്ഞു. എന്റെ കണ്ണുകൾ ഈറനണിഞ്ഞു. ആർക്കെങ്കിലും അതു വിറ്റ് ഒന്നോ രണ്ടോ ദിവസത്തിനുള്ളിൽ ആ പൈസ നൽകാ മെന്നും പരാതി പിൻവലിക്കണമെന്നും അപ്പുക്കുട്ടൻ മറ്റൊരാൾ വഴി പരാതിക്കാരനോട് പറഞ്ഞെങ്കിലും അയാൾ സമ്മതി ച്ചില്ല. മാത്രവുമല്ല അയാളുടെ മറുപടി പരിഹാസം നിറഞ്ഞതു മായിരുന്നു. അവസാനം ഗത്യന്തരമില്ലാതെ അപ്പുക്കുട്ടനെ സർവീസിൽ നിന്നും സസ്പെന്റ് ചെയ്തുകൊണ്ട് ഓർഡർ നൽകി യാണ് ഞാൻ തിരിച്ചു പോന്നത്. അതിൽ ഒപ്പിടുമ്പോൾ എന്റെ കണ്ണുകൾ നിറഞ്ഞിരുന്നു.

പലരേയും ഞാൻ സസ്പെന്റ് ചെയ്തിട്ടുണ്ട്. കൃത്യ വിലോപം വരുത്തിയവരെ, കള്ളഒപ്പിട്ട് പണമെടുത്ത് മദ്യപി ക്കുകയും ചിട്ടിനടത്തുകയും ഒക്കെ ചെയ്തിട്ടുള്ളവരെ. അപ്പോൾ മനസ്സിന് സംതൃപ്തിയാണുണ്ടാവുക. പക്ഷേ, ഇന്നലെ മനസ്സില്ലാമനസ്സോടെ കൃത്യനിർവഹണത്തിനു വേണ്ടി നിവൃത്തികേട് കൊണ്ടുമാത്രം ഒരു സസ്പെൻഷൻ. രാത്രി കിടന്നിട്ട് ഉറങ്ങാൻ സാധിച്ചില്ല. അവസാനം എപ്പോഴോ ഉറങ്ങിപ്പോയി.

ബസ്സിലെ ഡോർചെക്കർ വലിയതുരുത്ത് എന്നു പ

റഞ്ഞപ്പോൾ ഞാൻ എഴുന്നേറ്റു. എന്നെ കാത്ത് പോസ്റ്റുമാസ്റ്റർ നില്പുണ്ടായിരുന്നു. കുറച്ചുദൂരമേയുള്ളൂ സംഭവസ്ഥലത്തേക്ക്. ഞങ്ങൾ ചെല്ലുമ്പോൾകുറച്ച് ആളുകൾ കൂടി നില്പുണ്ട്. അപ്പുക്കുട്ടന്റെ ശരീരത്തിന് അംഗഭംഗം ഒന്നും വന്നിട്ടില്ല. ട്രെയിൻ ഇടിച്ചതിന്റെ ആഘാതത്തിൽ തെറിച്ച് ദൂരെ വീണു മരിച്ചു. ഷർട്ടിന്റെ പോക്കറ്റിൽ രണ്ട്കവറുകൾ. ഞാൻ അതെടുത്തു. ആദ്യത്തെ കവറിൽ ഒരു കുറിപ്പ്. വിഷം വാങ്ങാൻ പണമില്ലാത്തതുകൊണ്ട് ഇങ്ങനെ ചെയ്തു. രണ്ടാമത്തെ കവർ ഞാൻ ഇന്നലെ കൊടുത്ത സസ്പെൻഷൻ ഓർഡറായിരുന്നു.

'പ്രഥമദൃഷ്ട്യാ കുറ്റക്കാരനാണെന്ന് തോന്നുന്നതിനാൽ കൂടുതൽ അന്വേഷണത്തിനായി സസ്പെന്റ് ചെയ്യുന്നു'.

ആ അക്ഷരങ്ങൾ എന്നെ നോക്കി കൊഞ്ഞനം കുത്തുന്നതുപോലെ തോന്നി.

2000

9. ഒരു ദൈവത്തിന്റെ ഉത്ഭവം; അന്ത്യവും

''യുറേക്കാ യുറേക്കാ യുറേക്കാ'' പ്രൊഫസർ ഹെൻട്രി പ്രായത്തെ വകവയ്ക്കാതെ തന്റെ മുറിയിൽ നിന്നും പുറത്തേക്ക് ചാടി. എഴുപതു വയസ്സുള്ള ആ ബ്രിട്ടീഷ് ശാസ്ത്രജ്ഞന്റെ വക്ഷസ്തടം വികാരക്ഷോഭത്താൽ ഉയർന്നുതാണു.അദ്ദേഹത്തിന്റെ കണ്ണുകൾ സന്തോഷാധിക്യത്താൽ തുളുമ്പി നിന്നു.

''എന്തുപറ്റി, എന്താണുകാര്യം?''

കരോലിൻ, അദ്ദേഹത്തിന്റെ ഭാര്യ ഓടിവന്നു ചോദിച്ചു.

''ഞാനതു നേടി.... ഞാനതു നേടി....''

അദ്ദേഹം ഭാര്യയെ ആലിംഗനം ചെയ്തു.

''ഇനി മുതൽ ഞാനാണ് ഈ ലോകത്തിന്റെ നിയന്താവും വിധാതാവും ഹഹ..ഹ..ഹഹ''.

അവർ സംശയദൃഷ്ടിയോടെ അദ്ദേഹത്തിന്റെ കണ്ണുകളിലേക്ക് നോക്കി. അവരുടെ നോട്ടത്തിന്റെ അർത്ഥം മനസ്സിലായ അയാൾ അവളെ കൈക്കു പിടിച്ച് തന്റെ പരീക്ഷണശാലയുടെ അകത്തേക്കു കൊണ്ടുപോയി. അവിടെ ധാരാളം ഉപകരണങ്ങൾ. പലപല കമ്പ്യൂട്ടറുകൾ. യന്ത്രസാമഗ്രികളുടെ അനേകം ഭാഗങ്ങളും വയറുകളും അലമാര പോലെ തോന്നിക്കുന്ന ഉരുക്ക് ക്യാബിനുകളും, സ്വിച്ചുകളും.ചെറിയ ജീവികളെ സൂക്ഷിക്കുന്ന കൂടുകളും കൊണ്ട് നിറഞ്ഞു കിടന്നിരുന്നു. കരോലിന് അതൊന്നും അപരിചി

തമായിരുന്നില്ല.ഊർജതന്ത്രത്തിലെ അറിയപ്പെടുന്ന ശാസ്ത്ര ജ്ഞനായ അദ്ദേഹത്തിന്റെ പരീക്ഷണങ്ങളിൽ അവർ ഒരുവിധത്തിലും അലോസരം സൃഷ്ടിക്കാതെ ശ്രദ്ധിച്ചിരുന്നു.

ഇടയ്ക്കിടെ അദ്ദേഹം പല കണ്ടു പിടിത്തങ്ങളെപ്പറ്റിയും പ്രബന്ധങ്ങൾ എഴുതുകയും ശാസ്ത്രമാസികകളിൽ അവ പ്രസിദ്ധീകരിക്കുകയും ചെയ്യാറുണ്ട്. ജീവിതത്തിലെ അധികസമയവും പരീക്ഷണ ശാലയിലാണ് അദ്ദേഹം ചെലവഴിക്കാറുള്ളത്. പ്രൊഫസർ ഹെൻട്രി ഒരു കസേരയിൽ ഇരുന്നു. ‘‘ലോകത്തിലെ ഏറ്റവും വലിയ കണ്ടു പിടുത്തം ഞാൻ നടത്തിയിരിക്കുന്നു.’’ അദ്ദേഹം ഭാര്യയോടു പറഞ്ഞു.

‘‘എന്താണത്?’’

അതറിയാൻ അവർക്ക് ആകാംക്ഷയായി. പ്രൊഫസർ എഴുന്നേറ്റ് തന്റെ പരീക്ഷണ മുറിയിലെ ഒരു കൂട്ടിൽ നിന്നും ഒരു പൂച്ചക്കുട്ടിയെ കയ്യിലെടുത്തു. അതിനെ അലമാര പോലെ തോന്നിക്കുന്ന ഉരുക്കു ക്യാബിനുള്ളിൽ വച്ചു. വാതിലടച്ചു.

‘‘നീ നോക്കിക്കോ’’

അദ്ദേഹം ഭാര്യയോടു പറഞ്ഞു. ക്യാബിനുള്ളിൽ എന്തു സംഭവിക്കുമെന്ന് കാണാൻ കഴിയുന്നില്ല. സൈൻ ബോർഡിൽ അക്കങ്ങൾ തെളിഞ്ഞു. അവ കുറഞ്ഞ് കുറഞ്ഞു വരുന്നു. അവസാനം ‘0’ (പൂജ്യം) വന്നു നിന്നു. അദ്ദേഹം സ്വിച്ച് ഓഫ്ചെയ്തു. ക്യാബിന്റെ വാതിൽ തുറന്നു. അത്ഭുതം! പൂച്ചക്കുട്ടി അതിനുള്ളിൽ കാണാനുണ്ടായിരുന്നില്ല. ഒരു ജാലവിദ്യ കാണുന്നതു പോലെ കരോലിൻ അദ്ദേഹത്തിന്റെ മുഖത്തേക്ക് നോക്കി.

‘‘പൂച്ചക്കുട്ടി എവിടെ?’’

അവർ തിരക്കി.

‘‘അത് ശൂന്യതയിൽ ലയിച്ചുപോയി’’

പ്രൊഫസർ ഹെൻട്രി ആവേശത്തോടെ പറഞ്ഞു.

‘‘ഇനി നോക്കിക്കോ. ഇനിയാണ് അത്ഭുതം കാണാൻ പോകുന്നത്.’’

പ്രൊഫസർ ക്യാബിനിന്റെ വാതിൽ അടച്ചു. മറ്റൊരു സ്വിച്ച് ഓൺ ചെയ്തു. കരോലിൻ ക്യാബിനിന്റെ നേരെനോക്കി നിന്നു. സൈൻബോർഡിൽ ചുവന്ന അക്കങ്ങൾ തെളി

ഞ്ഞുവന്നു. അവസാനം പൂജ്യം തെളിഞ്ഞു. പ്രൊഫസർ സ്വിച്ച് ഓഫ്ചെയ്തു. ക്യാബിനിന്റെ വാതിൽ തുറക്കാൻ അവരോട് ആവശ്യപ്പെട്ടു. അവൾ വാതിൽതുറന്നു. അത്യത്ഭുതം! ആ ക്യാബിനിൽ അതാ അല്പം മുമ്പ് പ്രൊഫസർ കൊണ്ടുവച്ച പൂച്ചക്കുട്ടികിടക്കുന്നു. അവളുടെ മുഖം ആശ്ചര്യം കൊണ്ട് വിടർന്നു. ഇതെന്തു ജാലവിദ്യ?

''ഓ ഹെൻട്രി അങ്ങ് എന്തു കൺകെട്ട് വിദ്യയാണ് ഈ കാണിച്ചത്.''

പ്രൊഫസർ തന്റെ കസേരയിൽ ഇരുന്നുകൊണ്ട് കരോലിനോട് ഇരിക്കാൻ ആംഗ്യം കാണിച്ചു. ''ഇതാണ് ഞാൻ പറഞ്ഞത് ഇനി മുതൽ ഞാനാണ് ഈ ലോകത്തിന്റെ നിയന്താവും വിധാതാവുമെന്ന്''. അദ്ദേഹം പറഞ്ഞു.

''എന്നുവെച്ചാൽ ഒരർത്ഥത്തിൽ അങ്ങ് ദൈവത്തിന്റെ സ്ഥാനത്താണെന്നോ''.

കരോലിൻ പ്രൊഫസറുടെ കണ്ണുകളിലേക്ക് നോക്കി. ''ഒരർത്ഥത്തിലല്ല. എല്ലാ അർത്ഥത്തിലും''.

പ്രൊഫസർ ഉന്മാദാവസ്ഥയിലെന്നപോലെ പൊട്ടിപ്പൊട്ടിച്ചിരിച്ചു.

''എന്റെ പൊന്നേ, എനിക്കൊന്നും മനസ്സിലാകുന്നില്ല''.

കരോലിൻ അന്ധാളിച്ചുപോയി. തന്റെ ഭർത്താവിനെ ആരാധനയോടെ കണ്ണിമയ്ക്കാതെ നോക്കിയിരുന്നു. അദ്ദേഹത്തിന്റെ മൂന്നാമത്തെ ഭാര്യയാണവൾ. ഇതിനുമുമ്പുള്ള രണ്ടുപേരും വിവാഹമോചനം നേടി പോയതാണ്. കരോലിന്റെ രണ്ടാമത്തെ ഭർത്താവാണ് പ്രൊഫസർ. ആദ്യത്തെയാൾ അവളെ ക്രൂരമായി പീഡിപ്പിച്ചതിനാൽ അയാളിൽ നിന്നു വിവാഹമോചനം നേടി. പിന്നീടാണ് പ്രൊഫസറുടെ ഭാര്യാപദവിയിൽ പ്രവേശിച്ചത്.

പ്രൊഫസർ തുടർന്നു.

''അനേകമനേകം ശാസ്ത്രജ്ഞരും പല രാഷ്ട്രങ്ങളും എന്തിനേറെ ലോകം മുഴുവനും ഇക്കഴിഞ്ഞകാലമെല്ലാം ആർത്തിയോടെ അന്വേഷിച്ചിരുന്ന രഹസ്യം ഞാൻ കണ്ടുപിടിച്ചിരിക്കുന്നു. അതായത് പ്രപഞ്ചത്തിന്റെ അടിസ്ഥാന

ശില. എന്നുവച്ചാൽ ഈ പ്രപഞ്ചം എന്തുകൊണ്ട് നിർമിച്ചിരിക്കുന്നുവോ ആ അടിസ്ഥാന കണിക. അത് ഞാൻ കണ്ടുപിടിച്ചു. എന്നുമാത്രവുമല്ല എന്റെ വരുതിയിൽ ആക്കിയിരിക്കുന്നു.'' പ്രൊഫസർ പറഞ്ഞു നിർത്തി.

''അതല്ലെ ആറ്റം. അത് എത്രയോ മുമ്പ്തന്നെ കണ്ടുപിടിച്ചു കഴിഞ്ഞതാണ്. മാത്രവുമല്ല ആറ്റത്തെ വിഭജിച്ച് ആറ്റംബോംബ് ഉണ്ടാക്കുകയും ചെയ്തില്ലെ? അതിന്റെ ഉപജ്ഞാതാവ് പ്രസിദ്ധ ശാസ്ത്രജ്ഞനായ ഐൻസ്റ്റീനല്ലേ?''

കരോലിൻ അദ്ദേഹത്തിന്റെ നേരെനോക്കി.

''അതല്ല കരോലിൻ എന്റെ കണ്ടുപിടുത്തം. ഐൻസ്റ്റീൻ നിർത്തിയിടത്തു നിന്നും ഇന്നത്തെ ഭൗതിക ശാസ്ത്രം അഥവാ ഊർജതന്ത്രം വളരെ പുരോഗമിച്ചിരിക്കുന്നു. ആറ്റത്തിന് പ്രോട്ടോൺ, ന്യൂട്രോൺ, ഇലക്ട്രോൺ ഇത്രയുമേ ഐൻസ്റ്റീന്റെ കാലത്ത് അറിയപ്പെട്ടിരുന്നുള്ളൂ. പില്ക്കാലത്ത് ന്യൂട്രിനോ എന്നൊരു ഘടകം കൂടിയുള്ളതായി ശാസ്ത്രലോകം സ്ഥിരീകരിച്ചിട്ടുണ്ട്. എന്നാൽ ഇതെല്ലാം കൂട്ടിയാലും പ്രപഞ്ചത്തിന്റെ ദ്രവ്യ ഭാരത്തിന്റെ ചെറിയൊരു ഭാഗമേ ആകുന്നുള്ളൂ. അപ്പോൾ ബാക്കി പിണ്ഡമെവിടെ? അതിനാൽ ആറ്റത്തിന്റെ അത്യധികം സൂക്ഷ്മ തമങ്ങളായ ഘടകങ്ങൾ ഉണ്ടെന്നും അതാണ് പ്രപഞ്ചത്തിന്റെ അടിസ്ഥാന ഘടകമെന്നും ഇന്ന് എല്ലാ ഊർജതന്ത്ര വിദഗ്ദ്ധന്മാരും അംഗീകരിക്കുന്നുണ്ട്. ആ കണികയെ കണ്ടെത്താനും കൈപ്പിടയിലൊതുക്കാനുമുള്ള തീവ്ര ശ്രമത്തിലാണ് ലോകം.'' മനസ്സിലായോ എന്നറിയാൻ പ്രൊഫസർ അവളുടെ കണ്ണുകളിലേക്കുനോക്കി.

''ദൈവമേ, ആറ്റം വിഭജിക്കാമെന്ന് കണ്ടപ്പോൾ തന്നെ ആറ്റം ബോംബുണ്ടാക്കുകയും നാഗസാക്കിയിലും ഹിരോഷിമയിലും ലക്ഷക്കണക്കിന് മനുഷ്യരെ കൊന്നൊടുക്കുകയും ചെയ്തു.ഇനി അതിലും സൂക്ഷ്മമായതിനെ കണ്ടുപിടിച്ചാൽ ഈ ലോകത്തിന്റെ ഗതിയെന്തായിത്തീരും''.

കരോലിൻ ആത്മഗതമെന്നോണം പറഞ്ഞുപോയി.

''മണ്ടിപ്പെണ്ണേ, അതുകൊണ്ടാണ് ഞാൻ പറഞ്ഞത് ഇനി മുതൽ ഞാനാണ് ഈ ലോകത്തിന്റെ വിധാതാവും നിയന്താവുമെന്ന്. ഇനി ഞാൻ നിശ്ചയിക്കും ലോകം എങ്ങനെ പ്രവർത്തിക്കണമെന്ന്''.

പ്രൊഫസർ വീണ്ടും വീണ്ടും അട്ടഹസിച്ചു. കരോലിന് ആകെ ഭയമായിത്തുടങ്ങി. പലപ്പോഴും അദ്ദേഹം തന്റെ കണ്ടു പിടുത്തങ്ങളെക്കുറിച്ച് ആവേശഭരിതനാകാറുള്ളത് അവൾ കണ്ടിട്ടുണ്ട്. എന്നാൽ ഇന്ന് അങ്ങനെയല്ല. ദൈവമേ, ഉറങ്ങാതെ ദിവസങ്ങളും മാസങ്ങളും തള്ളിനീക്കുന്ന അദ്ദേഹത്തിന് ഭ്രാന്തു പിടിച്ചുവോ? എന്തൊക്കെയാണ് അദ്ദേഹം പറഞ്ഞു കൂട്ടുന്നത്. കരോലിൻ ആകെ ചിന്താമഗ്നയായിരുന്നു.

പ്രൊഫസർ ആവേശത്തിരത്തള്ളലിലാണ്. അദ്ദേഹം പറഞ്ഞുതുടങ്ങി.

''പ്രപഞ്ചത്തിന്റെ അതിസൂക്ഷ്മതമമായ ഈ ഘടകത്തെ ഹിഗ്ഗസ് ബോസണുകൾ എന്നാണ് വിളിക്കുക. ഒരു പ്രോട്ടോണോ ഇലക്ട്രോണോ ഉണ്ടാകാൻ ലക്ഷക്കണക്കിന് ഹിഗ്ഗ്സ് ബോസണുകൾ വേണമെന്നു പറഞ്ഞാൽ നിനക്ക് എന്ത് ഊഹിക്കാൻ കഴിയും''.

കരോലിൻ മിണ്ടിയില്ല. അവൾ അദ്ദേഹത്തെ തുറിച്ചുനോക്കിക്കൊണ്ടിരുന്നു. പ്രൊഫസർ തുടരുകയാണ്. ''ഹിഗ്ഗ്സ് ബോസണുകളുടെ അവസ്ഥയിൽ സ്ഥലം, കാലം, ദൂരം എന്നതിനൊന്നും പ്രസക്തിയില്ല. നമ്മുടെ ചിന്തകളും വികാരങ്ങളും എന്തിന് സ്വപ്നങ്ങൾ പോലും നിഷ്കൃഷ്ടാർത്ഥത്തിൽ ദ്രവ്യത്തിന്റെ അവസ്ഥകൾ തന്നെയാണ്. ഹിഗ്ഗ്സ് ബോസണുകൾ തന്നെ. ഈ പ്രപഞ്ചത്തിൽ ഒന്നും പുതിയതായി ഉണ്ടാക്കപ്പെടുന്നില്ല. ഒന്നും നശിക്കുന്നുമില്ല. എല്ലാം ഹിഗ്ഗ്സ് ബോസണുകളുടെ മായിക പ്രപഞ്ചമാണ്.''

''ലോകം മായയാണ് എന്ന് പല ചിന്തകന്മാരും പറയുന്നുണ്ടല്ലോ''കരോലിൻ അഭിപ്രായപ്പെട്ടു.

പ്രൊഫസർ തലകുലുക്കി. ''ശരിയാണ്. നീ കണ്ട പൂച്ചക്കുട്ടിയെ ഞാൻ ഹിഗ്ഗ്സ് ബോസണുകളാക്കി ഈ പ്രപഞ്ചത്തിൽ ലയിപ്പിച്ചു. പിന്നീട് അതേ കണികകളിൽ നി

ന്നും അതേ പൂച്ചക്കുട്ടിയെ തിരികെ കൊണ്ടു വന്നു. എന്നു വെച്ചാൽ ഈ പ്രപഞ്ചത്തിലുള്ള എന്തിനേയും ഹിഗ്ഗ്സ് ബോസണുകളാക്കി പ്രപഞ്ചത്തിന്റെ അനന്തതയിലേക്ക് വിലയിപ്പിക്കാം. മഹാ സമുദ്രത്തിലേക്ക് ഒരു തുള്ളി വെള്ളം ചെന്നു ചേരുന്നതു പോലെ തന്നെ. അതുപോലെ ഏതു വസ്തുവും ശൂന്യതയിൽ നിന്നും ഉത്ഭവിപ്പിക്കാം. അതാണ് ഹിഗ്ഗ്സ് ബോസണുകളുടെ കണ്ടു പിടുത്തത്തിന്റെ പ്രസക്തി''.

പ്രൊഫസർ ദീർഘമായി നിശ്വസിച്ചു. വീണ്ടും തുടർന്നു. ''ഇനി കൃഷിയും ചരക്കുനീക്കവും, മാലിന്യസംസ്ക്കരണവും വ്യവസായങ്ങളും ഒന്നും ആവശ്യമില്ല. എല്ലാം ആവശ്യമുള്ളപ്പോൾ ആവശ്യമുള്ള സ്ഥലത്ത് ഞാൻ ഉത്ഭവിപ്പിക്കും. ഇപ്പോൾ ഞാൻ പറഞ്ഞത് നിനക്ക് മനസ്സിലായോ''.

''ക്രിസ്തു രൂപാന്തരപ്പെട്ടപ്പോൾ സൂര്യനെപ്പോലെ പ്രശോഭിച്ചു എന്നു ബൈബിളിൽ വായിച്ചിട്ടില്ലേ? ഹിഗ്ഗ്സ് ബോസണുകളായി പ്രപഞ്ചത്തിൽ വിലയം പ്രാപിക്കുന്നതിന്റെ ഒരു വിവരണമാണ് അപ്പറഞ്ഞിട്ടുള്ളത്. അതുപോലെ അഞ്ചപ്പം കൊണ്ട് അയ്യായിരം പേരെ തീറ്റിയതും ഇസ്രായേൽക്കാർ നാല്പതു വർഷംമരുഭൂമിയിൽ വച്ച് എന്നുംമന്നാ ഭക്ഷിച്ചതും വായിച്ചിട്ടില്ലേ? പൗരസ്ത്യ ദേശത്ത് ഒരു മഹർഷി ഒരു കുഞ്ഞിനെ ശൂന്യതയിൽ നിന്നും ഉത്ഭവിപ്പിച്ചത് കേട്ടിട്ടുണ്ട്.ഹിഗ്ഗ്സ് ബോസണുകൾ ഉപയോഗിച്ച്ആവശ്യമുള്ളവ സൃഷ്ടിക്കുന്നതിന്റെ ഉദാഹരണങ്ങളാണ് അതെല്ലാം. അബ്രാഹത്തിനു വേണ്ടി ഈ കല്ലുകളിൽ നിന്നും മക്കളെ ജനിപ്പിക്കാൻ സാധിക്കും എന്ന് യോഹന്നാൻ പറയുന്നതായി രേഖപ്പെടുത്തിയിട്ടുണ്ടല്ലോ. ഹിഗ്ഗ്സ് ബോസണുകൾ എന്ന അവസ്ഥയിൽ എന്തും പ്രപഞ്ചം മുഴുവൻ വ്യാപിക്കുന്നു. ഒട്ടും സമയ ഭേദമില്ലാതെ വിചാരിക്കുന്ന സ്ഥലത്ത് അവ ആവിർഭവിക്കുന്നുതാനും. അവിടെ പ്രകാശവേഗം എന്നുള്ളത് നമ്മുടെലോകത്ത് ഒച്ച് ഇഴയുന്ന വേഗം പോലുമില്ല.''

പ്രൊഫസർ ഉത്സാഹഭരിതനായി പറഞ്ഞു കൊണ്ടിരുന്നു. ഇടക്ക് അദ്ദേഹം ഒന്നു നിർത്തിയപ്പോൾ കരോലിൻ ചാടിക്കേറി ചോദിച്ചു.

''അപ്പോൾ ജനനവും മരണവുമൊക്കെയോ''?

പ്രൊഫസർ അവളെ സൂക്ഷിച്ചു നോക്കി. ''എന്റെ പരീക്ഷണങ്ങൾ മുഴുവൻ പൂർത്തീകരിച്ചുകഴിഞ്ഞാൽ ജനിമൃതികൾ ഡിക്ഷണറിയിലെ പഴയ വാക്കുകൾ മാത്രമാകും. ഹിഗ്ഗ്സ് ബോസണുകൾ ഉപയോഗിച്ച് എന്നും യൗവ്വനം നിലനിർത്താൻ സാധിക്കും. ഇന്നത്തെ തരത്തിലുള്ള ജനനവും മരണവും മുത്തശ്ശിക്കഥകളാകും. ആവശ്യമുള്ളപ്പോൾ ആവശ്യമുള്ള തരത്തിലുള്ള വ്യക്തിയെ സൃഷ്ടിക്കുക. ഭൂമിയിലെ ജീവിതം മതിയെന്നു തോന്നുമ്പോൾ പ്രപഞ്ചത്തിന്റെ അനന്തതയിലേക്ക് ലയിച്ചുചേരുക. ഇതാണ് ഇനി ഉണ്ടാകാൻ പോകുന്നത്. അല്ലെങ്കിൽ ഞാൻ അങ്ങനെയാണ് തീരുമാനിക്കാൻ പോകുന്നത്.''

പ്രൊഫസർ വീണ്ടും പൊട്ടിച്ചിരിക്കാൻ തുടങ്ങി. ''ഞാനൊന്നു ചോദിച്ചോട്ടെ''.

കരോലിൻ ചോദിച്ചു. അവളുടെ കണ്ണുകളിൽ ഭയം തളംകെട്ടിനിന്നു.

''ചോദിച്ചോളൂ''.

പ്രൊഫസർ തലകുലുക്കി. ''അങ്ങ് പ്രപഞ്ചത്തിലേക്ക് ലയിപ്പിച്ചു വിടുന്നത് ഒരു ജീവിയെ ആണെങ്കിൽ തിരിച്ചുവിളിക്കുമ്പോഴും അതിന് ജീവൻ ഉണ്ടാവേണ്ടേ?''

പ്രൊഫസർ തന്റെ ഭാര്യയുടെ നേരെ കണ്ണുയർത്തി. ''മിടുമിടുക്കി. എത്ര കൃത്യമായ ചോദ്യം. തീർച്ചയായും ജീവൻ ഉണ്ടാവണം.'' ''പക്ഷേ''... കരോലിൻ അർദ്ധോക്തിയിൽ നിർത്തി.

''നീ ഉദ്ദേശിച്ചത് ഞാൻ പറയാം.'' പ്രൊഫസർ പറഞ്ഞു.

''ജീവനുള്ള പൂച്ചയെ ഞാൻ അയച്ച ശേഷം തിരിച്ചുവിളിച്ചു കൊണ്ടു വന്നപ്പോൾ അതിന് ജീവനില്ലല്ലോയെന്ന്. അതല്ലേ കാര്യം''?

അവളുടെ മുഖം തിളങ്ങി. അവൾ തലയാട്ടി.

''അതു തന്നെ'' അവൾ പ്രത്യുച്ചരിച്ചു.

''അതാണ് ഞാൻ പറഞ്ഞത് എന്റെ പരീക്ഷണം പൂർത്തിയാകുമ്പോൾ എന്ന്. ആ പൂച്ച ഒരു തിര്യക്ക് ആണ്, അതിന് ചിന്താശക്തി ഇല്ല. വിവേചന ശക്തിയുമില്ല. അതു കൊണ്ടാണ്

അത് ജീവനില്ലാതെ തിരിച്ചുവന്നത്. അത് ഞാൻപ്രതീക്ഷിച്ചിരുന്നതാണ്.''''അപ്പോൾ ഇനിയെന്തു ചെയ്യും''.

കരോലിൻ ചോദിച്ചു. പ്രൊഫസർ ഒരുനിമിഷം മൗനം ഭജിച്ചു. പിന്നെ അദ്ദേഹം പറഞ്ഞു.

''അതേ കരോലിൻ, ഇനി മനുഷ്യനെയാണ് ഞാൻ പ്രപഞ്ചത്തിൽ ലയിപ്പിക്കാനും തിരികെ വിളിക്കാനും പോകുന്നത്. മറ്റാരെയുമല്ല. അത് നിന്നെത്തന്നെയാണ്. നീയെന്നോട് സഹകരിക്കണം''.

വെള്ളിടി വെട്ടിയപോലെ കരോലിൻ ഞെട്ടിവിറച്ചു. ''അങ്ങ്..... എന്താ...... ണ്...... ഈ......പറയുന്നത്''.

അവളുടെ ശബ്ദം കരച്ചിലായി മാറി.

''കരോലിൻ''

പ്രൊഫസർ ക്രൂദ്ധനായി. അത് ഒരലർച്ചയായിരുന്നു. ''ഇതൊരു പരമ രഹസ്യമാണ്. ഞാൻ പറയുന്നത് നീ അനുസരിച്ചേ മതിയാകൂ.''

''അയാളുടെ രൗദ്രമായിരിക്കുന്ന മുഖം വിറകൊള്ളുന്നത് കരോലിൻ കണ്ടു. പെട്ടെന്ന് അവൾ ശാന്തയായി.

''എന്റെ പൊന്നേ, അങ്ങ് ആകെ ക്ഷീണിതനും ഉത്കണ്ഠാകുലനുമായിരിക്കുന്നു. ഇവിടെ ശാന്തമായി ഇരുന്ന് അല്പം വിശ്രമിക്കൂ.

''കുറച്ചുവെള്ളം കുടിക്കാൻ കൊണ്ടുവരൂ''. അദ്ദേഹം ആവശ്യപ്പെട്ടു.

''ഞാൻ ഫ്രിഡ്ജിൽ നിന്നും കുറച്ച് പഴച്ചാർ എടുത്തുകൊണ്ടുവരട്ടെ. അങ്ങ് ശാന്തനായിരിക്കൂ''.

പ്രൊഫസർ ഹെൻട്രി കസേരയിൽ ഇരുന്നു. കരോലിൻ അടുക്കളയിലേക്കു പോയി. അല്പം കഴിഞ്ഞ് ഒരു ഗ്ലാസ്സ് നിറയെ പഴച്ചാറുമായി അവൾ വന്നു. അത് പ്രൊഫസർക്കു കൊടുത്തു. നല്ല തണുപ്പുള്ള ജ്യൂസ്. ഒറ്റവലിക്ക് അദ്ദേഹം അതുമുഴവൻ കുടിച്ചു തീർത്തു. അദ്ദേഹം അത്രമാത്രം ക്ഷീണിതനായിരുന്നു. ഗ്ലാസ്സ് കരോലിന്റെ കയ്യിൽ കൊടുത്തു. അവൾ ഗ്ലാസ്സ് അടുത്തുള്ള മേശപ്പുറത്തുവച്ചു. അദ്ദേഹത്തിന്റെ മുഖത്തേക്കു നോക്കി.

‘‘ഇനി അങ്ങയുടെ പദ്ധതികൾ നമുക്ക് നാളെചർച്ച ചെയ്യാം.’’ അവൾ പറഞ്ഞു.

‘‘നാളെയോ, സാധ്യമല്ല. ഇന്നുതന്നെ. അല്ല ഇപ്പോൾത്തന്നെ. ഇപ്പോൾ......തന്നെ......ഇ......പ്പോ......ൾ...’’

പ്രൊഫസറുടെ നാവ് കുഴഞ്ഞു. അയാൾ ഇരുന്നിരുന്ന കസേരയിൽനിന്നും എഴുന്നേൽക്കാൻ ശ്രമിച്ചു. പക്ഷെ കാലുകൾ നിലത്തുറച്ചില്ല.

‘‘കരോലി....ൻ’’ പ്രൊഫസർ കാർക്കശ്യത്തോടെ വിളിക്കാൻ ശ്രമിച്ചു. ‘‘നീ...... എ......ന്നെ......ച......തി......ച്ചോ.... ’’

അദ്ദേഹം കോട്ടിന്റെ പോക്കറ്റിൽ നിന്നും റിവോൾവർ എടുക്കാൻ ഒരു വിഫലശ്രമം നടത്തി. ഒരുനിമിഷം.. അയാൾ കുഴഞ്ഞ് താഴെ വീണു.

‘‘ഓ......ഹെൻട്രി......ഐയാം വെരിസോറി. നിങ്ങളെന്നെ കൊല്ലുമെന്ന് എനിക്ക് നൂറ് ശതമാനം ഉറപ്പായപ്പോൾ എനിക്കു വേറെ മാർഗമില്ലായിരുന്നു. സ്വന്തം ജീവൻ രക്ഷിക്കാൻ ഏതു വ്യക്തിക്കും അവകാശമുണ്ടല്ലോ. നിങ്ങൾ എന്നെ എത്ര പ്രാവശ്യം പരീക്ഷണ മൃഗമാക്കാൻ ശ്രമിച്ചിട്ടുണ്ട്. അപ്പോഴെല്ലാം ഞാൻ ഒരുവിധത്തിൽ രക്ഷപ്പെട്ടു. പക്ഷെ ഇത്തവണ നിങ്ങളുടെ തീരുമാനം ഉറച്ചതാണെന്ന് എനിക്കു മനസ്സിലായി. ദൈവം എന്നോടു ക്ഷമിക്കട്ടെ. എങ്കിലും എന്റെ ദൈവമേ! ഞാനിതു ചെയ്തല്ലോ’’. കരോലിൻ ബോധംകെട്ട് പ്രൊഫസറുടെ ചേതനയറ്റു നിശ്ചലമായ ശരീരത്തിലേക്കു വീണു.

2008

10. കഴുത്തിൽ കുരുക്ക് ഇടുന്നതിന് മുമ്പ്

ഞാൻ യൂദാസ്. യൂദാസ് സ്ക്കറിയോത്ത. ശിമയോൻ സ്ക്കറിയോത്തയുടെ മകൻ യൂദാസ്. യേശുവിന്റെ പന്ത്രണ്ട് ശിഷ്യന്മാരിൽ ഒരുവൻ. തെരഞ്ഞെടുക്കപ്പെട്ട പന്ത്രണ്ടുപേർ. അവരിൽ ഒരാൾ. ഞങ്ങളുടെ സംഘത്തിന്റെ പണസഞ്ചി സൂക്ഷിപ്പുകാരൻ. സംഘത്തിൽ കണക്കും കാര്യങ്ങളും അറിയാവുന്ന ചുരുക്കം ചിലരിൽ ഒരാൾ. പക്ഷേ, ഇന്ന്...ഇന്നു മുതൽ ഞാൻ.... ഒ.... ഒറ്റുകാരൻ യൂദാസ്! ഇല്ല..... ഇല്ല.... എനിക്കിത് താങ്ങുവാൻ സാധ്യമല്ല..... സാധ്യമല്ല. ആ....നികൃഷ്ടമായ നാമധേയം. ഒ.... ഒറ്റുകാരൻ യൂദാസ്! ഇല്ല.... സാധ്യമല്ല. ആ ശാപഗ്രസ്തമായ വാക്ക് എന്നിൽ സഹിക്കാവുന്നതിലും വളരെ വളരെ ഭീകരമാണ്. എന്റെ ദു:സ്വപ്നങ്ങളിൽപോലും ആ വാക്ക് കേൾക്കുവാൻ ഞാൻ ഇഷ്ടപ്പെടുന്നില്ല. ഒറ്റുകാരൻ യൂദാസ്. പണക്കൊതിയൻ യൂദാസ്. വഞ്ചനനിറഞ്ഞ ഹൃദയത്തിനുടമയായവൻ. ചുംബിച്ചുകൊണ്ട് ഒറ്റു കൊടുക്കുന്നവൻ. യൂദാസ് സ്ക്കറിയോത്ത. വയ്യ.... വയ്യ.... ആ ഭീകരനാമം കേൾക്കാൻ ഞാൻ ഉണ്ടാവുകയില്ല, ഇല്ല.... ഇല്ല... നിശ്ചയമായും ഞാനത് കേൾക്കില്ല.

എങ്കിലും എന്റെ യേശുവേ, നീ ഇത്ര വലിയ ചതി

എന്നോട് ചെയ്യുമെന്ന് സ്വപ്നത്തിൽ പോലും ഞാൻ ഓർത്തില്ല. നീ എന്നും ഞങ്ങളുടെ ഗുരുവും നാഥനുമായിരുന്നല്ലോ. എന്നിട്ടും.... എന്നിട്ടും തെമ്മാടികളുടെ രാജാവായ ബെറാബാസിനേക്കാൾ നീചനായി നീ എണ്ണപ്പെട്ടതു കണ്ടപ്പോൾ ഞാൻ തകർന്നു പോയി. കൊല മരത്തിൽ തൂക്കാനായി നീ വിധിക്കപ്പെട്ടപ്പോൾ.... ഹൊ, എനിക്ക് പിടിച്ചു നിൽക്കുവാൻ സാധിക്കുന്നില്ല. നീ ഈ ലോകം വെടിയും മുമ്പേ ഞാൻ ഈ ലോകത്തു നിന്നും രക്ഷപ്പെടും. പക്ഷേ, യേശുവേ നീ ഇത്രമാത്രം ശുദ്ധനായിപ്പോയല്ലോ. പുരോഹിത പ്രമുഖന്മാരുടെയും പീലാത്തോസിന്റെയും മുമ്പിൽ നിശബ്ദനായിരുന്നാൽ അവർ നിന്നെ നിരപരാധിയെന്നു കണ്ട് വെറുതെ വിടുമെന്ന് നീ ചിന്തിച്ചു പോയോ? മഹാകഷ്ടം! ഇതിനെല്ലാം കാരണക്കാരൻ ഞാനാണല്ലോ എന്നോർത്ത് എന്റെ ഹൃദയം നുറുങ്ങുന്നു. നാളെ മുതൽ ജനങ്ങളും മറ്റ് ശിഷ്യന്മാരും എന്നെ കണ്ടുവെങ്കിൽ... ഹൊ!

ഗുരുവേ, എനിക്ക് ഓർക്കുവാൻ സാധിക്കുന്നില്ല. നിന്റെ ശിഷ്യന്മാരിൽ ഏറ്റവും ബുദ്ധിമാനും കാര്യപ്രാപ്തിയുള്ളവനും ഞാനാണെന്ന് തെളിയിക്കുവാൻ കിട്ടിയ അവസരമാണല്ലോയെന്നു ഞാൻ കരുതി. പൊങ്ങച്ചക്കാരനും എടുത്തുചാട്ടക്കാരനും ഭീരുവുമായ ശിമയോൻ പത്രോസല്ല, ഞാൻ... ഞാൻ മാത്രമാണ് ഏറ്റവും ബുദ്ധിമാൻ എന്നു തെളിയിക്കുവാനുള്ള അവസരമായിട്ടാണ് ഞാനതു ചെയ്തത്. നിശ്ചയമായിട്ടും നിന്നെ വഞ്ചിക്കാനോ നശിപ്പിക്കാനോ വേണ്ടി ആയിരുന്നില്ല. യേശുവേ, അങ്ങ് എന്നെ ഇത്രമാത്രം തെറ്റിദ്ധരിച്ചല്ലോ.

എത്ര കൃത്യതയോടെയാണ് ഞാൻ പദ്ധതികൾ തയ്യാറാക്കിയത്. പണം കൈകാര്യം ചെയ്യുന്നവനേ അതിന്റെ വില അറിയൂ. പണത്തിനുമീതെ പരുന്തും പറക്കുകയില്ല എന്നുള്ള ലോക നിയമം നീ മനസ്സിലാക്കാതിരുന്നത് എന്തു കൊണ്ടാണ്. പത്തു പണം കയ്യിലുണ്ടെങ്കിൽ നൂറ് പണത്തിന്റെ പൊലിമ കാണിക്കുന്നവന് ഉള്ളതാണ് ഈ ലോകം. പണമുണ്ടെങ്കിൽ അതുകൊണ്ട് കളിക്കാൻ കഴിവും വേണം. നിശ്ചയമായും നിന്റെയും നമ്മുടെ സംഘത്തിന്റെയും നന്മയെക്കരുതി മാത്രമാണ്

ഞാനതു ചെയ്തത്. ഹൊ! എന്റെ പദ്ധതി വിജയിച്ചിരുന്നു വെങ്കിൽ യൂദയായിലെ ഏറ്റവും ബുദ്ധിമാനായവൻ എന്ന് എന്നെപ്പറ്റി എല്ലാവരും പറഞ്ഞേനെ. നിസ്സാര വിലയൊന്നുമല്ല ഞാനാ കള്ള പ്രമാണിമാരുടെ കയ്യിൽനിന്നും വാങ്ങിയെ ടുത്തത്. പട്ടണത്തിനു വെളിയിൽ എന്തു മാത്രം മുന്തിരിത്തോട്ടം വാങ്ങുവാൻ ആ പണംകൊണ്ട് സാധിക്കുമായിരുന്നു. തോട്ടം വാങ്ങുവാനൊന്നുമായിരുന്നില്ല എന്റെ ഉദ്ദേശ്യം. നിന്റെ വരട്ടു തത്വശാസ്ത്രം കൊണ്ടു നടന്നാൽ ഈ ലോകത്ത് ഒരു നേട്ടവും ഉണ്ടാകാൻ പോകുന്നില്ല എന്ന് ഞാൻ മനസ്സിലാക്കി. മനു ഷ്യർ പരസ്പരം സ്നേഹിക്കണം. പിതാവും നീയും ഒന്നാണ്. നിന്റെ ശരീരവും രക്തവും എല്ലാവർക്കും ഭക്ഷണമായി നൽ കും. എന്നൊക്കെപ്പറഞ്ഞാൽ മനുഷ്യർ എന്തു മന സ്സിലാക്കും. നീ എന്തോ ഭോഷ്ക് പറയുന്നുവെന്നേ ജനം ചിന്തിക്കുകയുള്ളൂ. ഓർക്കുന്നില്ലേ, എത്രപേരാണ് അന്നു നി ന്നെ വിട്ടുപോയത്. എങ്കിലും അങ്ങ് അപ്പം വർദ്ധിപ്പിച്ച് നൽകി യതും മരിച്ചവരെ ഉയിർപ്പിച്ചതും വെള്ളത്തിനു മീതെ നടന്നതും പിശാചുക്കളെ ചാടിച്ചു വിട്ടതുമൊക്കെ കണ്ടപ്പോൾ നീ ഒരു പ്ര വാചകനാണ് എന്ന് ജനംവിചാരിച്ചു. അതൊക്കെത്തന്നെയാണ് ജനത്തിന് ആവശ്യമുള്ളതും. എന്നാലും തന്നെപ്പോലെ തന്നെ അയൽക്കാരനെയും സ്നേഹിക്കണം; രണ്ടുള്ളവൻ ഒന്നില്ലാത്തവന് കൊടുക്കണം എന്നൊക്കെപ്പറഞ്ഞാൽ ആരു ശ്രദ്ധിക്കും. രാത്രിയിൽ ആരുംകാണാതെ അതിർത്തികൾ മാറ്റി തോട്ടത്തിന്റെ വിസ്തൃതി വർദ്ധിപ്പിക്കുന്നതും വട്ടിപ്പലിശ മേടിച്ച് പെട്ടി നിറക്കുന്നതും കൈക്കൂലി കൊടുത്ത് അധികാ രികളെ പാട്ടിലാക്കി കാര്യം നേടുന്നതും ഒക്കെയാണ് കഴി വുള്ളവൻ ചെയ്യുന്നത്. കഴിവില്ലാത്തവൻ സാരോപദേശവും കൊണ്ടു നടക്കും. നമ്മുടെ സംഘത്തിന് എന്നും അങ്ങനെ ന ടന്നാൽ മതിയോ. നാലുതുട്ട് ഉണ്ടാക്കാൻ സാധിച്ചില്ലെങ്കിൽ പി ന്നെയീ പ്രസ്ഥാനവും കൊണ്ടു നടന്നിട്ട് എന്തുകാര്യം.

യേശുവേ; നീ പുരോഹിത പ്രമാണിമാരെ എല്ലാം പി ണക്കിയില്ലേ. ''വെള്ള അടിച്ച കുഴിമാടങ്ങൾ'' എന്നൊക്കെ പ രിഹസിച്ച് അവരെ പ്രകോപിച്ചില്ലേ. കൂടാതെ സാബത്തിൽ

രോഗശാന്തി നൽകിയതൊന്നും അവർക്ക് ഒട്ടുംപിടിച്ചില്ല. എല്ലാത്തിനും ഉപരി, കഴിഞ്ഞ ആഴ്ച ചാട്ടവാറുണ്ടാക്കി അവർ നിയമിച്ചിരുന്ന കച്ചവടക്കാരെയെല്ലാം ദേവാലയത്തിൽ നിന്നും നീ ഓടിച്ചില്ലേ. അതോടുകൂടി അവരുടെ വിദ്വേഷം ശതഗുണീഭവിച്ചില്ലേ? പുരോഹിതന്മാരെ പിണക്കിയിട്ട് ആർക്കെങ്കിലും ഈ ലോകത്ത് നിലനില്പുണ്ടോ. തോറ (നിയമഗ്രന്ഥം) മുഴുവൻ അരച്ചുകലക്കി കുടിച്ചവരാണ് അവർ. ഇടക്കൊക്കെ നീ അവരെ വാക്കുമുട്ടിച്ചു എന്നതൊക്കെ സത്യം തന്നെ. എന്നാലും ശരിയും തെറ്റും പുരോഹിത ശ്രേഷ്ഠന്മാർ നിശ്ചയിക്കുന്നതല്ലെ ഉള്ളൂ. അവരെ സ്ഥിരമായി പിണക്കി നിർത്തുന്നതുപ്രായോഗിക ബുദ്ധിക്കു ചേർന്നതാണോ? അപ്പോൾ അവരുടെ പണംകൊണ്ടു തന്നെ അവരെ നമ്മുടെ സ്വാധീന വലയത്തിൽ ആക്കുവാൻ ഞാൻ എത്ര സമർത്ഥമായിട്ടാണ് പദ്ധതികൾ ആസൂത്രണം ചെയ്തത്. പണം കയ്യിലുള്ളവന്റെ മുമ്പിൽ എല്ലാവരും വാലാട്ടിപ്പട്ടികൾ! പണം എവിടെനിന്ന് കിട്ടിയാലെന്ത്? എങ്ങനെ കിട്ടിയാലെന്ത്? ആരിൽനിന്ന് കിട്ടിയാലെന്ത്? ആർക്കും അത് അറിയേണ്ടതില്ല. പണം...പണം.... പണമുണ്ടോ, അതുമാത്രമേ എല്ലാവരും നോക്കുന്നുള്ളൂ. പണം എത്രയുണ്ടെങ്കിലും അധികമാവുകയില്ല.

ഛെ, എന്റെ പരിപാടികൾ ആഗ്രഹിച്ചപോലെ നടന്നിരുന്നെങ്കിൽ നമുക്ക് എത്ര നേട്ടമുണ്ടാകുമായിരുന്നു. റബ്ബീ, അങ്ങ് എത്രതവണ ആ കള്ളപ്പരിഷകളുടെ ഇടയിൽക്കൂടി തന്ത്രപൂർവം രക്ഷപ്പെട്ടിരിക്കുന്നു. നിന്നെ കല്ലെറിയുവാനും പിടിച്ചുകെട്ടുവാനും മലയുടെ മുകളിൽ നിന്നും താഴേക്ക് എറിയുവാനും മർദിക്കുവാനും അവർ എത്രയോ പ്രാവശ്യം സന്നാഹം കൂട്ടി. നിന്നെ തൊടാൻ അവർക്കു സാധിച്ചുവോ? നീ 'മായ'പോലെ രക്ഷപ്പെട്ടില്ലെ. എന്റെ കണക്കുകൂട്ടലുകൾ വിജയിച്ചിരുന്നുവെങ്കിൽ, ഞാൻ നമ്മുടെ പ്രസ്ഥാനത്തോടുള്ള പുരോഹിതന്മാരുടെ വെറുപ്പ് ഇല്ലായ്മ ചെയ്യുമായിരുന്നു. ദേവാലയത്തിലേക്ക് ഒരു നല്ല സംഭാവന, പുരോഹിതന്മാർക്കും മഹാപുരോഹിതനും നല്ലൊരു വിരുന്ന്; സേവകപ്പരിഷകൾക്ക് നക്കിത്തിന്നാനും മോന്തിക്കുടിക്കുവാനും അല്പം ഇറച്ചിയും

വീഞ്ഞും; പിന്നെ നമ്മൾ പറയുന്നിടത്ത് അവർ നിൽക്കും. നമ്മുടെ സംഘത്തിൽ നിന്നും ഞാനോ അല്ലെങ്കിൽ മറ്റൊരാളേയോ 'സെൻഹെദ്രീൻ' സംഘമെന്ന ആലോചനാ സമിതിയിൽ എടുക്കും. പിന്നെ നമ്മൾ എന്തു ചെയ്താലും ആരും ചോദിക്കാൻ വരില്ല. നമുക്ക് എന്തും ചെയ്യാം. അതൊക്കെയാണല്ലോ നാട്ടുനടപ്പ്. പക്ഷേ യേശുവേ നിന്റെ മൗനം എല്ലാം തകിടം മറിച്ചില്ലെ. മൗനം വെടിഞ്ഞപ്പോഴൊക്കെ അവരെ വെറുപ്പിക്കുന്ന മറുപടികളും, അതും മഹാപുരോഹിതനോടു പോലും.

ഹേറോദേസിന്റെ പക്കൽ നിന്നെയെത്തിച്ചപ്പോൾ എന്തെങ്കിലും ഒരു അത്ഭുതം നീ കാണിച്ചിരുന്നെങ്കിൽ! റബ്ബീ, അയാൾ ആകെ ഭയന്നാണ് നിന്നെ കണ്ടതുതന്നെ. നീ എന്തെങ്കിലും ചെറിയ ഒരു അത്ഭുതം കാണിച്ചിരുന്നുവെങ്കിൽ പോലും അതിൽ പിടിച്ച്, അയാൾ നിന്നെ വെറുതെ വിടുമായിരുന്നില്ലെ. ആർക്കും മനസ്സിലാക്കാൻപറ്റാത്ത നിന്റെ നിഗൂഢമൗനം എല്ലാം നഷ്ടപ്പെടുത്തി. അതും പോകട്ടെ, ദേശാധിപതി പീലാത്തോസിന്റെ മുമ്പിൽ എത്തിച്ചപ്പോൾ അദ്ദേഹത്തിന്റെ ഭാര്യപോലും നിന്നെ സഹായിച്ചില്ലെ. അവരുടെ വാക്കുകേട്ട് പീലാത്തോസ് നിന്നെ രക്ഷപ്പെടുത്താൻ എത്ര ആഗ്രഹിച്ചു. ലോകത്തിൽ ഇതിനുമുമ്പ് ഏതെങ്കിലും ഒരു ന്യായാധിപൻ പ്രതിക്ക് അനുകൂലമായി ഇത്ര ശക്തമായി വാദിച്ചിട്ടുണ്ടോ. അതും ഒരു അന്യനാട്ടുകാരൻ. എന്നിട്ടും കഷ്ടം! യേശുവേ, നീ ഇങ്ങനെ വിധിക്കപ്പെടാൻ ഇടയായല്ലോ. ഞാൻ നിരപരാധിയാണ് എന്നെ വെറുതെ വിടണം എന്ന് നീ ആരുടെ മുമ്പിലും അപേക്ഷിച്ചില്ലെന്നു മാത്രവുമല്ല എല്ലാവരെയും പ്രകോപിപ്പിക്കുകയും ചെയ്തു. അതല്ലെങ്കിൽ എന്തെങ്കിലും പറയേണ്ടിടത്ത് നീ മൗനം ഭജിച്ചു.

യേശുവേ ഞാൻ ഒരിക്കലും നിനക്ക് എതിരായി പ്രവർത്തിച്ചിട്ടില്ല. നിരക്ഷരനും പേടിത്തൊണ്ടനുമായ ആ പത്രോസിനെ ഞങ്ങളുടെ നേതാവായി നീ നിയമിച്ചപ്പോഴും ഞാൻ ഒരക്ഷരം ഉരിയാടിയില്ല. പാപിനിയായ മറിയം അത്രയും വിലയേറിയ സുഗന്ധതൈലം നിന്റെ കാലിൽക്കൂടി വെറുതെ നി

ലത്ത് ഒഴുക്കിക്കളഞ്ഞപ്പോൾ മാത്രമാണ് -അതും പണത്തിന്റെ മൂല്യം നന്നായി അറിയാവുന്നതുകൊണ്ട് മാത്രം- ഞാൻ പ്രതികരിച്ചത്. അതു വിറ്റിട്ട് ദരിദ്രർക്ക് കൊടുക്കാമായിരുന്നുവെന്ന്. അതിനും കാരണമുണ്ട്. ആരും ഒന്നും പറഞ്ഞില്ലെങ്കിലും മറ്റു ശിഷ്യന്മാരുടെഒക്കെ മനോഭാവം എനിക്കു മനസ്സിലായിരുന്നു. മാത്രമല്ല അവൾ നിന്നെ സ്വാധീനിച്ചു എന്നു മറ്റുള്ളവർ പറയരുതെന്നും ഞാൻ കരുതി.

ഗുരുവേ, ഞാൻ ഒരിക്കലും അങ്ങയെ നശിപ്പിക്കാനായിരുന്നില്ല ഇതു ചെയ്തത്. നസ്രായനായ യേശുവിനെയാണ് ഞങ്ങൾ അന്വേഷിക്കുന്നത് എന്ന് നിന്നെ പിടിക്കുവാൻ വന്ന പടയാളികളും മറ്റും പറഞ്ഞപ്പോൾ അതു ഞാൻ തന്നെയാണ് എന്നു നീ പറഞ്ഞില്ലേ. അതു കേട്ടപ്പോൾ എല്ലാവരും ബോധം കെട്ടുവീണില്ലേ. അതുതന്നെയാണ് ഞാൻ ആഗ്രഹിച്ചിരുന്നതും. അപ്പോൾ ഞാൻ ഉള്ളിൽ എത്രമാത്രം സന്തോഷിച്ചെന്നോ? നീയും മറ്റു ശിഷ്യന്മാരും ഓടി രക്ഷപ്പെട്ടുകൊള്ളുമെന്നും അല്ലെങ്കിൽ ബോധം കെട്ടുവീണവന്മാർ എല്ലാം പൊട്ടക്കണ്ണന്മാരായി തപ്പിത്തടയുമെന്നും എന്റെ പദ്ധതി വിജയിച്ചെന്നും ഞാൻ കരുതി. പുരോഹിതന്മാരുമായുള്ള എന്റെ കരാർ അനുസരിച്ച് ഞാൻ നിന്നെ അവർക്കു കാണിച്ചു കൊടുത്തു. അപ്പോൾ പിന്നെ ആ മുപ്പതു വെള്ളി നാണയങ്ങൾ എനിക്ക് അവകാശപ്പെട്ടതാണല്ലോ.നീ ദൈവപുത്രനായതുകൊണ്ട് അവരുടെ കയ്യിൽ നിന്നും രക്ഷപ്പെട്ടു പോയതിന് ഞാൻ ഉത്തരവാദിയല്ലല്ലോ. നിന്റെ ജീവനും എന്റെ പണവും ഒന്നുപോലെ സുരക്ഷിതം! പക്ഷേ, നീ വീണ്ടും അവർക്കു ബോധം നൽകി സ്വയം അവരുടെ മുമ്പിലേക്ക് ചെന്നു പിടി കൊടുത്തു. എന്റെ പദ്ധതി, എന്റെ കൗശലം എല്ലാം തകർന്ന് അടിഞ്ഞുപോയി. നീ വിധിക്കപ്പെട്ടു. അതും തിരിച്ചുവരവില്ലാത്ത മരണശിക്ഷക്ക്. യേശുവേ, എനിക്കു പിന്നെ പിടിച്ചു നിൽക്കുവാൻ സാധിച്ചില്ല. ഞാൻ നേടിയ ആ വലിയ സംഖ്യ അങ്ങനെ തന്നെ പുരോഹിതന്മാരുടെ നേരെ വലിച്ചെറിഞ്ഞിട്ടാണ് ഞാൻ പോന്നത്. ഒരു ബുദ്ധിജീവിയുടെ ദാരുണമായ അന്ത്യം എന്നു വേണമെങ്കിൽ മറ്റുള്ളവർ പറഞ്ഞുകൊള്ളട്ടെ പരിഹസിക്കട്ടെ. എന്നാലും യേശുവേ നിന്നെ

വധശിക്ഷക്കു വിധിച്ചത് എനിക്ക് താങ്ങാൻ സാധിക്കുന്നില്ല. ആ ചതിയന്മാരായ പുരോഹിതന്മാർ എന്റെ പണം പെറുക്കി എടുത്തപ്പോൾ പോലും നിന്നെ വിട്ടയക്കാൻ തയ്യാറായില്ല.

ഹൊ, എന്താണ് ഒരു ആരവം. ജനത്തിന്റെ ആരവം. അത് അടുത്തടുത്ത് വരികയാണല്ലോ. സീസറിനെ വധിച്ചപ്പോൾ ബ്രൂട്ടസിന് ജയ്‌വിളിച്ച ജനക്കൂട്ടം അടുത്തനിമിഷം അയാൾക്ക് എതിരെ തിരിഞ്ഞതു പോലെ ജനക്കൂട്ടം എന്നെ അന്വേഷിച്ചു വരുകയാണോ? ഒറ്റുകാരൻ യൂദാസിനെ തേടി? ഇല്ല... ഇല്ല... നിശ്ച യമായും അവർക്ക് എന്നെ കിട്ടുകയില്ല. യേശുവേ, ഇതാ.... ഇതാ..... ഞാൻ നിനക്കുമുമ്പേ ഈ ലോകം വിടുന്നു. ഇതാ..... ഈ കയറിന്റെ കുരുക്ക് എന്റെ കഴുത്തിൽ.

2012

11. ട്രാഫിക്ക് സിഗ്നൽ

"റൊമ്പ കഷ്ടം".

ട്രാഫിക്ക് സിഗ്നലിൽ ചുവപ്പു ലൈറ്റ് തെളിഞ്ഞതുകൊണ്ട് ഡ്രൈവർ പെട്ടെന്ന് കാർ നിർത്തി. ചുവപ്പ് വീഴുന്നതിനു മുമ്പ് സിഗ്നൽ കടന്നുകിട്ടാനുള്ള വേവലാതിയും ശ്രദ്ധയുംനിഷ് ഫലമായിപ്പോയതിലുള്ള മനസ്സിന്റെ പ്രതികരണം. ഞാൻ മന സ്സിൽ ഓർത്തു. വാച്ചിൽ നോക്കി. എയർപോർട്ടിൽ സമയത്ത് എത്തുവാൻ ഇനി അരമണിക്കൂറേയുള്ളൂ. പത്തോ പന്ത്രണ്ടോ കിലോമീറ്റർ ഉള്ളുവെങ്കിലും അതിനിടയിൽ ഇനിയും പല സിഗ്നൽ ജംഗ്ഷനുകൾ ഉണ്ട്. ടാക്സിയുടെ ഡ്രൈവർക്ക് അക്കാ ര്യം നന്നായി അറിയാം. ആ വിഷമങ്ങൾ എല്ലാം അയാളുടെ ചുരുങ്ങിയ വാക്കുകളിലെ പ്രതികരണങ്ങളിൽ നിറഞ്ഞു നിന്നു. ഇനിയിപ്പോൾ രണ്ടുമൂന്നു മിനിട്ട് പോക്കായി. ഞാൻ മുമ്പിലേക്ക് നോക്കിയിരുന്നു. മുമ്പിൽ എത്രയോ വാഹനങ്ങൾ. ജംഗ്ഷനിൽ ഒരുഭാഗത്തേക്ക് ഓടിമറയുന്ന വാഹനങ്ങൾ. പെട്ടെന്നാണ് ആ മനുഷ്യൻ എന്റെ ദൃഷ്ടിയിൽ പെട്ടത്. ചുവപ്പ് സിഗ്നൽ കാ രണം നിർത്തിയിട്ടിരിക്കുന്ന വാഹനനിരയുടെ മുമ്പിലത്തെ വാഹനത്തിൽ നിന്നും അടുത്ത വാഹനത്തെ സമീപിക്കുന്ന ഒരാൾ. വലതു കൈപ്പത്തി മുറിഞ്ഞു പോയ ഒരാൾ. കുറെ മുമ്പിലായി വാഹനങ്ങൾക്കിടയിലാണെങ്കിലും എന്തോ ഒരു പ രിചയം. ആ മുഖം ഒന്നു കാണാൻ ഞാൻ ശ്രമിച്ചു. സീറ്റിൽ മുന്നോട്ട് ആഞ്ഞ് ഞാൻ നോക്കി. എന്റെ നെഞ്ചിൽ വെള്ളിടി വെട്ടി. അതേ, അത് അയാൾ തന്നെ. രാജേഷ്, രാജേഷ്! ഞാൻ അല്പം കൂടി മുന്നോട്ടാഞ്ഞ് അയാളുടെ കാലുകൾ ശ്രദ്ധിച്ചു. ശരിതന്നെ. ഇടത്തെ കാല് സ്വാധീനമില്ല. വെയ്പുകാലാണ്. കീറിയ പാൻസിനുള്ളിലും അത് എനിക്ക് മനസ്സിലാക്കാൻ

സാധിക്കുന്നുണ്ട്. ഓരോ വാഹനത്തിന്റെ മുമ്പിലും ഞൊണ്ടി നടന്നുചെന്ന് ഇടതു കൈനീട്ടി എന്തെങ്കിലും തരണേ എന്ന ഭാവത്തിൽ നിൽക്കുന്ന രാജേഷ്!

എന്തെല്ലാം വികാരങ്ങൾ എന്റെ മനസ്സിലേക്ക് ഓടി വരുന്നു. ഹൊ എന്തൊരു കാഴ്ച! രാജേഷ്. ഉറച്ച പേശികളും കൊമ്പൻ മീശയും ക്രൗര്യം നിറഞ്ഞ മുഖവും ചുവന്ന കണ്ണുകളുമായി ഒറ്റ നോട്ടത്തിൽ ആരേയും തളർത്തിക്കളയുന്ന ഒത്ത മനുഷ്യൻ. ഉന്മാദം നിറഞ്ഞ ആ വാക്കുകൾ ഇപ്പോഴും കർണപുടങ്ങളിൽ മുഴങ്ങുന്നു. ''എടാ പോത്തുകളെ, ഒരു നിമിഷമേ ഈ ലോകത്തു ജീവിച്ചുള്ളുവെങ്കിലും അടിച്ചു പൊളിച്ചു ജീവിക്കണമെടാ. തെണ്ടിപ്പട്ടികളെപ്പോലെ ജന്മം പാഴാക്കരുത്.'' എന്റെ ശരീരം വിറയ്ക്കുന്നുവോ മുഖം വിവർണമാകുന്നുവോ? എന്റെ ഇടംകൈ ഞാനറിയാതെ വലതു കയ്യിൽ മുട്ടിനു മുകളിലുള്ള മുറിപ്പാടിൽ ഉരസിത്തുടങ്ങി. ഈ അന്യസംസ്ഥാനത്ത്, മഹാനഗരത്തിൽ എയർകണ്ടീഷൻ കാറിൽ ഇരുന്നിട്ടു പോലും വിയർത്തു പോകുന്നു. പുറത്ത് പൊന്നുരുകുന്ന കൊടുംചൂടിൽ, ടാറിന്റെ ചുട്ടു പൊള്ളുന്ന ആവിയും ചൂടും, എണ്ണമറ്റ വാഹനങ്ങളുടെ പുകയും പുകക്കുഴലുകളുടെ ചൂടും പൊടിയും മനംമടുപ്പിക്കുന്ന ഗന്ധവും. ഇവയ്ക്കിടയിൽ ഭിക്ഷാടകനായി രാജേഷ്. 35 വയസ്സേ പ്രായം ഉള്ളുവെങ്കിലും ശരീരത്തിന് 65 വയസ്സിന്റെ വേഷപ്പകർച്ച. എന്റെ ഓർമകൾ വർഷങ്ങളുടെ പിന്നാമ്പുറങ്ങളിലേക്ക് ഊളിയിട്ടു.

രാജേഷ്, എനിക്ക് അയാൾ ആരാണ്? എന്റെ ശത്രുവോ അതോ മിത്രമോ, ബന്ധുവോ അതോ ദ്രോഹിയോ ബാല്യകാല സുഹൃത്തോ, അതോ കുഴിയിൽ ചാടിച്ചവനോ, അതോ നശിപ്പിക്കാൻ ശ്രമിച്ചവനോ. കേരളത്തിലെ ഒരു ഉൾനാടൻ ഗ്രാമത്തിൽ എന്റെ സഹപാഠിയായിരുന്നവൻ. എന്നേക്കാൾ ഒരു ക്ലാസ് മുന്നിൽ. എന്റെ വീടിന്റെ അധികം അകലെ അല്ലായിരുന്നു രാജേഷിന്റെ വീട്. പഠിക്കാൻ മോശമല്ലായിരുന്നുവെങ്കിലും അച്ഛൻ ഉപേക്ഷിച്ചു പോയതിനാൽ നിയന്ത്രിക്കാൻ ആരുമില്ലാതെ വളർന്നുവന്നു. ഇടത്തരം കുടുംബമായിരുന്നു രാജേഷിന്റേത്. രാജേഷും അനുജനും അമ്മയും മാത്രം. ചെറുപ്പം

മുതലേ ആരേയും കൂസാത്ത പ്രകൃതമായിരുന്നു. മാത്രവുമല്ല ഒരു പ്രത്യേക ആജ്ഞാശക്തിയോടുകൂടിയ സംസാരം. രാജേഷിന്റെ അനുജൻ സുധീഷ് എന്റെ താഴത്തെ ക്ലാസ്സിൽ. അതിനാൽ രണ്ടുപേരും എനിക്കു സുഹൃത്തുക്കൾ. രാജേഷ് പറയുന്നതെല്ലാം ഞങ്ങൾ രണ്ടു പേരും അനുസരിക്കും. പത്താം ക്ലാസ്സ് എത്തിയപ്പോഴേക്കും രാജേഷ് ഒരു പറ്റം കുട്ടികളുടെ സംഘത്തിന്റെ തലവനായിത്തീർന്നു. എസ്.എസ്.എൽ.സി.ക്ക് മാർക്ക് തീരെ കുറവായതിനാൽ പഠനവും നിന്നു.

എനിക്കു വീട്ടിൽ അച്ഛനും അമ്മയും ചേച്ചിയും ചേട്ടനും ഞാനും അടങ്ങുന്ന കുടുംബം. പഠന കാര്യങ്ങൾ ജ്യേഷ്ഠനും അച്ഛനും നന്നായി ശ്രദ്ധിച്ചതിനാൽ ഒട്ടും ഉഴപ്പുക സാധ്യമല്ലായിരുന്നു. മാത്രവുമല്ല ജ്യേഷ്ഠൻ അടുത്തുള്ള പട്ടണത്തിൽ കോളേജിൽ പോകുന്നതിനാൽ എന്നേക്കാൾ എല്ലാക്കാര്യങ്ങളും അറിയാവുന്നയാളുമാണ്. സ്ക്കൂളിൽ ധാരാളം കൂട്ടുകാരും ഉണ്ടായിരുന്നു. എനിക്ക് എസ്.എസ്.എൽ.സി.ക്ക് വീട്ടുകാർ പ്രതീക്ഷിച്ചതുപോലെ മാർക്കുണ്ടായില്ല. അതു വീട്ടിൽ വലിയ ചർച്ചയായി. കോളേജിൽ അഡ്മിഷൻ ലഭിക്കാതെ വന്നതിനാൽ കുറെ ദൂരെയുള്ള മറ്റൊരു പട്ടണത്തിൽ ചെറിയമ്മ താമസിക്കുന്നിടത്ത് ഡിപ്ലോമ കോഴസിനു ചേർന്നു. മെക്കാനിക്കൽ ഡിപ്ലോമ. അങ്ങനെ ചെറിയമ്മയുടെ വീട്ടിൽ താമസിച്ചു കൊണ്ട് പഠനം. രാജേഷും കൂട്ടുകാരുമായി ബന്ധമില്ലാതെയായി. നാളുകൾ മുമ്പോട്ടു പോയിക്കൊണ്ടിരുന്നു. ജ്യേഷ്ഠൻ ഡിഗ്രി കഴിഞ്ഞു. അധികം താമസിക്കാതെ ഏട്ടന് പട്ടാളത്തിൽ ജോലി കിട്ടി ഉത്തരേന്ത്യയിലേക്കു പോയി. ചേച്ചിയുടെ വിവാഹം കഴിഞ്ഞു. ഞാൻ ഡിപ്ലോമ അവസാന സെമസ്റ്റർ പരീക്ഷയും കഴിഞ്ഞ് വീട്ടിൽ വന്നു. വെറുതെയിരിക്കുന്ന സമയം. യാദൃച്ഛികമായി രാജേഷിനെ വഴിയിൽ വച്ചു കണ്ടു. അവൻ ആൾ അങ്ങു വളർന്നു. അല്പസ്വല്പം അടിപിടിക്കേസുകൾ ഒക്കെ ഉണ്ടാക്കുന്നതായി ഇടയ്ക്കു കേട്ടിരുന്നുവെങ്കിലും ആളിന്റെ യഥാർത്ഥമായ സ്ഥിതി എനിക്ക് അറിഞ്ഞു കൂടായിരുന്നു. രാജേഷും സുധീഷും കൂടി ബൈക്കിൽ വരുന്നു. എന്നെക്കണ്ടു വണ്ടി നിർത്തി. കുശലം ചോദിച്ചു. അവൻ ചോദിച്ചു.

“നീ വരുന്നോ”?

“എങ്ങോട്ടാ”?

“അതുപറയാം പരീക്ഷയൊക്കെ കഴിഞ്ഞില്ലേ, വാ ഒരു കമ്പനി വയ്ക്കാം”.

ഞാനൊന്നും ആലോചിച്ചില്ല. അവരുടെ കൂടെ കയറി. അതൊരു വഴിത്തിരിവായിരുന്നു. സുധീഷാണ് ബൈക്ക് ഓടിച്ചിരുന്നത്. വഴിക്കു വിശേഷങ്ങൾ ചോദിച്ചു. ജോലിയൊന്നുമില്ലേയെന്നു ചോദിച്ചു. ബൈക്ക് ഒരു ബാറിന്റെ മുമ്പിൽ നിന്നു. ഞാൻ ആദ്യമായിട്ടാണ് ബാറിൽ കയറുന്നത്. അതിന്റെ ചമ്മൽ. ബാറിലെ ക്രമീകരണങ്ങൾ. മദ്യത്തിന്റെയും മാംസത്തിന്റെയും മറ്റ് ആഹാരസാധനങ്ങൾ ഒക്കെയുടെയും മദിപ്പിക്കുന്ന ഗന്ധം. നേരെ എയർകണ്ടീഷൻ മുറിയിലേക്ക്. രാജേഷിന്റെ കൂടെ എന്നെ കണ്ട വെയിറ്റർ എന്റെ മുഖത്തേക്ക് സൂക്ഷിച്ചു നോക്കിയ പോലെ. രാജേഷിനോട് ഭയഭക്തിബഹുമാനത്തോടെയാണ് അവരൊക്കെ പെരുമാറുന്നത്. സാറെ എന്നാണ് രാജേഷിനെ അവർ വിളിക്കുന്നത്. സുധീഷിനെ ചേട്ടായെന്നും. രാജേഷ് പലതും ഓർഡർ ചെയ്യുന്നുണ്ടായിരുന്നു. കുപ്പികൾ വന്നു. അതുപോലെ പൊരിച്ച മാസവും കരിമീനും മറ്റും. കുപ്പി പൊട്ടിച്ച് രാജേഷ് മൂന്നുപേർക്കും പകർന്നു. എനിക്കാണെങ്കിൽ മദ്യം കഴിച്ചിട്ടില്ലാത്തതിന്റെ സങ്കോചം ഒരു വശത്ത്; ഇവരുടെ കൂടെ വന്ന ശേഷം വേണ്ടായെന്നു പറയുവാനുള്ള മടിയും ലജ്ജയും മറുഭാഗത്ത്. വേണ്ടന്നു പറഞ്ഞാൽ ഇവർ രണ്ടുപേരും എന്തുവിചാരിക്കും. എന്തായാലും ഞാൻ പറഞ്ഞു.

“രാജേഷ് ഞാനിതൊന്നും കഴിച്ചിട്ടില്ല. ആദ്യമായിട്ടാ. താൻ പോരുന്നോയെന്നു ചോദിച്ചപ്പോൾ കൂടെ കയറി. എനിക്കു കുറച്ചുമതി. ഒരു കമ്പനിക്കുവേണ്ടിമാത്രം.”

രാജേഷ് ഗ്ലാസ് ഉയർത്തി. മൂന്നുപേരും ചിയേഴ്സ് പറഞ്ഞു. ചേട്ടനും അനുജനും ഒറ്റവലിക്ക് ഗ്ലാസ്സുകൾ കാലിയാക്കി. ഞാൻ ഒന്നു രുചിച്ചു നോക്കി. എന്തൊരു ചവർപ്പ്. മണമോ.... അതിലും അസഹ്യം. ഇതാണോ ഇത്ര ആസ്വാദ്യകരമായ സാധനം! എങ്കിലും ഒരിറക്ക് കുടിച്ചു. അവർ ചെയ്തതു പോലെ ബീഫ് ഫ്രൈ ഒരു കഷണം എടുത്ത് ചവച്ചു. കൊള്ളാമെന്നുതോന്നി.

എന്റെ സങ്കോചവും ചെയ്തികളും കണ്ടുകൊണ്ട് അവർ രണ്ടു പേരും കൗതുകപൂർവം നോക്കിയിരുന്നു. മദ്യം രാജേഷിന്റെ സിരകളിൽ പ്രവർത്തിച്ചു തുടങ്ങിയിരുന്നു. അപ്പോഴാണ് രാജേഷ് ആ പ്രഖ്യാപനം നടത്തിയത്.

''എടാ പോത്തുകളെ, ഒരു നിമിഷമേ ഈ ലോകത്തു ജീവിച്ചുള്ളുവെങ്കിലും അടിച്ചുപൊളിച്ചു ജീവിക്കണമെടാ. തെണ്ടിപ്പട്ടികളെപ്പോലെ പേടിച്ചുവിറച്ചു ജന്മം പാഴാക്കരുത്. ജീവിതം ആസ്വദിക്കാനുള്ളതാണ്. ഹ...ഹ.....''

ഒരു മറുചോദ്യമെന്നപോലെ ഞാൻ മൊഴിഞ്ഞു.

''ജീവിതം ഒരു നിമിഷത്തേക്കു മാത്രമുള്ളതാണെങ്കിൽ രാജേഷ് പറഞ്ഞത് ശരിയാണ്. പക്ഷേ അനേകം കോടി നിമിഷങ്ങൾ.... വർഷങ്ങൾ.... ദശാബ്ദങ്ങളും നീണ്ടുകിടക്കുന്നു ജീവിതം.''

രാജേഷ് എന്നെ രൂക്ഷമായിട്ടൊന്നു നോക്കി. ആ കണ്ണുകൾ ചുവന്നിരിക്കുന്നു. മുഖം രൗദ്രഭാവം. എനിക്ക് അല്പം പേടി തോന്നി. സുധീഷ് എന്നെ കൈകൊണ്ട് ചൊറിഞ്ഞു. പിന്നെ ഞാനൊന്നും മിണ്ടിയില്ല. ഗ്ലാസ്സ് കാലിയാക്കി. ബാറിൽ ബില്ലു തീർത്തു പുറത്തിറങ്ങിയപ്പോൾ രാജേഷ് പറഞ്ഞു.

''നിന്നെ വീട്ടിൽ വിടാം.''

ഞാൻ പറഞ്ഞു.

''ഇപ്പോൾ വേണ്ട, എനിക്കു ലൈബ്രറിയിൽ വരെ ഒന്നു പോകണം. ഞാൻ പൊയ്ക്കോളാം''.

വീട്ടിൽ ഈ സ്ഥിതിയിൽ ചെല്ലുണ്ടായെന്നു കരുതി ഞാൻ ഒഴികഴിവ് പറഞ്ഞതാണ്.

''എന്നാൽ ശരി പൊയ്ക്കോ. നാളെ കാണാം. നിന്റെ മൊബൈൽ നമ്പർ പറഞ്ഞേ''.

ഞാൻ നമ്പർ പറഞ്ഞു. രാജേഷ് മിസ്ഡ്കോൾ അടിച്ചു. അവർ ബൈക്കോടിച്ചു പോയി. ഞാൻ ലൈബ്രറിയിലേക്കു നടന്നു. നടക്കാൻ ഒരു ലാഘവത്വം. ഒരു സുഖദമായ അവസ്ഥ. മനസ്സിന് ഒരു സ്വതന്ത്രഭാവം. ഞാൻ ലൈബ്രറിയിൽ എത്തി. ഫാനിന്റെ കീഴിൽ കസേരയിലിരുന്നു. ഒരു മാസികയെടുത്തു. ആരെങ്കിലും എന്നെ ശ്രദ്ധിക്കുന്നുണ്ടോ. ഇല്ല. ഓരോരുത്തരും പ

ത്രമോ മാസികയോ വായിച്ചിരിക്കുന്നു. ഞാൻ അവിടെയിരുന്നു വായിച്ചു. മയങ്ങിപ്പോയി. കുറെനേരം കഴിഞ്ഞാണ് ഉണർന്നത്. ലൈബ്രറിയിൽ ആരുമില്ല. മുഖവും മുടിയും തടവി. ചാടിയെഴുന്നേറ്റു. പരിസരബോധം വന്ന ഞാൻ മടിയിൽ നിന്നും താഴെ വീണ മാസിക എടുത്തു തിരികെ വച്ചു. ഛെ, ഞാൻ എന്താണ് ചെയ്തത്. ആരെങ്കിലും അറിഞ്ഞു കാണുമോ? വീട്ടിൽ അറിഞ്ഞാൽ ആകെ മോശമാകില്ലേ. പിന്നെ സ്വയം ആശ്വസിച്ചു. ഓ.. ബാറിൽ പോകുന്നത് അത്ര മോശമാണോ. തന്നെയൊന്നുമല്ലല്ലോ. കൂട്ടുകാരുടെ കൂടെയല്ലേ. ഇന്നത്തെക്കാലത്ത് ആൺപിള്ളേര് ആരാണ് മദ്യം ഉപയോഗിക്കുകയില്ലാത്തത്. എന്റെ ഇൻസ്റ്റിട്ട്യൂട്ടിൽ ഹോസ്റ്റലിൽ താമസിക്കുന്നവർ എത്രപേർ മദ്യം ഉപയോഗിക്കുന്നുണ്ട്. വീട്ടിൽ അച്ഛനും ചിലപ്പോഴൊക്കെ മദ്യം കഴിക്കുമല്ലോ. ഇങ്ങനെ പലതും ചിന്തിച്ച് ഞാൻ നടന്നു. വീട്ടിലെത്തി. ഡ്രസ്സ്മാറി കയ്യും മുഖവും കഴുകി. അമ്മ ചോറുണ്ണാൻവിളിച്ചു. ഊണുകഴിച്ചു. ഒന്നു മയങ്ങട്ടെയെന്നും പറഞ്ഞു കിടന്നു. എന്നത്തേയും പോലെ ആ ദിവസം കഴിഞ്ഞു.പിറ്റെ ദിവസവും അതിനു പിറ്റേന്നും രാജേഷും സുധീഷും വിളിച്ചു. ഞാൻ അവരുടെ കൂടെ പോയി. ഒരാഴ്ച കഴിഞ്ഞു. അപ്പോഴേക്കും ഞാനും മദ്യവുമായി സംബന്ധത്തിലായിക്കഴിഞ്ഞിരുന്നു. അപ്പോഴാണ് ഞെട്ടിക്കുന്ന വിവരം ഞാൻ മനസ്സിലാക്കുന്നത്. രാജേഷ് വലിയ ക്വട്ടേഷൻ സംഘത്തലവനാണ്.എന്നെ അയാൾ തന്റെ സംഘത്തിൽ ചേർത്തിരിക്കുന്നു. അച്ഛൻ കലിതുള്ളി വീട്ടിൽ വന്നപ്പോഴാണ് കാര്യങ്ങൾ പറഞ്ഞത്. ആരു പറഞ്ഞുവെന്ന് അച്ഛൻ പറഞ്ഞില്ല. പറഞ്ഞാൽ ആ പറഞ്ഞവൻ നാളെ രാജേഷിന്റെ ഇടികൊള്ളുമത്രേ! അമ്മ സകല ദൈവങ്ങളെയും വിളിച്ചു കരഞ്ഞു. ഞാൻ ക്വട്ടേഷൻ സംഘത്തിൽ പെട്ടിരിക്കുന്നുപോലും. പക്ഷേ, എനിക്ക് ഇനി രാജേഷിനെ വെറുപ്പിക്കാൻ പറ്റാത്ത അവസ്ഥ. ജ്യേഷ്ഠൻ ഗുണ്ടാത്തലവൻ, അനുജനോ ചേട്ടൻ പറയുന്നത് എന്തും കണ്ണുമടച്ച് പ്രവർത്തിക്കുന്ന ഉറ്റ ചങ്ങാതി, സഹായി. ഞാനാകെ വിഷമവൃത്തത്തിൽ. ഇനിയൊന്നും ചെയ്യാൻ പറ്റാത്ത അവസ്ഥ. ദിനങ്ങൾ കൊഴിഞ്ഞു കൊണ്ടിരുന്നു. എന്നെ അവർ "ഓപ്പറേ

ഷനിൽ ഒന്നും കൊണ്ടു പോകാറില്ല. വ്യാപാരസ്ഥാപനങ്ങളിൽ നിന്നും അതുപോലെ ചില വ്യക്തികളിൽ നിന്നും പണം വാങ്ങി വരുവാൻ പറയും. പിന്നെ ചിലപ്പോൾ പോലീസിലുള്ള രാജേഷിന്റെ സുഹൃത്തുക്കൾക്ക് അവർ വിളിക്കുമ്പോൾ പണം എത്തിച്ചു കൊടുക്കണം. എന്നും ബാറിൽ തീറ്റിയും കുടിയും. വീട്ടിൽ അസ്വസ്ഥതകളും വീർപ്പുമുട്ടലും അമ്മയുടെ തേങ്ങലുകളും.രാജേഷ് എന്ന പേര് നാട്ടിലും സമീപപ്രദേശങ്ങളിലും എത്രമാത്രം ഭീതിദമാണെന്ന് സാവധാനം ഞാൻ മനസ്സിലാക്കി. ജീവിതം എത്ര അജ്ഞേയം. ദിവസങ്ങളും മാസങ്ങളും മുന്നോട്ടു നീങ്ങിപ്പൊയ്ക്കൊണ്ടിരുന്നു. ജ്യേഷ്ഠൻ പലപ്പോഴും ഫോണിൽ എന്നെ അദ്ദേഹത്തിന്റെ അടുത്തേക്ക് ചെല്ലാൻ പറഞ്ഞിരുന്നെങ്കിലും ഗുണദോഷിച്ചെങ്കിലും ഞാൻ അതെല്ലാം കേട്ടില്ലെന്ന് നടിച്ചു. ജീവിതത്തിന്റെ ആഘോഷ വഴികളിലേക്ക് ഞാൻ മുങ്ങി നീങ്ങിക്കൊണ്ടിരുന്നു. ആ സമയത്ത് ഞങ്ങൾ കമ്പനി കൂടുന്നത് ബാറിൽ നിന്നും മാറ്റി. ബാറിന്റെ കുറച്ചു പുറകിലായി ഒരു വീട്ടിലായിരുന്നു. രാജേഷ് വാടകയ്ക്ക് എടുത്ത വീട്. സംഘാംഗങ്ങൾക്ക് എപ്പോഴും വരുവാനും പോകുവാനും കമ്പനി കൂടുവാനും മറ്റൊരാളിന്റെ പേരിൽ രാജേഷ് എടുത്തിട്ടിരിക്കുന്ന വീട്. ഞങ്ങൾ പലപ്പോഴും രാത്രിയിൽ അവിടെ ഉണ്ടാകും. ഒരു ദിവസം ഞാനും സുധീഷും അവിടെയിരിക്കുമ്പോൾ അതാ രാജേഷിനെ അന്വേഷിച്ച് ഒരു യുവതി വരുന്നു. രാജേഷ് അവിടെയില്ലെന്ന്പറഞ്ഞപ്പോൾ അവൾ ഒന്നും മിണ്ടാതെ തിരിച്ചുപോയി. കുറച്ചു കഴിഞ്ഞപ്പോൾ രാജേഷ് വന്നു. ഞങ്ങൾ രണ്ടുപേരും എന്തു പറയണമെന്നറിയാതെ നിൽക്കുകയാണ്. ഞങ്ങളുടെ മാനസിക ഭാവം മനസ്സിലാക്കി അയാൾ സുധീഷിനെ നോക്കി. സീധീഷ് എന്റെ നേരെ. ധൈര്യം അവലംബിച്ച് ഞാൻ പറഞ്ഞു.

''ഒരു പെണ്ണ് രാജേഷിനെ അന്വേഷിച്ചു വന്നിരുന്നു.''
''ഹെ, അവൾ ഇവിടെ എങ്ങനെ വന്നു''?

''ആരാണവൾ''

ഞങ്ങൾ രണ്ടുപേരും ഒപ്പം ചോദിച്ചു.

''വായിൽ വെള്ളിക്കരണ്ടിയുമായി പിറന്നപെമ്പിള്ളേര്.

തന്തേം തള്ളേം സ്വാതന്ത്ര്യം കൊടുത്തു വിട്ടേക്കുവല്ലേ''.

ചോദ്യഭാവത്തിൽ ഞങ്ങൾ അയാളെ നോക്കി. ''അവൾക്ക് എന്നോട് പ്രേമമാണത്രേ. എം.ബി.ബി.എസി.ന് പഠിക്കുന്നവളാ.''

പുച്ഛഭാവത്തിൽ രാജേഷ് പറഞ്ഞു.

''എന്നിട്ട് ഏട്ടൻ എന്തുപറഞ്ഞു''.

സുധീഷ് ഉദ്വേഗത്തോടെ ചോദിച്ചു.

''ഫൂ'' ''പുഷ്പങ്ങൾ വിരിഞ്ഞു സൗരഭ്യം പരത്തുമ്പോൾ വണ്ടുകൾ തേൻ കുടിക്കാൻ എത്തും. വണ്ടുകൾ പൂവിനകത്ത് കൂടാറില്ലല്ലോ. അതൊക്കെ അവളുടെ തന്തേം തള്ളേം നോക്കേണ്ടകാര്യമാ. നമ്മുടെ തന്ത എവിടെയാടാ''?

സുധീഷ് ഒന്നും മിണ്ടിയില്ല. മാസങ്ങൾ പിന്നെയും കടന്നു പോയി. ഒരു ദിവസം രാത്രി പാതിരാവായിട്ടുണ്ട്. ഞാൻ വീട്ടിൽ പോയിരുന്നില്ല. ചിലപ്പോൾ പോകാറില്ലതാനും. സുധീഷും രാജേഷും വേറെ ചില സംഘാംഗങ്ങളും അകത്തെ മുറിയിൽ ഇരിക്കുകയായിരുന്നു. എന്തോ 'ഓപ്പറേഷൻ' ഉണ്ട്. എന്നോട് രാവിലെ എട്ട് മണിക്ക് അടുത്തുള്ള പട്ടണത്തിൽ ഒരാളെ ചെന്നു കാണണമെന്നും അയാൾ തരുന്ന പണം വാങ്ങിക്കൊണ്ടു വരണമെന്നും പറഞ്ഞു. വാതിലിനടുത്ത് നിന്നിരുന്ന ഞാൻ അക്കാര്യം സമ്മതിച്ചു. പെട്ടെന്ന് പുറത്ത ്ഒരനക്കം.കറണ്ടു പോയി. കൂരാക്കൂരിരുട്ട്. മിന്നൽ പോലെ ആരൊക്കെയോ മുറിയിലേക്ക് ചാടിക്കയറി. ഒരട്ടഹാസം, അലർച്ച, എന്റെ വലതു കൈയുടെ മുട്ടിനു മുകളിൽ എന്തോ തട്ടി. ഒപ്പം കതകിന്റെ പാളിയിലും. കൈ മുറിഞ്ഞു. ചോരചീറ്റി. ഞാൻ വാതിലിനിടയിൽ കൂടി പുറത്തേക്ക് ഓടി. അയ്യോ.... ഞാൻ അലറിക്കരഞ്ഞു. പുറത്തേക്ക് ഓടി. അകത്ത് ആകെ ബഹളം. ഒച്ച കേട്ട് ആരൊക്കെയോ ഓടി വരുന്ന ശബ്ദം. അതിനിടെ ഒരു കാർ ഓടിപ്പോകുന്ന ശബ്ദം. വേദന...... കഠിനമായ വേദന.... എന്റെ കയ്യ് മുറിഞ്ഞു പോയിയെന്നു തോന്നി. രക്തം ചീറ്റിയൊഴുകുന്നു. ഞാൻ ഷർട്ട് ഊരിയെടുത്തു. കൈ പൊതിഞ്ഞ് ഇടതു കൈകൊണ്ട് പൊക്കിപ്പിടിച്ച് ഓടി. ജീവനുവേണ്ടി ഓടി. ഇടയ്ക്ക് ആരെങ്കിലും പിന്തുടരുന്നുണ്ടോയെന്ന് നോക്കി.

ജീവന്മരണ ഓട്ടം. ഓടി വീട്ടിൽച്ചെന്നു.

''അമ്മേ'' സർവശക്തിയുമെടുത്തു വിളിച്ചു. തളർന്നു വീണു. അമ്മയും അച്ഛനും എഴുന്നേറ്റു. അമ്മ അലമുറയിട്ടു. അച്ഛൻ നിന്നു വിറച്ചു. എന്റെ ബോധം മറയുന്നതു പോലെ. അച്ഛൻ ആരെയൊക്കെയോ ഫോണിൽ വിളിച്ചു. ബോധം തെളിയുമ്പോൾ ഞാൻ അടുത്തുള്ള സർക്കാർ ആശുപത്രിയിലാണ്. നേരം വെളുത്തിരിക്കുന്നു.

''ഭാഗ്യം കൈ മുറിഞ്ഞതേയുള്ളൂ, അസ്ഥി മുറിഞ്ഞില്ല.'' അമ്മ ആരോടെന്നില്ലാതെ പറഞ്ഞു. ഞാൻ വലതു കൈ നോക്കി. സ്റ്റിച്ചിട്ട് ബാൻഡേജ് ഇട്ടിരിക്കുന്നു. രണ്ടു മൂന്നു ദിവസം മുറിയിൽ തന്നെ. പത്രമൊന്നും ലഭിച്ചില്ല. ആരും എന്നെ കാണാനും വന്നില്ല. അമ്മ മാത്രം അരികിൽ. നാലാം ദിവസം ഏട്ടൻ ഉത്തരേന്ത്യയിൽ നിന്നും വന്നു. മിലിട്ടറി ഓഫീസറായ ഏട്ടനെക്കണ്ട് ഡോക്ടർമാർ ഉൾപ്പെടെ എല്ലാവരും അമ്പരന്നു. പിറ്റേന്ന് ഏട്ടൻ ഡോക്ടർമാരോട് സംസാരിച്ചു. എന്നെ ഡിസ്ചാർജ് ചെയ്യിച്ചു. അടുത്തദിവസം വെളപ്പിന് ഏട്ടൻ പറഞ്ഞു.

''ഇനി ഒരു നിമിഷം ഇവിടെ നിൽക്കണ്ട. എന്റെ കൂടെ പോന്നോളൂ.''

ട്രെയിനിൽ എയർകണ്ടീഷൻ കമ്പാർട്ട്മെന്റിൽ ഇരിക്കുമ്പോൾ ഏട്ടൻ പറഞ്ഞ് ഞാനറിഞ്ഞു സുധീഷ് വെട്ടേറ്റ് മരിച്ചു പോയി. രാജേഷിന്റെ വലതു കയ്യും ഇടതുകാലും എതിരാളികൾ മുറിച്ച് വലിച്ചെറിഞ്ഞു. അയാൾ മെഡിക്കൽ കോളേജിൽ ഐ.സി.യുവിൽ ബോധമില്ലാതെ കഴിയുന്നു. ആരാണ് ചെയ്തത് എന്ന് അറിഞ്ഞിട്ടില്ല. ഏട്ടൻ പറഞ്ഞു കൊണ്ടിരുന്നു. ''പഴയ കാലത്തെ അങ്കച്ചേവകന്മാരല്ലെ ഇപ്പോഴത്തെ ക്വട്ടേഷൻകാർ. അധ്വാനിച്ച് ജീവിക്കുന്നതിനു പകരം ആമോദിക്കാൻ നടക്കുന്നവർ. കൂട്ടത്തിൽ സ്ത്രീവിഷയം കൂടി ആകുമ്പോൾ പൂർത്തിയായി. തന്നെത്തന്നെയും കുടുംബത്തേയും മറ്റു കുടുംബങ്ങളെയും തുലയ്ക്കുന്ന നശിച്ച ചെകുത്താന്മാർ''. നിർവികാരനായി ഞാൻ കേട്ടിരുന്നു.

മിലിട്ടറി ആശുപത്രിയിലെ ഏട്ടന്റെസുഹൃത്ത്,നല്ല ഡോക്ടറുടെ ചികിത്സ. മുറിവ് പൂർണമായി ഉണങ്ങി.

കുഴപ്പമൊന്നുമില്ല. പിന്നീട് മിലിട്ടറി വാഹനങ്ങളുടെ അറ്റകുറ്റപ്പണികൾ. രണ്ടുമൂന്നു വർഷങ്ങൾ കഴിഞ്ഞപ്പോൾ ഏതു വാഹനവും എനിക്ക് സുപരിചിതം. ഇന്ത്യയിൽ നിൽക്കണ്ട എന്നുള്ള ചേട്ടന്റെ തീരുമാനം. വിദേശത്ത് വാഹന നിർമാണ കമ്പനിയിൽ മെക്കാനിക്ക് ആയി ജോലി. അഞ്ചാറു വർഷങ്ങൾ കഴിഞ്ഞപ്പോൾ സർവീസ് മാനേജർ. ഇന്നലെ, കമ്പനിയുടെ ഇന്ത്യയിലെ ഷോറൂമിൽ പുതിയ വാഹനം ഇവിടത്തെ ജീവനക്കാർക്കു പരിചയപ്പെടുത്തികൊടുക്കുവാനുള്ള യാത്ര. തിരിച്ച് വിമാനത്താവളത്തിലേക്കു പോകുന്നു. എല്ലാം കമ്പനി ചെലവിൽ.

അതാ....രാജേഷ് ഞാനിരിക്കുന്ന കാറിന്റെ മുൻപിലേക്ക്. ഈശ്വരാ, അയാൾ എന്നെ കാണുമോ......തിരിച്ചറിയുമോ...... മനസ്സ് പെരുമ്പറ കൊട്ടുന്നു...... ഞാൻ ഒരു നൂറ് രൂപയുടെ നോട്ടെടുത്ത് ഡ്രൈവറുടെ കയ്യിൽ കൊടുത്തു. സിഗ്നൽ ചുവപ്പുമാറി മഞ്ഞയായി. ഡ്രൈവർ ഡോറിന്റെ ചില്ല് താഴ്ത്തി നോട്ട് അയാളുടെ കയ്യിലേക്ക് ഇട്ടുകൊടുക്കുന്നു. അതാ ലൈറ്റ് പച്ച തെളിഞ്ഞു. ഡ്രൈവർ വണ്ടി മുന്നോട്ടെടുത്തു. ഹൊ..... ആശ്വാസമായി. ഞാൻ പുറകോട്ട് തിരിഞ്ഞു നോക്കി. രാജേഷ്.... ആ നൂറു രൂപയുടെ നോട്ട് കയ്യിൽ പിടിച്ച് മുകളിലേക്ക് നോക്കി നിൽക്കുന്നു.

2017

12. ഒരു സൂക്ഷ്മലോകസംവാദം

(ഹൈന്ദവ ദർശനമനുസരിച്ച് പരേതാത്മാക്കൾ എത്തിച്ചേരുന്ന സ്ഥലമാണ് സൂക്ഷ്മലോകം)

സൂക്ഷ്മലോകത്തിലുള്ള തന്റെ വസതിയിലെ വരാന്തയിൽചാരു കസേരയിൽ ശ്രീമാൻ ഇ.എം.ശങ്കരൻ നമ്പൂതിരിപ്പാട് കിടക്കുന്നു. കണ്ണുകൾ അടച്ച് അഗാധമായ ചിന്തയിൽ ലയിച്ച് കിടക്കുകയാണ്. അല്പം ഉറക്കെ ആരോടെന്നില്ലാതെ അദ്ദേഹം പറയുകയാണ്.

''ഛെ, നോം എന്തൊരു വിഡ്ഢിയായിപ്പോയി. ലോകം കണ്ട ഏറ്റവും വലിയ വിഡ്ഢി. ജന്മം മുഴുവൻ ഞാൻ കഷ്ടപ്പെട്ടത് വ്യ......വ്യഥാവിലായി. ഏ.... ഏഭ്യന്മാർ. എന്തൊക്കെയാണ് നോം ഈ....കേ......കേക്കണത്.''

പെട്ടെന്ന് മറ്റൊരാൾ ആ രംഗത്തേക്ക് കടന്നു വരുന്നു. ''എന്താണ് മാന്യശ്രീ നമ്പൂതിരിപ്പാട് അവർകൾ തനിയെ സംസാരിച്ചുകിടക്കുന്നത്.''

ശബ്ദംകേട്ട് ഇ.എം.എസ്. കണ്ണു തുറക്കുന്നു. ആഗതനെ കണ്ട് വിസ്മയിച്ച് ചാടിയെണീറ്റ് കൈ കൂപ്പിക്കൊണ്ട്,

'വരണം. വ.. വരണം, ദളവ.. അ..അദ്ദേഹം ഇ.. ഇങ്ങട് പുറപ്പെടുകയോ, വന്നാലും ഇ..ഇരുന്നാലും''.

വേലുത്തമ്പിദളവ:-എനിക്ക് സഞ്ചാരസ്വാതന്ത്ര്യം ലഭിച്ചിട്ട് കുറച്ചുനാളുകളേ ആയുള്ളൂ. ഭൂമിയിൽ വച്ച് ആത്മഹത്യ ചെയ്യേണ്ടി വന്നതു കൊണ്ട് ഇവിടെ ഈ സൂക്ഷ്മലോകത്ത്

സഞ്ചാര സ്വാതന്ത്ര്യം ഇല്ലായിരുന്നു. എന്നാലും ഭാഗ്യം. നല്ലകാര്യത്തിനുവേണ്ടി ദേഹം വെടിഞ്ഞതിനാൽ ദുഷ്ടാത്മാക്കളുടെ കൂടെ ഇരുട്ടറയിൽ കഴിയേണ്ടി വന്നില്ല. ഭൂമിയിലെ വിവരങ്ങളെല്ലാം കൃത്യമായി അറിയാനും സാധിച്ചിരുന്നു. നമ്മൾ തമ്മിൽ മുഖദാവിൽ കണ്ടിട്ടില്ലായിരുന്നുവെങ്കിലും നമുക്കു പരസ്പരം അറിയാൻ സാധിക്കുമല്ലോ.അതാണല്ലോ സൂക്ഷ്മലോകത്തിന്റെ പ്രത്യേകത. ആകട്ടെ, നമ്പൂതിരിപ്പാട് എന്താണാവോ ആത്മഗതം ചെയ്തത്. കാര്യം എനിക്ക് മനസ്സിലാകുന്നുണ്ട്. എന്നാലും ആ മുഖത്തു നിന്നും ഒന്നു കേൾക്കട്ടെ.

ഇ.എം.എസ്:-ദ..ദ..ദളവയ്ക്കറിയോ, ഒരു ജന്മം നഷ്ടപ്പെടുത്തിയാ, ഞാൻ എന്റെ പാർട്ടി കെട്ടിപ്പടുത്തത്. കേ...കേരളത്തിലെ ഏറ്റവും ജ..ജനപിന്തുണയുള്ള പാ..പാ പാർട്ടിയാക്കീട്ടാ ഞാൻ ഇങ്ങട്....പോന്നത്. ഇ.....ഇ....ഇപ്പോ, എന്റെ അനുയായികൾ ആ ഏ....ഏ....ഏഭ്യന്മാർ നേതാക്കളെക്കുറിച്ച് എ....എ.....എന്തൊക്കെയാണ് കേൾക്കുന്നത്. അഴിമതി, ചേരിപ്പോര് ഒക്കെപ്പോട്ടെ ഇ.....ഇ.... ഇപ്പോ സ്ത്രീവിഷയവും. ഛെ, മ്ലേച്ഛന്മാർ.

വേ.ദളവ:- അതെങ്ങനാ നമ്പൂതിരിപ്പാടേ, മത്ത കുത്തിയാ കുമ്പളം കായ്ക്കോ? (ചിരിക്കുന്നു)

ഇ.എം.എസ്:-എ....എ......എന്താണാവോ നിരീച്ചത്? മനസ്സിലാവണൊണ്ട്. എന്നാലും കേൾക്കട്ടെ.

വേ.ദളവ:- മരിച്ചു കഴിഞ്ഞാൽ എല്ലാം കഴിഞ്ഞു. ആത്മാവില്ല, ഈശ്വരൻ ഇല്ല എന്നൊക്കെയല്ലേ നിങ്ങൾ അനുയായികളെ പഠിപ്പിച്ചത്. അനുയായികൾ ബുദ്ധിമാന്മാരാണ്. ലോകത്തിൽ ആയിരിക്കുമ്പോൾ നാലു തുട്ടു സമ്പാദിക്കുക. നന്നായി തിന്നും കുടിച്ചും അസാരം സ്ത്രീസേവയും നടത്തി സുഖിക്കുക. ഭൂമിയിലെ ജവിതത്തോടെ എല്ലാം തീർന്നുപോകുമെന്നല്ലേ പഠിപ്പിച്ചിരിക്കുന്നത്. ധർമ നിഷ്ഠയുള്ളവരും, ആത്മാഭിമാനികളും, അധ്വാനശീലരും, ആരോഗ്യവാന്മാരുമായിരുന്ന ഒരു ജനതയെ അല്ലേ നിങ്ങളുടെ തല തിരിഞ്ഞ ആശയങ്ങളുടെ ഫലമായി അലസന്മാരും ഭിക്ഷാംദേഹികളും അടിമത്തം ആസ്വദിക്കുന്നവരും പിടിച്ചുപറിക്കാരും അഴിമതിക്കാ

രുമൊക്കെ ആക്കി തീർത്തത്. ഒരു ജനതയെ എത്രമാത്രം അധ:പതിപ്പിക്കാമെന്ന് ഇന്ന് കേരളം ലോകത്തിന് കാണിച്ചുകൊടുക്കുന്നു. നിങ്ങളുടെ മലബാറും കൊച്ചിയും മാത്രമല്ല എന്റെ തിരുവിതാംകൂറും കേരളത്തിൽ പെട്ടുപോയില്ലെ. കഷ്ടംതന്നെ.

ഇ.എം.എസ്:- (ഉള്ളിലുയരുന്ന രോഷം പ്രകടിപ്പിക്കാതെ) ഞങ്ങൾ പട്ടിണി കിടന്നും ഒളിച്ചു കഴിഞ്ഞും ജാത്യാചാരങ്ങളും എല്ലാവിധ സുഖ സൗകര്യങ്ങളും ത്യജിച്ചും ഈ പ്ര....പ്ര......പ്രസ്ഥാനം കെട്ടിപ്പടുത്തത് എന്തിനു വേണ്ടിയായിരുന്നു. താ.... താ......താങ്കൾ വെള്ളക്കാരനെ ഓടിക്കാൻ യുദ്ധം ചെയ്തില്ലേ. ഞ....ഞ......ഞങ്ങൾ സാധാരണക്കാരായ ജനങ്ങൾക്കു വേണ്ടി, അ....അ......അവരുടെ ക്ഷേമത്തിനും ഐശ്വര്യത്തിനും വേണ്ടിയായിരുന്നു ഈ ത്യാഗമൊക്കെ സഹിച്ചത്. എ....എ...... എത്ര ആയിരം ഏക്കർ നെൽപ്പാടം ഉണ്ടായിരുന്നവനാ ഈ ഞാൻ. ദളവയ്ക്കറിയോ.

വേ.ദളവ:-ആദ്യകാലങ്ങളിൽ അതൊക്കെ കൊള്ളാമായിരുന്നു. പക്ഷേ കാര്യങ്ങൾ വിപരീതത്തിലാണല്ലോ കലാശിച്ചത്. നിങ്ങൾ ജനങ്ങളെ സംഘടിപ്പിച്ചു. സംഘടിത ശക്തികൊണ്ട് എന്ത് വിക്രിയകളും ചെയ്യാമെന്ന് അവർ പഠിച്ചു. എല്ലാം സൗജന്യമായി സർക്കാർ തരണമെന്ന് ശാഠ്യമായി. ഒരു വശത്ത് സൗജന്യങ്ങളുടെ പുതിയ മേഖലകൾ ചൂണ്ടിക്കാണിച്ച് പ്രക്ഷോഭം കൂട്ടുന്നു. മറുവശത്ത് യന്ത്രങ്ങൾ ജോലി ചെയ്യുന്നതു നോക്കി നിന്ന് അതിനും കൂടി കൂലി വാങ്ങി തിന്നു കുടിക്കുന്നു. യന്ത്രങ്ങളുടെ ചെലവും നോക്കി നിൽക്കുന്നവന്റെ കൂലിയും രണ്ടും കൂടി ഇരട്ടി വ്യയം സാധാരണ ജനത്തിന്. ഇനിയും ഒരു കൂട്ടർ സർക്കാർ ജോലിക്കാർ. അവർ ഓഫീസിൽ പോകുന്നതിന് സർക്കാർ ശമ്പളം നൽകുന്നു. എന്തെങ്കിലും ജോലി ചെയ്യണമെങ്കിൽ ആവശ്യക്കാരൻ കിമ്പളം കൊടുക്കണം. ഞാനിതൊക്കെ അറിയുന്നുണ്ട്. നാം ദിവാനായിരുന്ന കാലത്ത് എന്റെ പറമ്പിലെ തെങ്ങിന്റെ കരം, ഖജനാവിലേക്കുള്ളത് കുറച്ച് എഴുതിയവന്റെ പെരുവിരൽ മുറിച്ചവനാ ഞാൻ. നിങ്ങൾ കേട്ടിട്ടുണ്ടോ ഇതൊക്കെ. നിങ്ങൾ അനുയായികളുടെ ഈ അനീതികളൊക്കെ ന്യായീകരിക്കുകയായിരുന്നില്ലെ.

ഇ.എം.എസ്:-ജീവനോപാധിയായ തൊഴിൽ നഷ്ടപ്പെടുന്നവനെ സംരക്ഷിക്കുക മാത്രമേ ചെയ്തുള്ളൂ. അതു ന്യായമല്ലെ. അതല്ലെ ശരി.

വേ.ദളവ:-പുഴയിൽ പാലം വരുമ്പോൾ കടത്തുകാരന് തൊഴിൽ നഷ്ടപ്പെടില്ലേ. പക്ഷേ പിന്നീടുള്ള തൊഴിൽ പുരോഗതിയിൽ ധാരാളം തൊഴിലവസരങ്ങൾ ഉണ്ടാകുമല്ലോ. എന്നാൽ സംഘടിത ശക്തിക്കുമുമ്പിൽ നിങ്ങൾ നിസ്സഹായനായി നിന്നുപോയി. മാപ്പുസാക്ഷിയുമായി. ഒഴുക്കിനെതിരെ നീന്താൻ നിങ്ങൾ ശ്രമിച്ചില്ല. ഒരിക്കൽ ശ്രമിച്ചപ്പോൾ പ്രസ്ഥാനം ശിക്ഷയും തന്നു ശരിയല്ലെ.

ഇ.എം.എസ്:-പ്രസ്ഥാനത്തിന്റെതത്വശാസ്ത്രമനുസരിച്ച് മാത്രമേ നോം പ്ര....പ്ര......പ്രവർത്തിച്ചുള്ളൂ. പ....പ......പക്ഷേ എന്റെ അനുയായികൾ നമ്മെ ഇപ്പോൾ സങ്കടത്തിലാക്കിയിരിക്കുന്നു. നോം എത്ര വി....വി...... വിഡ്ഢിയായിപ്പോയി.

വേ.ദളവ:-ആയുർവേദത്തിൽ വാതം, പിത്തം, കഫം എന്ന ത്രിദോഷങ്ങൾ പോലെ നിങ്ങടെ പ്രസ്ഥാനം മദ്യം, ലോട്ടറി, നോക്കുകൂലി എന്നീ ത്രിദോഷങ്ങൾ കൊണ്ടു നാട് നശിപ്പിച്ചിരിക്കുന്നു. അടുത്ത ജന്മം ഞാൻ അങ്ങോട്ട് ചെല്ലട്ടെ. എല്ലാത്തിനെയും ഞാൻ ശരിയാക്കുന്നുണ്ട്.

ഇ.എം.എസ്:-(സഹികെട്ട് ഒരു പരിഹാസ ചിരിയോടെ) ഇത്ര സമർത്ഥനായ ദളവ പക്ഷേ വെള്ളക്കാരന് എതിരെ പുറപ്പെട്ടപ്പോൾ ആയുധപ്പുരയിൽ കോപ്പുകൾ ഉണ്ടോയെന്ന് ഉറപ്പുവരുത്തിയില്ല. ഉവ്വോ?

വേ.ദളവ:-(പെട്ടെന്ന് മുഖം വാടി, ശരമേറ്റപോലെ തളർന്ന്) ചതിയല്ലായിരുന്നോ, നമ്പൂതിരിപ്പാടേ. കൊടും ചതി. ആയുധപ്പുരയിൽ നിറയെ ആയുധങ്ങൾ സംഭരിച്ചു വച്ചിട്ടു തന്നെയാണ് ഞാൻ യുദ്ധത്തിന് ഇറങ്ങി പുറപ്പെട്ടത്. (പൊട്ടിക്കരയുന്നു) നമ്പൂതിരിപ്പാടേ, നിങ്ങളല്ല ഞാൻ തന്നെയാണ് ഏറ്റവും വലിയ വിഡ്ഢി. പമ്പരവിഡ്ഢി. പൊന്നു തമ്പുരാൻ മഹാരാജാവ് തിരുമനസ്സു പോലും എന്റെ എതിരാളികളായ ആ വഞ്ചകപ്പരിഷകളുടെ വാക്കുകേട്ട് എന്നെ കയ്യൊഴിഞ്ഞു. നമ്പൂതിരിപ്പാടേ , സമ്മതിച്ചു ഞാൻ തന്നെ ഏറ്റവും വലിയ വിഡ്ഢി. ജീവിതകാലം

മുഴുവൻ ദിവാനായി സുഖമായി കഴിയേണ്ടവനായിരുന്നു ഈ ഞാൻ. മഹാരാജാവ് കല്പിക്കുന്നതിനു ''റാൻ'' പറഞ്ഞു കഴിഞ്ഞിരുന്നുവെങ്കിൽ ധാരാളം മതിയായിരുന്നു. കൊടും ചതിയല്ലായിരുന്നോ. കൊലച്ചതി. (തേങ്ങുന്നു) (പെട്ടെന്ന് ഗാന്ധിജി അവരുടെ അടുത്തേക്ക് വരുന്നു.)

ഗാന്ധിജി:- എന്താണ് രണ്ടു മലയാളികൾ ഗൗരവമായി സംസാരിച്ചിരിക്കുന്നത്.

(ഇ.എം.എസ്. കൈ കൂപ്പി തൊഴുതു കൊണ്ട്) വരണം. ഗാന്ധിജി വരണം. (ദിവാനോടായി) ഇ....ഇ.....ഇതാണ് ഗാന്ധിജിയെന്ന് ഞങ്ങൾ വിളിക്കുന്ന മോഹൻദാസ് കരംചന്ദ് ഗാന്ധി. ഇദ്ദേഹത്തിന്റെ നേതൃത്വത്തിലാണ് ഞങ്ങൾ ഭാരതത്തിന്റെ സ്വാതന്ത്ര്യം വെ....വെ.....വെള്ളക്കാരനിൽ നിന്നും നേടിയെടുത്തത്. മ....മ.....മഹാത്മാവേ, അങ്ങേയ്ക്ക് ഇവിടെ സുഖം തന്നെയല്ലെ.

ഗാന്ധിജി:-ഈശ്വരാനുഗ്രഹം കൊണ്ട് സുഖം തന്നെ. എന്റെ രാജ്യത്തിനു വേണ്ടി രക്തസാക്ഷിത്വം വരിച്ചാണല്ലോ ഞാൻ ഭൂമിയിൽ നിന്നും പോന്നത്. അതുകൊണ്ട് ഇവിടെ കുറച്ചു മുന്തിയ പരിഗണനയൊക്കെയുണ്ട്. എന്താ മിസ്റ്റർ ശങ്കരൻ നമ്പൂതിരിപ്പാടിനും ഈ ദിവാനും സുഖം തന്നെയല്ലേ. പിന്നെ ഇവിടെ നിങ്ങടെ സിദ്ധാന്തമൊന്നും നടപ്പില്ല കേട്ടോ. ഭൂമിയിലായിരുന്നപ്പോൾ ഭാരതത്തെ ഒന്നു ചുവപ്പിക്കാൻ നോക്കി. ഞാനൊക്കെ ബൂർഷ്വായെന്നൊക്കെ പറഞ്ഞു. എന്തായിരുന്നു കോലാഹലം. സ്വാതന്ത്ര്യം കിട്ടിയതുതന്നെ അബദ്ധമായെന്നു തോന്നിപ്പോയി. വിഭജനത്തിന്റെ വേദന വേറെയും.

ഇ.എം.എസ്:-(പ്രത്യേകരീതിയിൽ തലയാട്ടിക്കൊണ്ട്) സ്വാതന്ത്ര്യം ലഭിച്ചപ്പോൾ അങ്ങ് നവഖാലിയിൽ ആയിരുന്നല്ലൊ. വി....വി.....വിഭജനത്തിന്റെ വേദന സ്വാതന്ത്ര്യം കിട്ടിയത് അബദ്ധമായിയെന്ന് തോന്നിച്ചിട്ടുണ്ടാവും. പിന്നെ അങ്ങയുടെ എതിരാളി ആ അം....അം.....അംബേദ്കർ എന്ന സൂത്രശാലിയുടെ തട്ടിപ്പ് ഇല്ലായിരുന്നെങ്കിൽ ഞ....ഞ.....ഞങ്ങൾ പണ്ടേ ഇന്ത്യയെ ചുവപ്പ് അണിയിക്കുമായിരുന്നു. ചെങ്കോട്ടയിൽ ചെങ്കൊടി പറപ്പിക്കുമായിരുന്നു. സംവരണം എന്ന അപ്പക്ക

ഷണംകൊണ്ട് ഹരിജനങ്ങളെയും മറ്റ്അധ:സ്ഥിതരെയും അങ്ങേര് ഞങ്ങളുടെ പിന്നിൽനിന്നും ത....ത..... തട്ടിയെടുത്തു. ഭ....ഭ.....ഭരണക്കാരുടെ പിണിയാളുകളാക്കിക്കളഞ്ഞില്ലെ. ഇ....ഇ.....ഇല്ലെങ്കിൽ നല്ല ഒന്നാന്തരം വി....വി.....വിപ്ലവം ഞങ്ങൾ വിജയിപ്പിച്ചേനെ.

ഗാന്ധിജി:- അംബേദ്കർ എന്റെ എതിരാളിയായിരുന്നു വെന്ന് നിങ്ങൾ പറഞ്ഞത് അത്ര ശരിയല്ല. മാനസികമായി അല്പം അകൽച്ച ഉണ്ടായിരുന്നിരിക്കാം. പക്ഷേ, എന്റെ പ്രിയ ശിഷ്യൻ ജവഹർലാലിന്റെ ബുദ്ധിയായിരുന്നു ഭരണഘടന ഇങ്ങനെയാകാൻ കാരണം. സോഷ്യലിസ്റ്റ് ആശയ ഗതിക്കാരൻ ആയിരുന്നുവെങ്കിലും റഷ്യയിൽ നടന്നിരുന്ന കൊടും പാത കങ്ങൾ അദ്ദേഹം യഥാസമയം അറിഞ്ഞിരുന്നു. ലോകത്തിൽ ഏറ്റവും കൂടുതൽ കിരാതവാഴ്ചയും കൂട്ടക്കൊലകളും ന ടത്തിയ റെക്കോർഡ് മിസ്റ്റർ സ്റ്റാലിന്റെ പേരിലാണ്. നാലു കോടി ജനങ്ങളെയല്ലേ അയാൾ കൊന്നൊടുക്കിയത്. അഡോൾഫ് ഹിറ്റ്ലർ മൂന്നരക്കോടി ജനങ്ങളെ കുരുതി നടത്തി. അതല്ലെ രണ്ടു പേരെയും ഇവിടെ ഇപ്പോഴും ഏകാന്തമായ ഇരുട്ടറകളിൽ തളച്ചിട്ടിരിക്കുന്നത്. ഭൂമിയിൽ നിങ്ങളുടെ ആൾക്കാർ ഹിറ്റ്ലറിനെ യും ഗീബൽസിനേയും ഏറ്റവും ദുഷിച്ചു പറയുന്നുവെങ്കിലും ഏറ്റവും കൂടുതൽ മനുഷ്യക്കുരുതി നടത്തിയത് സ്റ്റാലിനാണ്. എന്നിട്ട് പ്രചരണങ്ങൾ കൊണ്ട് അതൊക്കെ നിങ്ങൾമറച്ചു. എന്റെ ജവഹർലാൽ ഇതൊക്കെ വ്യക്തമായി അറിഞ്ഞിരുന്നു. ഇന്ത്യയിൽ അങ്ങനെയൊക്കെ സംഭവിക്കാതിരിക്കാൻ മുൻ കരുതലെടുത്തു.

ഇ.എം.എസ്:-താങ്കൾ നേരത്തെ പോന്നത് ഭാഗ്യമായി മഹാത്മാവേ. രക്തസാക്ഷിയുടെ മഹത്വം ലഭിച്ചു. അതല്ലായിരു ന്നുവെങ്കിൽ ഹൃദയംപൊട്ടി മരിക്കുമായിരുന്നു. ഇപ്പോഴും നമ്മുടെ രാജ്യത്ത് എത്ര ഭയങ്കരമായ അഴിമതികളും അക്രമങ്ങളു മാണ് നടമാടുന്നത്. ഏറ്റവും രസകരം അങ്ങ് ഏറ്റവും സ്നേ ഹിച്ചിരുന്ന ദളിതർ അധികാരം കിട്ടിയപ്പോൾ എന്തുചെയ്യുന്നു! കണ്ടില്ലെ. ഉത്തർപ്രദേശിൽ ഒരു മുഖ്യമന്ത്രി അയ്യായിരം കോടി രൂപയ്ക്കാണ് അവരുടെ പാർട്ടിയുടെ ചിഹ്നമായ ആനയുടെ പ്ര

തിമകൾ നാടുനീളെ സ്ഥാപിച്ചിരിക്കുന്നത്. അതുപോരാ, ഒരു ജോ....ജോ.....ജോഡി ചെരുപ്പു വാങ്ങാൻ ജം....ജം.....ജംബോ ജെറ്റ് വിമാനം തന്നെയല്ലേ ബോം....ബോം.....ബോംബെക്ക് അയച്ചത്. എങ്ങനെയുണ്ട് ഹരിജനോദ്ധാരണം? നമ്മുടെയൊക്കെ ജന്മം തുലച്ചു. നാം എത്ര വിഡ്ഢികൾ.

ഗാന്ധിജി:- (മുഖം വിവർണമായി) മിസ്റ്റർ നമ്പൂതിരിപ്പാട്, താങ്കൾ പറഞ്ഞത് സത്യം തന്നെയാണ്. ഞാനാണ് ഏറ്റവും വലിയ വിഡ്ഢി. ഭാരതം സ്വതന്ത്രമായപ്പോൾ എനിക്ക് ഏതു സ്ഥാനം വേണമെങ്കിലും എടുക്കാമായിരുന്നു. ശിഷ്ടകാലം സുഖമായി കഴിച്ചുകൂട്ടാമായിരുന്നു. അല്ലെങ്കിൽ എന്റെ മക്കൾക്ക് എന്തെങ്കിലും നേടിക്കൊടുക്കാമായിരുന്നു. ആർക്കും ഞാൻ ഒന്നും കൊടുത്തിട്ടില്ല. എന്റെ മൂത്തപുത്രൻ പ്രത്യക്ഷത്തിൽ ത്തന്നെ എനിക്ക് എതിരായിത്തീർന്നു. അവനുപോലും ഒന്നും കൊടുത്തിട്ടില്ല. പമ്പരവിഡ്ഢിയായിപ്പോയി ഞാൻ. ഇന്നത്തെ ഭാരതത്തിന്റെ അവസ്ഥ എത്ര ഹൃദയഭേദകം. ഗാന്ധിയെന്ന പേരുപോലും കേരളത്തിൽ വിൽക്കുന്ന ഫോറിൻ മദ്യം പോലെയായില്ലേ. ഞാനാണ് ഏറ്റവും വലിയ വിഡ്ഢി. ശരിയാണ്, ഏറ്റവും വലിയ വിഡ്ഢി. എന്റെ അനുയായികൾ! ഹാ...... കഷ്ടതരം തന്നെ. (ആ സദസ്സിലേക്ക് കാറൽ മാർക്സ് കടന്നു വരുന്നു)

ക. മാർക്സ്:- മൂന്നു ഭാരതീയർ ആഴമായി ചർച്ച ചെയ്യുന്നുവല്ലോ എന്താണ് കാര്യം. പറയുന്നതിൽ വിരോധമുണ്ടോ. (ഇ.എം.എസ് ഭക്തിപാരവശ്യത്തോടുകൂടി കൈകൾ കൂപ്പി എഴുന്നേറ്റ് നിന്ന് മാർക്സിനെ അഭിവാദനം ചെയ്യുന്നു. ഗാന്ധിജിയും വേലുത്തമ്പി ദളവയും ഇരിപ്പിടങ്ങളിൽ തന്നെ ഇരിക്കുന്നു) ഇ.എം.എസ്. (മറ്റു രണ്ടുപേരോടുമായിട്ട്) ഇതാണ് സഖാവ് കാറൽ മാർക്സ്. ഗാന്ധിജി കേട്ടിട്ടുണ്ടല്ലോ. ദിവാന് മനസ്സിലായോ ആവോ?

ഗാന്ധിജി:- ഇവിടെ എല്ലാവർക്കും പരസ്പരം അറിയാമല്ലോ. പ്രത്യേകിച്ചും അവസാന ജന്മത്തിലുള്ളതും ആ കാലത്തുള്ളവരെയും. ഇദ്ദേഹത്തെക്കുറിച്ച് ധാരാളം കേട്ടിട്ടുണ്ട്. ഭൂമിയിലെ ജനങ്ങളെ രണ്ടു വർഗമായി തിരിച്ച് വർഗസമരത്തിനു

തീ കൊളുത്തിയിട്ടല്ലെ ഇങ്ങോട്ട് പോന്നത്.

ഇ.എം.എസ്:-അപാര പ....പ.....പണ്ഡിതനല്ലായിരുന്നോ. അതുവരെയുള്ള ലോകചരിത്രം മുഴുവൻ ആഴത്തിൽ അപഗ്രഥിച്ചാണ് സിദ്ധാന്തങ്ങൾ ആവിഷ്കരിച്ചത്.

വേ.ദളവ:-അപ്പോൾ ഈ ധ്വരയാണ് എന്റെ നാട്ടിലെ ജനങ്ങളെയെല്ലാം ഈ ദുർഘടാവസ്ഥയിൽ എത്തിക്കാൻ കാരണക്കാരൻ?

ഇ.എം.എസ്:-സ....സ.....സഖാവിന്റെ പഠനങ്ങളും അപഗ്രഥനങ്ങളും എത്ര കണിശമായിരുന്നു. അത് ഖ....ഖ..... ഖണ്ഡിക്കുവാൻ ഭൂമിയിൽ ആർക്കും അത്ര എളുപ്പമായിരുന്നില്ല.

കാറൽ മാർക്സ് :- മിസ്റ്റർ നമ്പൂതിരിപ്പാട്, താങ്കൾ എന്റെ നല്ലൊരു അനുയായി ആയിരുന്നു. പക്ഷേ, താങ്കൾ എന്നെ സഖാവ് എന്ന് സംബോധന ചെയ്യേണ്ടതില്ല. അടിസ്ഥാനപരമായി രണ്ടു കാരണങ്ങൾ അതിനുണ്ട്. ഒന്ന് സഖാവ് എന്ന പദം ഞങ്ങൾ ആദ്യം പരസ്പരം അഭിസംബോധന ചെയ്തപ്പോൾ എന്തൊരു ഊഷ്മളത ആയിരുന്നു. ഭൂമിയിൽ ആയിരുന്നപ്പോൾ ആ വാക്ക് എത്ര ആവേശകരമായിരുന്നു. പരസ്പരം താങ്ങുംതണലും ത്യാഗ സന്നദ്ധതയും നിറഞ്ഞ വാക്ക്. വാടിയ താമരത്തണ്ടു പോലെ ഉള്ളവനും ഉന്മേഷം കോരിച്ചൊരിയുന്ന വാക്ക്, ഇന്ന് ചേരിപ്പോരിലും കുതികാൽവെട്ടിലും അഴിമതിയിലും സ്വാർത്ഥതയിലും ആമഗ്നമായിരിക്കുന്ന നമ്മുടെ അനുയായികൾ ആ വാക്ക് പരസ്പരം ഉപയോഗിക്കുന്നത് കേൾക്കുമ്പോൾ ശരീരത്തിൽ മാലിന്യം വീണതു പോലെ എനിക്കു തോന്നുന്നു. (ഇവിടെ സൂക്ഷ്മശരീരമായതു മഹാഭാഗ്യം) രണ്ടാമതായി മിസ്റ്റർ നമ്പൂതിരിപ്പാട്, കാലത്തിന്റെ പുരോഗതിയനുസരിച്ച് ചിന്തിക്കുവാൻ താങ്കൾഉൾപ്പെടെയുള്ളഎന്റെഅനുയായികൾതയ്യാറായില്ല.വിമാനവുംആറ്റംബോംബുംറോക്കറ്റും കമ്പ്യൂട്ടറുംഡി.എൻ.എ.,ജീൻ,നാനോടെക്നോളജിഎന്നൊന്നും എന്റെ കാലത്ത് ഭാവനയിൽ പോലും ആർക്കും ചിന്തിക്കുവാൻ സാധിച്ചിരുന്നില്ല. പ്രകാശവേഗം എന്താണെന്ന് എനിക്കുപോലും അറിയില്ലായിരുന്നു. അതൊക്കെ പോകട്ടെ, നിങ്ങളുടെ തർക്ക വിഷയം എന്തായിരുന്നു?

ഗാന്ധിജി:-മിസ്റ്റർ മാർക്സ്, ഞങ്ങൾ തമ്മിൽ തർക്കങ്ങൾ ഒന്നുമില്ലായിരുന്നു. ഓരോരുത്തരുടെയും അനുയായികൾ ചെയ്തുകൂട്ടുന്ന കാര്യങ്ങൾ ഈ സൂക്ഷ്മലോകത്തിലിരുന്ന് വീക്ഷിച്ചപ്പോൾ ഓരോരുത്തരും ഏറ്റവും വലിയ വിഡ്ഢിയാൻ ആയിരുന്നു എന്ന് ഉദീരണം ചെയ്യുകയായിരുന്നു.

മാർക്സ്:- ആ അർത്ഥത്തിൽ നോക്കിയാൽ ലോകം കണ്ട ഏറ്റവും വലിയ വിഡ്ഢി ഞാൻ തന്നെയാണ്. ഇരുന്നൂറ് വർഷങ്ങൾക്കുമുമ്പ് വളരെ കുലീന കുടുംബത്തിൽ ജനിച്ച് ഏറ്റവും ഉന്നത വിദ്യാഭ്യാസം നേടി. രണ്ട് മാസ്റ്റർ ഡിഗ്രികളാണ് ഞാൻ നേടിയത്. സർവകലാശാലകളുടെ തലവനായി ആഡംബരപൂർണമായി കഴിയേണ്ടവനായിരുന്നു ഞാൻ. ഒരു കാര്യവുമില്ലാതെ പട്ടിണിയിരുന്ന് ലണ്ടൻലൈബ്രറിയിലെ പുസ്തകങ്ങൾ മുഴുവൻഅരിച്ചുപെറുക്കി പുതിയപുസ്തകങ്ങൾ എഴുതി കമ്യൂണിസ്റ്റ് പ്രസ്ഥാനത്തിന് രൂപം നൽകി. എത്ര നല്ല ആശയങ്ങളായിരുന്നു ഞാൻ ലോകത്തിനു നൽകിയത്. സമസൃഷ്ടി സ്നേഹം ഒന്നുമാത്രമായിരുന്നു പ്രചോദനം. പക്ഷേ, അധികാരത്തിലെത്തിയ ഓരോ നേതാക്കളും ചെയ്തുകൂട്ടിയ കൊടുംപാതകങ്ങൾ എന്തൊക്കെയാണ്. എന്തിനുപറയണം ഒരു ചുമട്ടുതൊഴിലാളി റിട്ടയർ ചെയ്താൽ ആ സ്ഥാനത്തേക്ക് പകരം ഒരു തൊഴിലാളിയെ വയ്ക്കുന്നതിന് സംഘടനാ നേതാക്കന്മാർക്ക് നിങ്ങളുടെ നാട്ടിൽ എത്ര കോഴ കൊടുക്കണം. ഞാനിതൊക്കെ കാണുന്നുണ്ട്. ചൂഷണം തടയാൻ ഞാൻ രൂപംകൊടുത്ത പ്രസ്ഥാനം ഇത്ര അധഃപതിച്ചുവല്ലോ. പട്ടിണികിടന്നു മരിച്ച എന്റെ മകളും എല്ലാവേദനകളും അപമാനങ്ങളും നിശബ്ദമായി സഹിച്ച എന്റെ ഭാര്യ ജന്നിയും. ഓർക്കുമ്പോൾ എനിക്ക് സഹിക്കുന്നില്ല. (ഭ്രാന്തുപിടിച്ചപോലെ) ഞാനാണ് ഈ ലോകം കണ്ട ഏറ്റവും വലിയ വിഡ്ഢി, പമ്പര വിഡ്ഢി വിഡ്ഢി വിഡ്ഢി.

(ഇ.എം.എസ്., ഗാന്ധിജി, വേലുത്തമ്പി ദളവ ഇവർ മൂന്നുപേരും എന്തുപറയണമെന്നു ശങ്കിച്ചുനിൽക്കുന്നു.)

ആ രംഗത്തേക്ക് അതിസ്വാഭാവികവും അവർണനീയവുമായ ഒരു പ്രകാശധാര പരക്കുന്നു. ഇടി മുഴങ്ങുന്നതുപോലെ

ഒരു ശബ്ദം. ''സാത്താനേ ദൂരെപോവുക''. പെട്ടെന്ന് പ്രകാശ ധാരയുടെ നടുവിലായി ക്രൂശിതനായ ഒരു മനുഷ്യരൂപം. അത് അന്തരീക്ഷത്തിൽ തങ്ങിനിൽക്കുന്നു. ക്രൂശിതന്റെ പിന്നിലായി പശ്ചാത്തലത്തിൽ കൊട്ടാരങ്ങൾ, അരമനകൾ, സാമ്രാജ്യ ങ്ങൾ, പ്രാകാരങ്ങൾ, അംബരചുംബികളായ എടുപ്പുകളോ ടുകൂടിയ പ്രാസാദങ്ങൾ, ബസിലിക്കകൾ, കത്തീഡ്രലുകൾ, നിശാശാലകളിലെ നൃത്തനൃത്യങ്ങൾ എന്നിവയെല്ലാം തെളി ഞ്ഞുവന്നു. ഇ.എം.എസ്. ഗാന്ധിജി, വേലുത്തമ്പി ദളവ, കാറൽ മാർക്സ് ഇവർ നാലുപേരും അത്ഭുതപരതന്ത്രരായി അങ്ങോട്ട് നോക്കി നിൽക്കുന്നു.

2012

13. വെയിസ്റ്റ്

''ഛെ, വല്ലാത്ത കഷ്ടമായിപ്പോയല്ലോ.....ഇനിയിപ്പോ എന്താ ചെയ്യുക''

ഇച്ഛാഭംഗത്തോടെ അയാൾ പറഞ്ഞു.

''എന്തുപറ്റി''? ഭാര്യ മേരിക്കുട്ടി ചോദിച്ചു.

''എന്നാ പറയാനാ. വണ്ടി സ്റ്റാർട്ടാകുന്നില്ല, ഇനിയെങ്ങനെ പള്ളിയിൽ പോകും. രാവിലെ പള്ളിയിൽ പോകാൻ ഒരുങ്ങിയിറങ്ങിയതാ. സമയം ആകാറായി''.

അയാൾ വണ്ടിയുടെ നേരെ ഒന്നുകൂടി നോക്കി. വീണ്ടും ഡ്രൈവിംഗ് സീറ്റിൽ കയറി, വണ്ടി സ്റ്റാർട്ടാക്കാൻ സാധിക്കുമോയെന്ന് ഒന്നുകൂടി ശ്രമിച്ചുനോക്കി, പറ്റുന്നില്ല.

''ഈ വണ്ടി മാറി മേടിക്കാൻ ഞാൻ പറഞ്ഞിട്ട് കുറെനാളായി. ഒരുത്തനും കേട്ടഭാവം കാണിച്ചിട്ടില്ല. എന്നാൽ ഇന്ന് പള്ളിയിൽ പോകണ്ടാന്ന് വയ്ക്കാം.''

കറിയാച്ചൻ കാറിന്റെ ഡോർ അടച്ചുകൊണ്ട് പറഞ്ഞു.

''അല്ല അച്ചായാ അതിനിപ്പൊ കാറില്ലെങ്കിൽ എന്താ, പത്തുമിനിട്ടല്ലേ വേണ്ടൂ. അച്ചായൻ തന്നെയല്ലേ ഉള്ളൂ, ഇത്ര വിഷമിക്കാൻ എന്തിരിക്കുന്നു. പെണ്ണുങ്ങൾക്കാണെങ്കിൽ പതിനഞ്ചു മിനിട്ട് നടന്നാൽ മതി. ഇന്നാണെങ്കിൽ ഇടദിവസമാണ്. ഇരിക്കാൻ സീറ്റുകിട്ടുവാനും വിഷമമില്ല''.

മേരിക്കുട്ടി തന്റെ അഭിപ്രായം വെളിപ്പെടുത്തി.

കറിയാച്ചൻ രൂക്ഷമായി മേരിക്കുട്ടിയെ ഒന്നുനോക്കി. എന്നും കുർബാന കാണുന്നതാ. പോകാതിരിക്കാനൊരു മടി. വർഷങ്ങളായി എന്നും കാറിനാണ് പോകുന്നത്. ''എന്നാൽ ശരി നടന്നേക്കാം. ഈ താക്കോല് മേശപ്പുറത്ത് കൊണ്ടുവച്ചേക്ക്.

അവന്മാര് ആരെങ്കിലും വിളിച്ചാൽ അച്ചായനിന്ന് നടന്നാണ് പള്ളിയിൽ പോയത് എന്നൊന്ന് പറഞ്ഞേക്കണം''. കറിയാച്ചൻ പള്ളിയിലേക്ക് നടന്നു.

കറിയാച്ചൻ നാട്ടുമ്പുറത്തുനിന്നും നഗരത്തിൽ താമസമുറപ്പിച്ച ആളാണ്. ചെറിയ ബിസിനസ്സുണ്ട്. സാമാന്യം മോശമല്ലാത്ത വരുമാനമുണ്ട്. കൂടാതെ റിയൽ എസ്റ്റേറ്റ് ഇടപാടുകളുമുണ്ട്. വയസ്സ് അറുപത്തിമൂന്നായി. മൂന്ന് ആൺമക്കൾ, രണ്ട് പെൺമക്കൾ. മക്കൾ എല്ലാവരുടെയും വിവാഹംകഴിഞ്ഞു. മക്കളും മരുമക്കളും കൊച്ചുമക്കളുമെല്ലാം വിദേശത്താണ്. വിവിധ രാജ്യങ്ങളിൽ. ഒരാൾ ലണ്ടനിൽ, ഒരാൾ അമേരിക്കയിൽ, മൂന്നാമത്തെ മകൻ ആസ്ത്രേലിയായിൽ. പെൺമക്കൾ രണ്ടുപേരും ഗൾഫിൽ കുടുംബസമേതം കഴിയുന്നു. വളരെ ശ്രദ്ധിച്ചും ബുദ്ധിമുട്ടിയുമൊക്കെയാണ് ആദ്യകാലങ്ങൾ കഴിഞ്ഞത്. മക്കൾ എല്ലാവരും പഠിച്ചു. ഇപ്പോൾ കറിയാച്ചന് നഗരത്തിൽ സാമാന്യം നല്ല വീടും കുറച്ചു സ്ഥലവുമൊക്കെയുണ്ട്.സാമ്പത്തികമായി സാമാന്യം തരക്കേടില്ല. അതിന്റേതായ അല്പം പൊങ്ങച്ചമൊക്കെയുണ്ട്.

പള്ളിയിൽ കുർബാനയുടെ സമയമായിരിക്കുന്നു. കറിയാച്ചൻ വേഗത്തിൽ പള്ളിയിലേക്കു നടന്നു. അരകിലോമീറ്റർ ദൂരമേയുള്ളൂ. ഇടറോഡിൽ കൂടി നടന്ന് വലിയ റോഡിലേക്ക് കയറി അല്പം നടന്നാൽ മതി. ഇടറോഡിൽ നിന്ന് വലിയ റോഡിലേക്ക് ചെല്ലുന്നിടത്ത് ചെറിയ ഒരു കയറ്റമുണ്ട്. വലിയ റോഡെന്നു പറഞ്ഞാൽ അത്ര പ്രധാന റോഡൊന്നുമല്ല. ബസ് റൂട്ടാണ്. ആ റോഡ് പണിതപ്പോൾ മണ്ണിട്ട് ഉയർത്തിയതാണ്, ചെറിയ കയറ്റം.

പള്ളിയിലേക്ക് നടക്കുമ്പോൾ കറിയാച്ചൻ ഓർത്തു. നടക്കാനുള്ള ദൂരമേയുള്ളുവെങ്കിലും കാറിനു പോകുന്നതാണ് ഒരു ഗമ. പള്ളിമുറ്റത്ത് വശം ചേർത്ത് ഒതുക്കിയിട്ട് കാറിൽനിന്നും ഇറങ്ങിഒന്നു നിവർന്ന് നിന്ന് ഓട്ടോലോക്കോപ്പ് ഉപയോഗിച്ച് കാർ ലോക്ക് ചെയ്ത് മെല്ലെ പള്ളിയിലേക്ക് കയറുക. ഇടയ്ക്കിടെ കാറുകൾ മാറി പുതിയത് വാങ്ങുന്നത് കറിയാച്ചന് വലിയ താല്പര്യമാണ്. പുതിയ മോഡൽ കാറുമായി

വരുമ്പോൾ എല്ലാവരും ഒന്നു നോക്കും. കാറു മാറി മേടിക്കാൻ തോന്നുമ്പോൾ ആൺമക്കളോടു പറയും. പുതിയ കാറുകളെപ്പറ്റി അവർക്കാണല്ലോ കൂടുതൽ അറിയാവുന്നത്. പുതിയ മോഡൽ നല്ല കമ്പനിയുടേത് അവർ ബുക്ക് ചെയ്യും. അതാണ് പതിവ്. ഇപ്പോഴത്തെ കാറ് നാലു വർഷമായി കയ്യിലിരിക്കുന്നു. ആകെ ഒരു ചമ്മൽ. രണ്ടു കൊല്ലം കഴിയുമ്പോഴെങ്കിലും മാറി പുതിയത് എടുക്കുന്നതാണ്. മക്കൾ വിദേശത്തൊക്കെ ഉള്ളപ്പോൾ ഇതാണല്ലോ നാട്ടിലെ ഒരു ട്രെൻഡ്. എന്താണാവോ കഴിഞ്ഞ ആറുമാസമായി അവരോടു പറയുന്നു. ഒന്നും സംഭവിച്ചില്ല.

അല്ലെങ്കിലും ഇളയ മകന്റെ കല്യാണം കഴിഞ്ഞതിൽ പിന്നെ എല്ലാത്തിനും ഒരു മാറ്റംപോലെകാണുന്നു. ഇവിടുത്തെയൊക്കെ വിറ്റ് ഡാഡിയും മമ്മിയും അവരുടെ കൂടെ വിദേശത്തേക്ക് ചെല്ലാനാണ് പറയുന്നത്. ഡാഡി പ്രായമായിപോലും! മമ്മിക്കും ആരോഗ്യം മോശം. ഇടയ്ക്കിടെ ചെക്കപ്പ്, ഡോക്ടർ, ആശുപത്രി, വയസ്സുകാലത്ത് ആരും നോക്കാനില്ല. അതു കൊണ്ട് ഇനിയും ഇവിടെ നിൽക്കണ്ട. അതാണ് അവരുടെ അഭിപ്രായം. മേരിക്കുട്ടിക്കാണെങ്കിൽ അതു സമ്മതമാണു താനും. ഫോറിനിൽ പോയി മക്കളുടെ കൂടെ താമസിക്കുന്നത് വലിയ അന്തസ്സാണ് എന്നാണ് അവളുടെ അഭിപ്രായം. അവിടെയൊക്കെ സ്വർഗമാണെന്നാണ് കക്ഷിയുടെ ഉള്ളിലിരിപ്പ്. താനിതുവരെ അഭിപ്രായമൊന്നും പറഞ്ഞില്ല. അതാണോ കാരണമെന്ന്അറിയില്ല. എന്നും വിളിച്ച് വിശേഷം ചോദിക്കുന്നവർ ഇപ്പോൾ കുറച്ചുനാളുകളായി ആഴ്ചയിൽ ഒന്നോ, രണ്ടാഴ്ചയിൽ ഒന്നോ എന്ന തോതിലാണ് വിളിക്കുന്നത്. മേരിക്കുട്ടി പറയും, അവർക്കും കുടുംബമായില്ലേ. അവിടത്തെകാര്യങ്ങൾ നോക്കണ്ടെ. ശരിയാണ്. എന്നാലും രണ്ടോമൂന്നോ ദിവസങ്ങൾ കൂടുമ്പോൾ ആരും വിളിച്ചില്ലെങ്കിൽ മനസ്സിന് ഒരു വല്ലായ്ക. സാരമില്ല എന്നും പള്ളിയിൽ ചെല്ലുമ്പോൾ എല്ലാ മക്കൾക്കും വേണ്ടി പേരുചൊല്ലി പ്രാർത്ഥിക്കും.

നടന്ന് കറിയാച്ചൻ വലിയ റോഡിന്റെ അടുത്ത് എത്താറായി. ഓ..അതാ മുന്നിൽ ഉന്തുവണ്ടിയിൽ നിറച്ച് വെയിസ്റ്റ് കെട്ടുകളുമായി വെയിസ്റ്റുകാരി. അവർ ഒന്നിടവിട്ട ദി

വസങ്ങളിൽ വീടുകളിൽ നിന്നും വെയിസ്റ്റ് ശേഖരിച്ച് കൊണ്ടു പോകും. ഇന്നലെരാവിലെ തന്റെവീട്ടിൽനിന്നും എടുത്തതാണ്. വാർദ്ധക്യത്തിലെത്തിയ ഒരു തമിഴത്തി. വണ്ടി നിറയെ കെട്ടുകളു ള്ളതിനാൽ നല്ല ഭാരമുണ്ട്. അവർ ഉന്തുവണ്ടി കയറ്റത്തിലേക്ക് തള്ളുകയാണ്. വളരെ സാവധാനമാണ് വണ്ടി നീങ്ങുന്നത്. അവർ വളരെ ക്ലേശിക്കുകയാണ്. കറിയാച്ചനെ കണ്ടപ്പോൾ അവർ അയാളുടെ വശം തിരിഞ്ഞ് പറഞ്ഞു.

''സാർ ഒന്ന് തള്ളിത്തരുമോ''?

ങേ, കറിയാച്ചൻ ഞെട്ടിപ്പോയി. വെയിസ്റ്റ് തള്ളാമോ എന്ന്! ഛെ, എന്തു ധിക്കാരമാണ് ഇവൾ ചോദിച്ചത്. അയാൾ ദേഷ്യത്തോടെ അവരുടെ നേരെനോക്കി. പക്ഷേ, അടുത്ത ക്ഷണം, ഉന്തുവണ്ടി അതാ പുറകോട്ട് നീങ്ങുകയായി. അത് അവരുടെ നേരെ അല്ല, തന്റെയും നേരെ വരുകയാണ്. അത് മറിഞ്ഞാൽ?... ഒരുനിമിഷം. മിന്നൽ വേഗത്തിൽ കറിയാച്ചൻ ഉന്തു വണ്ടിയുടെ പിടിയിൽ ചാടിപ്പിടിച്ചു. ഛെ! എന്തൊരു നാ ണക്കേട്. ആകെ അറപ്പു തോന്നി. രോമങ്ങൾ എഴുന്നുനിന്നു. വേഗം, തമിഴത്തിയുടെ ഒപ്പം ഉന്തുവണ്ടി തള്ളി കയറ്റം കയറി വലിയ റോഡിൽ എത്തി വണ്ടി ഒതുക്കിനിർത്തി. ആരെല്ലാം കാണും? ശരീരമാകെ ഒച്ച് ഇഴയുന്നതുപോലെ. ഇനി സോ പ്പിട്ട് കൈയുംകാലും കഴുകുക മാത്രമല്ല കുളിച്ച് വസ്ത്രം മാറിയാലേ പറ്റുകയുള്ളൂ. ദേഷ്യവും അറപ്പും ജാള്യതയും കൊണ്ട് മിണ്ടാൻ പറ്റാതെയായി.

''റൊമ്പം നന്ദി സർ''

തമിഴത്തിയുടെ കൃതജ്ഞത. അയാൾ ഈർഷ്യയോടെ അവരെ നോക്കി.

''നിങ്ങൾ ഇത്രയും ഭാരവുമായി ഈ വഴിയേ വന്നത് എന്തിനാ. വേറെ വഴിയെ ഈ കയറ്റം ഒഴിവാക്കി പോയിക്കൂടെ? സഹായത്തിന് വേറെ ആരുമില്ലേ?''

കറിയാച്ചൻ ഈർഷ്യയോടെ തന്നെ അവരെ ചോദ്യംചെ യ്തു.പെട്ടെന്ന് അവരുടെ കണ്ണുകൾ നിറഞ്ഞു

''ഞാനും വെയിസ്റ്റാണു സർ''

അവർ പറഞ്ഞു. അയാൾക്ക് ഒന്നും മനസ്സിലായില്ല.

തമിഴത്തിയോട് സംസാരിക്കേണ്ട കാര്യമൊന്നുമില്ല. എന്നാലും ഇവർ കരയുന്നതും വെയിസ്റ്റ് എന്നു പറയുന്നതും എന്താണ്. ഇന്നിനി പള്ളിയിൽ പോകാനും പറ്റുകയില്ല. അയാൾ ചോദിച്ചു.

"എന്താ നിങ്ങൾ പറഞ്ഞത്." തമിഴും മലയാളവും കൂട്ടിക്കലർത്തി അവർ പറയാൻ തുടങ്ങി. കറിയാച്ചന് മനസ്സിലായത് ഇപ്രകാരമൊക്കെയാണ്.

"ഇന്നലെ നമ്മൾ രുചിയോടെ കഴിച്ച ആഹാരത്തിന്റെ ബാക്കിയൊക്കെയല്ലേ ഈ കാണുന്ന വെയിസ്റ്റ്."

അവർ പറയാൻ തുടങ്ങി. ഓ, വലിയ തത്വം പറയാനാണോ കരച്ചിലും പിഴിച്ചിലും. അയാൾ മനസ്സിൽ ഓർത്തു. അവർ സംസാരം തുടർന്നു കൊണ്ടിരുന്നു. ഇന്നലെവരെ എല്ലാവർക്കും പ്രിയപ്പെട്ട അമ്മയായിരുന്നു അവർ. തമിഴ്നാട്ടിലാണ് സ്വദേശം. ഭർത്താവ് മരിച്ചുപോയി. വളരെ വർഷങ്ങളായി. മൂന്നു മക്കൾ. രണ്ട് ആണുങ്ങളും ഒരു പെണ്ണും. പെൺകുട്ടി ഇളയവളാണ്. ഭർത്താവിന്റെ മരണശേഷം വളരെ കഷ്ടപ്പെട്ട് മക്കളെ വളർത്തി. ആൺ മക്കൾ വിവാഹം കഴിച്ചു. വേറെ മാറിത്താമസിച്ചു. മകളെ വിവാഹം ചെയ്തയക്കാൻ പണമില്ല. സ്വന്തമായുണ്ടായിരുന്ന അഞ്ചു സെന്റ് സ്ഥലവും വീടും വിറ്റു മകളുടെ വിവാഹം നടത്തി. ബാക്കി കുറച്ചു പണമുണ്ടായിരുന്നത് ആൺമക്കൾ ഭാഗിച്ചെടുത്തു. അമ്മ ഓരോ മകന്റെയും കൂടെ മാറി മാറി താമസിച്ചാൽ മതിയെന്നു തീരുമാനിച്ചു. ആദ്യമൊക്കെ എല്ലാവർക്കും സന്തോഷമായിരുന്നു. കൊച്ചുമക്കളുമൊത്തുള്ള സന്തോഷത്തിന്റെ നാളുകൾ. കൊച്ചുമക്കൾ (പേരക്കിടാങ്ങൾ) ആണല്ലോ വാർദ്ധക്യത്തിലെത്തിയവരുടെ സന്തോഷവും ആരോഗ്യവും നിലനിർത്തുന്നത്. എന്നാൽ അധികനാൾ കഴിയുംമുമ്പ് അമ്മ എല്ലാവർക്കും അധികപ്പറ്റായി. തൊട്ടതും എടുത്തതും പറഞ്ഞതും ചോദിച്ചതും എല്ലാം കുറ്റമായി. വാർദ്ധക്യത്തിലെത്തിയ അവർ ഒരിറക്ക് ചായക്കും ഒരിറ്റു കഞ്ഞി വെള്ളത്തിനും വേണ്ടി മരുമക്കളുടെ കാരുണ്യത്തിനായി യാചിക്കേണ്ടി വന്നു. ഓരോ മരുമകളും മറ്റവളേക്കാൾ ദയയില്ലാത്തവൾ. അവർക്കു പണമാണ് ദൈവം. രണ്ടുപേരും ഒന്നു പോലെതന്നെ. ആൺ മക്കളാകട്ടെ, അമ്മ ആഹാരം കഴിച്ചോയെ

ന്നുപോലും അന്വേഷിക്കാതെയായി. ഒരുദിവസം ഇളയമകന്റെ ഭാര്യ വീട്ടിൽ നിന്നും ആട്ടിയിറക്കി. വല്ലാത്ത വിഷമത്തിൽ മൂത്തമകന്റെ വീട്ടിൽ എത്തി. അവർ തിരിഞ്ഞു പോലും നോക്കിയില്ല. അന്നു രാത്രി വല്ലാത്ത തല വേദനയുമായി വരാന്തയിൽ കിടക്കുകയായിരുന്നു. രാത്രി മകനും ഭാര്യയുമായി സംസാരിക്കുന്നു. അടുത്ത ഗ്രാമത്തിൽ ഒരു വീട്ടിൽ 'തലൈക്കുത്ത്'നടത്തിയത്രേ. മരുമകൾ പറഞ്ഞു. ''മറ്റുള്ളവരെ ഇട്ടു കഷ്ടപ്പെടുത്തുന്നതിലും ഭേദമാണ."' എന്റെ മനസ്സിൽ വെള്ളടി മിന്നി. തലവേദനയൊക്കെ ഓടിമറഞ്ഞു.

''അതെന്നാ ആ പറഞ്ഞ സംഗതി''

കറിയാച്ചൻ ഇടയ്ക്കുകയറി ചോദിച്ചു. ആ സ്ത്രീ പൊട്ടിക്കരയുവാൻ തുടങ്ങി.

''ഛെ, പുലിവാലായോ''

അയാൾ മനസ്സിൽ പറഞ്ഞു. ആളുകൾ കാണും. അവർ എന്തുവിചാരിക്കും.

''അത് സാറെ, പ്രായമായ മാതാപിതാക്കളെ മന:സാക്ഷിയില്ലാത്ത മക്കൾ കൊല്ലുന്നതാണ്. അസുഖമായി കിടക്കുമ്പോൾ തലയിൽ നിറയെ എണ്ണ തേയ്ക്കും. കുറെനേരം കഴിഞ്ഞ് കുളിപ്പിക്കും. പിറ്റേന്നു മുതൽ ഭയങ്കര പനി പിടിക്കും. ചികിത്സിക്കുകയില്ല. രണ്ടോ മൂന്നോ ദിവസങ്ങൾക്കുള്ളിൽ മരിക്കും. പുറത്തു പറയുമ്പോൾ പനി പിടിച്ചു മരിച്ചു എന്നുപറയും. അതാണ് തലൈക്കുത്ത്. ജന്മം നൽകി പോറ്റി വളർത്തിയ മക്കൾ ചെയ്യുന്ന കൊടും ക്രൂരത! സ്വന്തം കാലിൽ നിൽക്കാറായാൽപല മക്കൾക്കും മാതാപിതാക്കൾ ഈ വെയിസ്റ്റു പോലെയാണ്.''

രാത്രി തന്നെ ഉടുവസ്ത്രവുമായി അവിടെനിന്നും ഇറങ്ങി. റോഡിലൂടെ നടന്നു. എത്ര നടന്നുവെന്ന് അറിയില്ല. വെളുക്കാറായപ്പോൾ ഒരു ബസ് വന്നു. അതിൽ കയറി. പൈസയില്ല. ഞാൻ കരയുന്നതു കണ്ടപ്പോൾ അവർ ഒന്നും പറഞ്ഞില്ല. റയിൽവേസ്റ്റേഷനിൽ ഇറക്കിവിട്ടു. ഒരു ട്രെയിൻ വന്നു. അതിൽ കയറി, ഭിക്ഷ യാചിച്ചു. ആഹാരം കഴിച്ചു. ട്രെയിൻ വന്നുനിന്നത് എറണാകുളത്താണ്. അവിടെ റയിൽവേസ്റ്റേഷനിൽ ഇറങ്ങി. കിടന്ന് ഉറങ്ങിപ്പോയി. പോലീസ് വന്ന് എഴുന്നേല്പി

ച്ചു. ഭിക്ഷയാചിച്ച് നടക്കാൻ പറ്റില്ലാന്ന് പറഞ്ഞു. അവിടെ തമിഴ് അറിയുന്ന കൂലിക്കാർ ഉണ്ടായിരുന്നു. അവരുടെ കൂടെയിരുന്നപ്പോൾ ഒരാൾ പറഞ്ഞു. നിങ്ങൾക്ക് പറ്റിയ ഒരു വേല പറഞ്ഞു തരാം. എന്നെ കോർപ്പറേഷൻ ഓഫീസിൽ കൂട്ടിക്കൊണ്ടു പോയി. ആരെ ഒക്കെയോ കണ്ട് അയാൾ സംസാരിച്ചു. ഈ വേല കിട്ടി. ഇപ്പോൾ മാസം നല്ല വരുമാനമുണ്ട്. കോർപ്പറേഷനിൽ നിന്നും ദിവസക്കൂലി കിട്ടും. ഓരോ വീട്ടുകാരും വെയിസ്റ്റ് എടുക്കുന്നതിന് മാസം കൂലിയായി കാശ് തരും.

''ഞാൻ എന്നും ഈ വണ്ടിയുമായി പോകുന്ന റോഡിലെ കലുങ്കിന്റെ പണി നടക്കുന്നതുകൊണ്ട് ആ വഴി അടച്ചുവച്ചിരിക്കുകയാണ്. അതുകൊണ്ടാണ് ഈ വഴി വന്നത്. സാർ പിടിച്ചില്ലായിരുന്നെങ്കിൽ ഇത് എന്റെ ദേഹത്തുകൂടി കയറി വണ്ടി മറിഞ്ഞ് വെയിസ്റ്റെല്ലാം ഇവിടെ വീണു കിടക്കുമായിരുന്നു. നന്ദിയുണ്ട് സാർ''.

വഴിയെ വന്നവർ നോക്കുന്നുണ്ട്. എല്ലാവരും കറിയാച്ചനെ അറിയുന്നവർ. അയാൾ തമിഴത്തിയോട് പറഞ്ഞു.

''ഇനി ഇത്രയും ഭാരം വണ്ടിയിൽ കയറ്റി ഈ വഴി വരരുത്. ഇവിടെ കയറ്റമാണെന്ന് മനസ്സിലായില്ലേ''.

''ശരി സാർ''

അതും പറഞ്ഞ് അവർ വണ്ടി തള്ളി മുന്നോട്ടു പോയി. കറിയാച്ചന് ആകെ തല പെരുക്കുന്നതുപോലെ. അവർ പറഞ്ഞ പല വാചകങ്ങളും മനസ്സിൽ കൊളുത്തി വലിക്കുന്നതു പോലെ.വഴിയരുകിൽ ഉണ്ടായിരുന്ന പൈപ്പിൽ നിന്നും വെള്ളം കൊണ്ട് കയ്യും കാലും കഴുകി. പള്ളിയിലെ കുർബാനയുടെ സമയം കഴിഞ്ഞിരിക്കുന്നു. വീട്ടിൽ ചെന്നിട്ടു വേണം സോപ്പിട്ട് കുളിക്കാൻ. കാര്യമായി അല്പം ആലോചിക്കാനുണ്ട്. അയാൾ മനസ്സിൽ പറഞ്ഞു. കറിയാച്ചൻ വേഗം വീട്ടിലേക്ക് നടന്നു.

2020

14. അന്ത്യപ്രലോഭനം

അവൻ വരും....വരാതിരിക്കില്ല.... അവൻ ഇതുവരെ എന്തേ വരാത്തത്. ഇല്ല... നിശ്ചയമായും അവൻ വരും. ക്ഷീണിച്ചു തളർന്ന കണ്ണുകൾ തുറന്ന് യേശു കുരിശിൽ കിടന്നുകൊണ്ട് താഴെ ചുറ്റും നിൽക്കുന്നവരുടെ ഇടയിൽ കണ്ണോടിച്ചു.

തന്റെ അമ്മ, ചാർച്ചക്കാരും അനുയായികളുമായ കുറച്ചു സ്ത്രീകൾ, ശിഷ്യൻ യോഹന്നാൻ, ശതാധിപനും കുറച്ചു പടയാളികളും, വിജയഭാവത്തിൽ യേശുവിനെപ്പറ്റി പരിഹസിച്ചു പറഞ്ഞു ചിരിക്കുന്ന ഫരിസേയരും പുരോഹിത പ്രമാണികളും, കൂക്കിവിളിക്കുന്ന കുറെ ജനങ്ങളും. ഇല്ല... മറ്റു ശിഷ്യന്മാർ ഒരെണ്ണംപോലുമില്ല. ചുറ്റുവട്ടത്തെങ്ങും കാണാനില്ല, അവരിൽ ആരെയും. എങ്കിലും പരിക്ഷീണമായ ആ കണ്ണുകൾ വീണ്ടും ആരെയോ അന്വേഷിക്കുന്നു.

കുരിശിൽ കിടന്ന് പ്രാണവേദനയിൽ പിടയുന്നവനുണ്ടാകുന്ന ബോധാബോധപ്രതിഭാസം. പ്രജ്ഞയ്ക്കപ്പുറമുള്ള വിഭ്രാന്തി. മരുഭൂമിയിലെ മരീചികപോലെ. ഹൊ... നാഡിഞരമ്പുകൾ വലിഞ്ഞുമുറുകുന്നു. അവ മുറിഞ്ഞുപോകുന്നതുപോലെ അസഹ്യമായവേദന. മയക്കത്തിന്റെ ആലസ്യം. തന്റെ അമ്മയുടെയും ചാർച്ചക്കാരുടെയും മുഖത്തു തെളിഞ്ഞുനിൽക്കുന്ന ദൈന്യത. അവസാനമില്ലാത്ത രാജ്യത്തിന്റെ

അധിപനാകുമെന്ന് മാലാഖവഴി വാഗ്ദാനം ചെയ്യപ്പെട്ടവന്റെ അന്ത്യം ഇത്ര പരിഹാസ്യമോ എന്നോർക്കുമ്പോൾ ആ മാതൃ ഹൃദയത്തിന്റെ വിങ്ങൽ. ഉയരുന്ന തേങ്ങലും നെടുവീർപ്പും. ഇതെല്ലാം യേശുവിന് ആ കുരിശിൽ കിടന്നു വ്യക്തമാകുന്നുണ്ടായിരുന്നു. ഇതിനിടയിലും ആ കണ്ണുകൾ ആരെയോ തിരയുന്നുണ്ടായിരുന്നു.

അവൻ വരും. വരാതിരിക്കുകയില്ല.... മനസ്സു പതറുന്നുവോ? വിഭ്രാന്തിയുടെ മയക്കം... അതാ അവൻ വരുന്നു! ലാസർ! താൻ മരണത്തിന്റെ നിത്യനിദ്രയിൽനിന്നും ജീവിതത്തിലേക്ക് മടക്കിക്കൊണ്ടു വന്നവൻ. നീ ഇവിടെ ഉണ്ടായിരുന്നെങ്കിൽ എന്റെ സഹോദരൻ മരിക്കുകയില്ലായിരുന്നു എന്നു പ്രലപിച്ച അവന്റെ സഹോദരി മാർത്തയുടെ കണ്ണുനീർ. ശിഷ്യന്മാരെയും ലാസറിന്റെ സഹോദരിമാരുടെ ദു:ഖത്തിൽ അവരെ ആശ്വസിപ്പിക്കാൻ വന്ന യഹൂദജനങ്ങളെയും ലാസറിന്റെ സഹോദരിമാരെയും സാക്ഷിനിർത്തി മൃത്യുവിന്റെ അഗാധ ഗർത്തത്തിൽ നിന്നും ഞാൻ പുറത്തുകൊണ്ടുവന്ന ലാസർ. മരിച്ചിട്ട് ഇത് നാലാം ദിവസമാണ്, ഇപ്പോൾ ദുർഗന്ധമുണ്ടായിരിക്കുമെന്ന് വാക്കുകൾ മാറ്റിപ്പറഞ്ഞ മാർത്തായുടെ കൺമുമ്പിൽവച്ചുതന്നെയാണ് അവളുടെ സഹോദരനെ താൻ ഉയിർപ്പിച്ചത്. താൻ ദൈവപുത്രനാണെന്നും ദൈവമാണ് തന്നെ അയച്ചതെന്നും അതിന്റെ ശക്തവും വ്യക്തവുമായ തെളിവ് ഇതാണ് എന്നു പറഞ്ഞുകൊണ്ടുതന്നെയാണ് താൻ ലാസറിനെ മരിച്ചവരിൽ നിന്ന് ഉയിർപ്പിച്ചത്. ആ ലാസർ ഇതാ വന്നിരിക്കുന്നു. പടക്കുതിരയുടെ വർദ്ധിത വീര്യത്തോടും മിന്നൽപ്പിണരുകൾ സ്ഫുരിപ്പിക്കുന്ന നയനങ്ങളോടും കൂടി ലാസർ എത്തിയിരിക്കുന്നു. ഞെട്ടിത്തരിച്ച പുരോഹിത പ്രമാണിമാർ. അവർ അമ്പരന്ന് അസ്തപ്രജ്ഞരായിരിക്കുന്നു.

ചാട്ടുളിപോലുള്ള ചോദ്യങ്ങൾ ലാസറിൽനിന്ന് ഉയരുന്നു.
''ഞാൻ മരിച്ചതിന് നിങ്ങളൊക്കെ സാക്ഷികളല്ലായിരുന്നോ?''
''എന്നെ കച്ചകൊണ്ട് ആപാദചൂഢം ചുറ്റിക്കെട്ടി കല്ലറയിൽ ഇറക്കിവച്ചത് നിങ്ങളല്ലായിരുന്നോ?''

''നാലുദിവസങ്ങൾ മരണാനന്തര പ്രാർത്ഥനകൾ ന

ടത്തിയത് നിങ്ങൾ അല്ലായിരുന്നോ?''

''എന്റെ സഹോദരിമാരെ ആശ്വസിപ്പിക്കാൻ എത്തിയവർ നിങ്ങളല്ലായിരുന്നോ?'' ആ ചോദ്യശരങ്ങൾ നേരിടാനാകാതെ, ഉദയസൂര്യന്റെ രശ്മികൾ തട്ടുമ്പോൾ കണ്ണുകൾ ചിമ്മുന്നതുപോലെ കണ്ണുകൾ അടച്ചുനിന്ന പുരോഹിതപ്രമാണിമാരുടെയും ഫരിസേയരുടെയും നേരെനോക്കി ലാസർ ഗർജിച്ചു. ''മരിച്ചു മണ്ണോടുചേർന്ന എന്റെ മാംസവും നാഡിഞരമ്പുകളും നിങ്ങൾ ഈ കാണുന്ന രൂപത്തിൽ തിരികെ തന്ന് എന്നെ ഉയിർപ്പിച്ചത് ആരാണ്. പറയുവിൻ, നിങ്ങളാണോ?'' ''നിങ്ങളുടെ ചക്രവർത്തി സീസറാണോ?''

''നിങ്ങൾ അതിനു സാക്ഷികളായിരുന്നില്ലേ?'' ''എന്നിട്ടും നിങ്ങൾ അവനെ ക്രൂശിച്ചിരിക്കുന്നു.''

''എന്തിന്?''

''ആർക്കുവേണ്ടി?''

പൂച്ചയുടെ മുമ്പിൽപ്പെട്ട എലിയെപ്പോലെ പുരോഹിതന്മാർ വിറച്ചുതുടങ്ങി. ജനം നിശബ്ദരായി. പിന്നെ അക്ഷമരായി തുടങ്ങി. മാർക്ക് ആന്റണിയുടെ പ്രസംഗത്തിൽ മതിമറന്ന ജനം ബ്രൂട്ടസിന്റെ നേരെ തിരിഞ്ഞപോലെ. എന്തും സംഭവിക്കാവുന്ന സംഭ്രമജനകമായ സ്ഥിതിവിശേഷം.

ശതാധിപൻ കുരിശിലേക്കും, ലാസറിന്റെ മുഖത്തേക്കും പുരോഹിതപ്രമാണിമാരുടെ മുഖങ്ങളിലേക്കും ഉദ്വേഗത്തോടെ മാറി മാറി നോക്കുന്നു. ആർക്കും ഒരു വാക്കുപോലും ഉരിയാടാനാവുന്നില്ല. വായു പോലും നിശ്ചലം. പുരോഹിതന്മാർ വിറ കൊള്ളുന്നു. പൊടുന്നനെ ഒരു ആരവം. യേശു ദൈവപുത്രൻ.... ദാവീദിൻ സുതന് ഓശാന, ഓശാന, ഓശാന. ലാസറിനെ തോളിൽ ഉയർത്തിപ്പിടിച്ച് ശതാധിപനോട് യേശുവിനെ കുരിശിൽ നിന്നും താഴെയിറക്കാൻ ജനങ്ങൾ ആക്രോശിച്ചു തുടങ്ങി. പുരോഹിതന്മാർ ഓരോരുത്തരായി ഓടിയൊളിക്കാൻ തുടങ്ങി.

യേശു കണ്ണുകൾ ചിമ്മിത്തുറന്നു. ഇല്ല... ലാസർ വന്നിട്ടില്ല. താൻ കണ്ടത് വെറും സ്വപ്നം മാത്രം. എന്തുപറ്റി ലാസറിന്. വേദനയുടെ പാരമ്യത്തിലും യേശു ഒരിക്കൽക്കൂടി ഏകാഗ്രനായി

പിതാവുമായി ഒന്നുചേർന്നു. രണ്ടു ദൃശ്യങ്ങൾ മുന്നിൽ തെളിഞ്ഞു. ഒന്നിൽ ഒരു മനുഷ്യൻ മരക്കൊമ്പിൽ കെട്ടി ഞാന്ന് മരിച്ചു കിടക്കുന്നു. മറ്റേ ദൃശ്യത്തിൽ ലാസർ ബന്ധനസ്ഥനായി, ഊരിപ്പിടിച്ച വാളുമായി കാവൽ നിൽക്കുന്ന പട്ടാളക്കാരുടെ ഇടയിൽ കിടന്നു കുതറുന്നു; ഞരങ്ങുന്നു. കുരിശിൽ നിന്നും ആ വിലാപം ഉയർന്നു.

''ഏലി ഏലി ല്മാസബക്ക്ഥാനി.''

എന്റെ ദൈവമേ, എന്റെ ദൈവമേ എന്തുകൊണ്ട് നീ എന്നെ ഉപേക്ഷിച്ചു. പിതാവിന്റെ തിരുഹിതം വ്യക്തമായി അറിഞ്ഞു. ശേഷം അവൻ മൊഴിഞ്ഞു.

''എല്ലാം പൂർത്തിയായി''.

2021

15. കേരളീയം

ഈസ്റ്റർ ഞായറാഴ്ച രാത്രിയിൽ പള്ളിയിൽ പോയി വന്നതിന്റെ ഉറക്ക ക്ഷീണമുണ്ടായിരുന്നതു കൊണ്ട് കുറച്ചുനേരം കൂടി ഉറങ്ങണമെന്നു കരുതി. അപ്പോഴാണ് ലാൻഡ്ഫോൺ ബെല്ലടിച്ചത്. ഭാര്യ അടുക്കളയിൽ ഈസ്റ്ററിന്റെ ജോലിത്തിരക്കുകളിൽ ആണെന്നറിയാം. ഞാൻ വേഗം എഴുന്നേറ്റ് ഫോണെടുത്ത് ഹലോ പറഞ്ഞു.

‘‘ഹലോ’’

ഫോണിന്റെ അങ്ങേ തലയ്ക്കൽ നിന്നും പറഞ്ഞു.

‘‘പത്ത് അപ്പവും രണ്ട് ചിക്കൻ കറിയും വേണം. എപ്പൊ കിട്ടും’’.

ചീഞ്ഞ കോഴിയിറച്ചി ചൂടാക്കി പൊതിഞ്ഞു കൊടുക്കുന്ന ഹോട്ടലൊന്നുമല്ലെടോയെന്ന് പറയുവാൻ തോന്നിയെങ്കിലും ഞാൻ പറഞ്ഞു.

‘‘ഇത് ഹോട്ടലിന്റെ നമ്പർ അല്ലല്ലോ, സോറി റോങ് നമ്പർ’’.

‘‘ഹോട്ടലിന്റെ നമ്പർ അല്ലേ. ഞാൻ ഇന്നലെ വൈകുന്നേരം ഇതേ നമ്പറിൽ വിളിച്ച് ബിരിയാണി ഓർഡർ ചെയ്തതാണല്ലോ.’’

ഞാൻ ഫോൺ താഴെ വെച്ചു.

‘‘ഉറക്കം കളയാൻ ഒരു ഫോണും’’.

ഞാൻ ആരോടെന്നില്ലാതെ പറഞ്ഞു.

മുറ്റത്തു പത്രം കിടക്കുന്നു. ഞാൻ പത്രം കയ്യിലെടുത്തു.

വരാന്തയിലെ ചാരുകസേരയിൽ ഇരുന്നു. പ്രഭാതത്തിലെ ചെറിയ കുളിര്. ഈസ്റ്റർ ആഘോഷങ്ങളെപ്പറ്റിയൊക്കെ ധാരാളം വിശേഷങ്ങളും പല സമുദായനേതാക്കളുടെ ലേഖനങ്ങളും ഉണ്ട്. മുൻ കാലങ്ങളിലെ ഈസ്റ്റർ ആഘോഷങ്ങളെപ്പറ്റി ചില പ്രശസ്തരുടെ ഓർമക്കുറിപ്പുകൾ. നിദ്രാഭാരം കണ്ണുകളിൽ തളം കെട്ടി നിന്നു. എങ്കിലും വായിച്ചു കൊണ്ടിരുന്നു. വിദേശരാജ്യങ്ങളിലെ ഈസ്റ്റർ ആഘോഷങ്ങളെപ്പറ്റി രസകരമായ വിവരണങ്ങൾ.

''കരുണയുടെ പുണ്യദിനമായ ഈസ്റ്റർ ദിനത്തിൽ ഒരു കാരുണ്യാ ലോട്ടറിയെടുത്ത് യാതന അനുഭവിക്കുന്ന രോഗികൾക്ക് സാന്ത്വനം നൽകുവിൻ...... കാരുണ്യാലോട്ടറി..... കാരുണ്യാ കേരള സംസ്ഥാന ഭാഗ്യക്കുറി...... കാരുണ്യാ''...

''ഓ പത്രോസ് ഇന്നും ലോട്ടറിയുമായി ഇറങ്ങിയല്ലോ''.

ഞാൻ മനസ്സിൽ പറഞ്ഞു. പത്രോസ് പുലയ സമുദായത്തിൽപെട്ട ആളാണ്. ക്രിസ്തുമതം സ്വീകരിച്ചതാണ്. എന്നെക്കാൾ വളരെ പ്രായക്കൂടുതൽ ഉണ്ട്. എന്നാലും ഞങ്ങൾ പേരാണ് വിളിക്കുന്നത്. ചെറുപ്പം മുതലേ അങ്ങനെയാണ്. പത്രോസിന് വേലികെട്ടലും മറ്റു കൃഷിപ്പണികളുമൊക്കെയായിരുന്നു ജോലി. പക്ഷേ, ഒരിക്കൽ കാലിന് ഒരു അപകടം സംഭവിച്ചു. അതിൽ പിന്നെ കാലുകൾ ശരിക്കും നിവരുകയില്ല. നടക്കാൻ വിഷമമായി. പണികളും ചെയ്യാൻ പറ്റാതെയായി. അപ്പോൾ ഒരു മുച്ചക്രസൈക്കിൾ ഉണ്ടാക്കി. കൈകൊണ്ട് പെഡൽ തിരിച്ച് സഞ്ചരിക്കുന്ന വണ്ടി. ലോട്ടറി ടിക്കറ്റുകൾ വയ്ക്കാൻ സൗകര്യം ഒരുക്കി. ഒരു ചെറിയ ഉച്ചഭാഷിണിയും പിടിപ്പിച്ചു. ഒരു ടേപ് റെക്കോർഡറും സംഘടിപ്പിച്ചു. എന്നും രാവിലെ ടേപ്പുചെയ്ത അനൗൺസ്മെന്റുമായി പത്രോസ് എന്റെ വീടിന്റെ മുമ്പിലുള്ള റോഡിലൂടെ പോകും. മൂന്ന് ആൺ മക്കളും മൂന്ന് പെൺമക്കളും ഉണ്ട്. ആൺമക്കൾ കല്യാണം കഴിച്ച് തറവാട്ടിൽ നിന്നും മാറി താമസിക്കുന്നു. പെൺ മക്കളിൽ വല്ലാതെ കോങ്കണ്ണുള്ള ത്രേസ്യായെ മാത്രം കെട്ടിച്ചില്ല. പത്രോസും ഭാര്യയും ത്രേസ്യായുമാണ് പത്രോസിന്റെ വീട്ടിൽ താമസം. അയാൾ എന്നും ലോട്ടറി വിൽക്കാൻ പോകും. ജീവിച്ചു പോകാനുള്ള വരുമാന

മുണ്ടെന്ന് തോന്നുന്നു.

''കാരുണ്യാലോട്ടറി കേരള സംസ്ഥാന ഭാഗ്യക്കുറി...... കാരുണ്യാ.. .''

അനൗൺസ്മെന്റ് മുന്നോട്ടു കടന്നുപോയി.

പെട്ടെന്ന് ഇടിമുഴങ്ങുന്ന പോലെ ഒരു അനൗൺസ്മെന്റ്. ''ആസന്നമായ അത്യാപത്തിൽ നിന്നും രക്ഷപ്പെടുവാൻ കാപട്യ ക്കൂടാരങ്ങളായ ജനസഞ്ചയമേ മാനസാന്തരപ്പെടുവിൻ, പ ശ്ചാത്തപിക്കുവിൻ.''

ശ്ശെടാ, ഇതു പത്രോസിന്റെ ഉച്ചഭാഷിണിയാണല്ലോ.പക്ഷേ, പറയുന്നത് പത്രോസല്ലല്ലോ. ഞാൻ മനസ്സിലോർത്തു. ചെവി വട്ടം പിടിച്ചു. ആരൊക്കെയോ വഴിയേ ഓടുന്നു. എന്തോ പ്ര ത്യേകതയുണ്ടല്ലോ. ഞാനും റോഡിലേക്ക് ഇറങ്ങി, ഓടിച്ചെന്നു. അതാ! നാട്ടിലെങ്ങും കണ്ടിട്ടില്ലാത്ത ഒരാൾ. അയാൾ പ റയുന്നതാണ് പത്രോസിന്റെ ഉച്ചഭാഷിണിയിൽ കൂടി വരുന്നത്. മാത്രവുമല്ല പത്രോസ് അതാ രണ്ടു കാലിൽ നി വർന്നു നിൽക്കുന്നു. അത്ഭുതം! ആളുകൾ എല്ലാ ഭാഗത്തു നി ന്നും ഓടിക്കൂടുന്നു. വഴികൾ തിങ്ങി നിറഞ്ഞു. വാഹനങ്ങൾ ചലനമറ്റു നിന്നു.

ആറടിയിലേറെ പൊക്കം. മെലിഞ്ഞിട്ടല്ലാത്ത ശരീരം. വിസ്താരമുള്ള നെറ്റിത്തടം. മീശയും കേശവും താടിയും നീട്ടി വളർത്തിയിരിക്കുന്നു. ഉള്ളറകളിലേക്ക് ചുഴിഞ്ഞിറങ്ങുന്ന നോട്ടം. തിളങ്ങുന്ന കണ്ണുകൾ. ളോഹ പോലെയുള്ള കാവി നി റമുള്ള ഉടുപ്പും മേൽ മുണ്ടും. ആരാണിയാൾ? ആളുകളുടെ കൂട്ടത്തിൽ അയൽക്കാരൻ തോമസിനെ ഞാൻ കണ്ടു. ആംഗ്യം കൊണ്ട് ഞാൻ ചോദിച്ചു. പരിചയമുണ്ടോയെന്ന്. അറിയില്ലെന്ന് തോമസും ആംഗ്യം കാണിച്ചു. ഞാൻ പത്രോസിനോട് ചോ ദിച്ചു.

''എന്താ ഉണ്ടായത്''?

പത്രോസ് ആകെ സംഭ്രമിച്ചിരിക്കുന്നു. വാക്കുകൾ പു റത്തേക്ക് വരുന്നില്ല. അയാളുടെ കാലുകൾ അയാൾ തൊട്ടുകാ ണിച്ചു. പഴയതു പോലെ ബലമുള്ള കാലുകൾ. പത്രോസ് പ റഞ്ഞു.

''സ്വാമി..... എ....ന്നെ...... തൊട്ടു''.

''കാലത്തിന്റെ അടയാളങ്ങൾ ഇതാ തുടങ്ങിക്കഴിഞ്ഞു. ആസക്തിയുടെ കുപ്പായം ഉരിഞ്ഞു മാറ്റി പശ്ചാത്താപത്തിന്റെ ചാക്കുടുക്കുവിൻ. ആരംഭം മുതൽ ഇന്നുവരെ ഉണ്ടായി ട്ടില്ലാത്തതും ഇനിയൊരിക്കലും ഉണ്ടാകുകയില്ലാത്തവയുമായ കാര്യങ്ങളുടെ ആരംഭം ആയിരിക്കുന്നു.''

അദ്ദേഹം ഉച്ചഭാഷിണിയിലൂടെ പറഞ്ഞു കൊണ്ടി രുന്നു. ജനങ്ങൾ എല്ലാവരും ഫോട്ടോഗ്രാഫർമാരായ കാ മല്ലെ. വരുന്നവർ വരുന്നവർ ഫോണെടുക്കുന്നു; ഫോട്ടോ എടുക്കുന്നു.സ്വാമിയുടെ, പത്രോസിന്റെ, അയാളുടെ വണ്ടി യുടെ, ഉച്ചഭാഷിണിയുടെ, വഴിയുടെ എന്നുവേണ്ട ആകെ ബ ഹളം.

''വട്ടോ, കഞ്ചാവോ''?

തോമസ് എന്റെ അടുത്തേക്കു വന്നു ചെവിയിൽ ചോദിച്ചു. മിണ്ടാതിരിക്കുവാൻ ഞാൻ ആംഗ്യം കാണിച്ചു. അപ്പോഴേക്കും എങ്ങു നിന്നെന്ന് അറിഞ്ഞു കൂടാ ഞങ്ങളൊക്കെ ''പുട്ടു കുറ്റിക്കാർ'' എന്നു പറയാറുള്ള ചാനൽ ജീവികൾ അവിടെ ചാടി വീണു കഴിഞ്ഞു. അവരെ കണ്ടപ്പോഴേക്കും ജനങ്ങൾ ഇളകി വശായി. ഓരോരുത്തരുടെയും മുഖകമലം പ്രദർശിപ്പിക്കാനും പൊള്ളച്ചിരികൾ കാണിക്കാനുമായി ക്യാമറയുടെ മുമ്പിലേക്ക് പറ്റിച്ചേരുന്ന ജനം.

''ചക്കപ്പഴത്തിൽ ഈച്ച''യെന്ന പോലെ. ചാകര കിട്ടിയതു പോലെ ചാനലുകാരും. പോലീസിനെ സ്ഥലത്തു കാണാ ത്തതു കൊണ്ടായിരിക്കും ചാനൽക്കാരന്റെ സ്വരം അല്പം കടുത്തതായി തോന്നി.

''താങ്കൾ ആരാണെന്ന് പറയുമോ''?

ചാനൽക്കാരൻ സ്വാമിയുടെ നേരെ ചോദിച്ചു.

''ആടിനെ പേപ്പട്ടിയാക്കുകയും പേപ്പട്ടിയെ ചെമ്മരിയാടാ ക്കുകയും ചെയ്യുന്നവർക്കു ദുരിതം. ഓർഫിയൂസിന്റെ ഓടക്കു ഴൽപോലെ ജനങ്ങളെ കയത്തിലിറക്കുന്നവർക്കു ദുരിതം''.

സ്വാമി ഉച്ചഭാഷിണിയിലൂടെ പറഞ്ഞുകൊണ്ടിരുന്നു.

''കാളകൂടത്തെ അമൃതാണെന്നും അമൃതിനെ കാള

കൂടമാണെന്നും ചിത്രീകരിക്കുന്നവർക്കു ദുരിതം''.

തങ്ങളെ തീരെ ഗൗനിക്കാതിരിക്കുന്നതു മനസ്സിലാക്കിയപ്പോൾ ന്യൂജനറേഷൻ പാണന്മാർ അമ്പരന്നു.

''അങ്ങ് ആരാണ്,എവിടെനിന്നും വരുന്നു. പറയുവാൻ ദയവുണ്ടാകണം''.

അവരിൽ ഒരുവൻ അഭ്യർത്ഥിച്ചു.

''ഞാൻ അയക്കപ്പെട്ടവരിൽ ഒരുവൻ മാത്രം. നിർബന്ധമായി അയക്കപ്പെട്ടവൻ. യോനായെപ്പോലെ. കാറ്റ് എവിടെനിന്നു വരുന്നു എവിടേയ്ക്കു പോകുന്നു അങ്ങനെതന്നെ അയക്കപ്പെട്ടവനും''.

''അപ്പോൾ അങ്ങ് ഒരു പ്രവാചകനാണോ''?

''നിങ്ങൾ തന്നെ അതു പറഞ്ഞു കഴിഞ്ഞു. സംഭവാമി യുഗേ യുഗേ''.

''ഓ, ഇതു പോപ്പിന്റെ ആളാന്നാ തോന്നുന്നേ''. ചിലരൊക്കെ പിറുപിറുത്തു.

''പക്ഷേ വേഷം കാഷായമാണല്ലോ. സംഭവാമി യുഗേ യുഗേയെന്നും കാളകൂടമെന്നൊക്കെയും പറഞ്ഞില്ലെ. അപ്പോൾ ഏതോ സ്വാമിയാരാ'' മറ്റുചിലർ.

''എന്തായാലും ഒരു അത്ഭുതം സംഭവിച്ചിരിക്കുന്നു. പത്രോസിന്റെ കാലുകൾ ശരിയായി''. ജനം പല തട്ടിലായി.

''വരൂ''

അയാൾ പത്രോസിനോടു പറഞ്ഞു. അയാൾ മുന്നിലും പത്രോസ് പിന്നിലുമായി നടന്നു. അവർ പത്രോസിന്റെ വീടിനെ ലക്ഷ്യമാക്കി നടന്നു. ഞാനും അയൽക്കാരൻ തോമസും വീടുകളിലേക്കു പോയി. ജനവും ചാനൽക്കാരും പല വഴിക്കു തിരിഞ്ഞു. വളരെ കുറച്ചുപേർ പത്രോസിന്റെയും സ്വാമിയുടെ ഒപ്പവും നടന്നു. അപ്പോഴേക്കും ടെലിവിഷൻ ചാനലുകളിൽ എല്ലാത്തിലും ഫ്ളാഷ് ന്യൂസ് മിന്നി നിന്നു. ''ഇതാ ഒരു പ്രവാചകൻ പ്രത്യക്ഷപ്പെട്ടിരിക്കുന്നു. ശ്രദ്ധേയമായ ഒരു അടയാളം കാണിച്ചു കൊണ്ട്. ലോട്ടറി വില്പനക്കാരനും കാലു സ്വാധീനമില്ലാത്തവനുമായ പത്രോസിനെ സുഖപ്പെടുത്തിയിരിക്കുന്നു. പ്രവാചകൻ പത്രോസിന്റെ വീട്ടിൽ''.

അടുക്കളയും ഒരു മുറിയും മാത്രമുള്ളതാണ് പത്രോസിന്റെ വീട്. മേൽക്കൂര കോൺക്രീറ്റ് ചെയ്തിരിക്കുന്നു. ഇഷ്ടിക കൊണ്ട് കെട്ടിയ ചുവരുകൾ. മുൻവശം മാത്രമേ തേച്ചിട്ടുള്ളൂ. കതകുകളും ജനലുകളും പിടിപ്പിച്ചിട്ടുണ്ടെങ്കിലും പെയിന്റ് ചെയ്തിട്ടില്ല. പണികൾ മുഴുവൻ തീർന്നിട്ടില്ല.

നീണ്ടു നിവർന്ന് നടന്നു വരുന്ന പത്രോസിനെയും കൂടെയുള്ള ആളിനേയും മറ്റുള്ളവരെയും കണ്ടപ്പോൾ പത്രോസിന്റെ ഭാര്യയും മകളും അമ്പരന്നു.

''മോളെ'' പത്രോസ് മകളെ വിളിച്ചു.

''സ്വാമി എന്നെ തൊട്ടു. എന്റെ കാലുകൾ സുഖമായി . വേഗം സ്വാമിക്ക് വിശ്രമിക്കാൻ ആ മുറിയൊന്നു ശരിയാക്ക്.'' പത്രോസ് ഭാര്യയോടായി പറഞ്ഞു.

ത്രേസ്യായും അമ്മയും കൂടി വേഗം മുറി അടിച്ചുവാരി. പത്രോസ് കിടക്കുന്ന കട്ടിൽ നല്ലവണ്ണം തട്ടിക്കുടഞ്ഞു. അലക്കിയ ബഡ്ഷീറ്റ് വിരിച്ചു; തലയിണ ഉറയും മാറിയിട്ടു. അലക്കിയ ഒരു പുതപ്പ് എടുത്തു കൊണ്ടുവരാൻ ത്രേസ്യ പുറകുവശത്തെ വരാന്തയിലേക്ക് പോയി. ''സ്വാമി കിടന്ന് ഒന്നു വിശ്രമിക്ക്'' പത്രോസ് പറഞ്ഞു.

ചാനലുകളിൽ ചർച്ചകൾ പൊടി പൊടിക്കുന്നു. ഈസ്റ്റർ ദിനത്തിൽ പ്രത്യക്ഷപ്പെട്ട പ്രവാചകൻ ആരെന്നായിരുന്നു പ്രധാന ചർച്ചാവിഷയം. താൻ ആരാണെന്ന് സ്വാമി അല്ലങ്കിൽ പ്രവാചകൻ ഒന്നും പറഞ്ഞിട്ടില്ല. അതിനാൽ ജനത്തെ ആകാംക്ഷയുടെ മുൾമുനയിൽ നിർത്തുന്ന വാദപ്രതിവാദങ്ങൾ ഓരോ ചാനലുകാരും സംഘടിപ്പിച്ചു കഴിഞ്ഞു. ചില ചാനലുകൾ വരാനിരിക്കുന്ന പ്രവാചകൻ ഏലിയ പ്രത്യക്ഷപ്പെട്ടതാണെന്ന് സ്ഥാപിക്കാൻ ശ്രമിക്കുന്നു. വേറെ ചില ചാനലുകൾ കലിയുഗ അവതാരമാണെന്നായിരുന്നു പറഞ്ഞത്. ചർച്ചകൾ അങ്ങനെ തകൃതിയായി നടന്നുകൊണ്ടിരുന്നു. ഇതിനിടെ വാർത്തകളും മറ്റു ചില പരിപാടികളുമായി സമയം കുറെ കഴിഞ്ഞിരുന്നു. അപ്പോഴതാ, എല്ലാവരെയും അത്ഭുതപ്പെടുത്തിക്കൊണ്ട് ഒരു ചാനൽ ഒരു 'സ്കൂപ്പ്' (ഫ്ളാഷ് ന്യൂസ്) പുറത്തു വിടുന്നു.

'കപടസ്വാമി'യുടെ പൂച്ച് പുറത്തായി.

''സ്വാമിയും പത്രോസിന്റെ മകൾ ത്രേസ്യായും അടച്ചിട്ട മുറിയിൽ സല്ലാപത്തിൽ. സ്വാമിയുടെ കള്ളത്തരങ്ങൾ പുറത്താക്കുന്ന വീഡിയോ ഞങ്ങളുടെ ചാനലിനു മാത്രം ലഭിച്ചിരിക്കുന്നു''.

തുടർന്ന് ചില വീഡിയോ ദൃശ്യങ്ങൾ. സ്വാമിയും ത്രേസ്യയും മുറിയിൽ നിൽക്കുന്നു. സ്വാമിയുടെ തലയും ത്രേസ്യായുടെ തലയും ചുവന്ന വൃത്തത്തിനുള്ളിൽ പ്രത്യേകം പ്രദർശിപ്പിച്ചു. വികാര വിവശയായ ത്രേസ്യ സ്വാമിയുടെ നേരെനിൽക്കുന്നു; എങ്ങോട്ടോ നോക്കിക്കൊണ്ട്. സ്വാമിയുടെ കൈകൾ നീണ്ടു വരുന്നത് വീണ്ടും ചുവന്ന വൃത്തത്തിൽ. ത്രേസ്യായുടെ മുഖം സ്വാമി തലോടുന്നതും ത്രേസ്യ നമ്രമുഖിയായി മാറുന്നതും പ്രത്യേകം ചുവന്ന വൃത്തത്തിനുള്ളിൽ വീണ്ടും വീണ്ടും എടുത്തു കാണിച്ചു. തുടർന്ന് എല്ലാ ചാനലുകാരും വാർത്ത ഫ്ളാഷ് ന്യൂസിൽ കാണിച്ചു. ചാനൽ ചർച്ചകൾ പൊടുന്നനെ നിർത്തിവച്ച് വിശകലന വിദ്വാന്മാർ കളമൊഴിഞ്ഞു.

ടി.വി. കണ്ടുകൊണ്ടിരുന്ന പത്രോസിന്റെ മൂത്തമകൻ വർഗ്ഗീസ് ചാടിയെഴുന്നേറ്റു. കൽപ്പണിക്കാരനായ അയാൾ ബൈക്ക് സ്റ്റാർട്ട് ചെയ്തു. രാവിലെ രണ്ടു സ്മോളുമടിച്ച് ഇരുന്ന് ടി.വി. കാണുകയായിരുന്നു. ബൈക്ക് പത്രോസിന്റെ വീട്ടിലേക്ക് പാഞ്ഞു. വർഗ്ഗീസിന്റെ പോക്ക് അത്ര പന്തിയല്ലെന്നു മനസ്സിലാക്കി ഭാര്യ ചിന്നയും രണ്ടു മക്കളും ഓട്ടോറിക്ഷ പിടിച്ച് പുറകെ പാഞ്ഞു.

തറവാടിന്റെ മുറ്റത്ത് ബൈക്ക് നിർത്തി വർഗ്ഗീസ് ഉറക്കെ വിളിച്ചു.

''അപ്പാ''.

വിളികേട്ട് പത്രോസ് പുറത്തേക്ക് ഇറങ്ങിവന്നു. ''എന്നതാടാ''

പത്രോസിന്റെ ചോദ്യം ശ്രദ്ധിക്കാതെ വർഗ്ഗീസ്

''അവളെന്തിയേ ത്രേസ്യ''?

''അവളിവിടെ അടുക്കളയിൽ ഉണ്ട്''.

പത്രോസ് മറുപടി പറഞ്ഞു.

'' ങേ''

വർഗ്ഗീസ് ചോദ്യ ഭാവത്തിൽ അപ്പനെ നോക്കി. അപ്പോഴേക്കും വർഗ്ഗീസിന്റെ അമ്മയും സഹോദരി ത്രേസ്യായും അടുക്കളയിൽ നിന്നും പുറത്തേക്കു വന്നു. ത്രേസ്യായെ പുറത്തു കണ്ടപ്പോൾ വർഗ്ഗീസ് ദേഷ്യവും പുച്ഛവും കലർത്തി ചോദിച്ചു.

''എന്തിയേടി നിന്റെ കള്ളസ്വാമി''?

ആ ചോദ്യം പത്രോസിനെ ചൊടിപ്പിച്ചു.

''എന്താടാ വിശേഷം. കള്ള സ്വാമിയെന്നു പറയാൻ നീ എന്റെ കാലുകൾ കണ്ടോ? ജീവിതത്തിൽ ഒരിക്കലും ശരിയാകുകയില്ലെന്നു സകല ഡാക്കിട്ടറന്മാരും പറഞ്ഞതല്ലെ ഈ കാലുകൾ. നീ ഇതു കണ്ടോ''?

പത്രോസിന്റെ കാലുകളിലേക്ക് നോക്കിയ വർഗ്ഗീസ് അമ്പരന്നു. ഒരുനിമിഷം നിശബ്ദനായി. അയാൾ പറഞ്ഞു.

''എന്നുവെച്ച് ചാനലുകാർ എന്തെല്ലാമാണ് കാണിക്കുന്നത്.''

''ചാനലുകാർ എന്താണ് വിധിച്ചത്''?

ആകാംക്ഷയോടെ ത്രേസ്യ ചോദിച്ചു. അപ്പോഴേക്കും പത്രോസിന്റെ മറ്റു മക്കളും ഭാര്യമാരും മരുമക്കളും കൊച്ചുമക്കളും കൂടെ നാട്ടുകാരും ചാനൽ ജീവികളും ഓടിയെത്തി.

വർഗ്ഗീസിന്റെ ഭാര്യ ചിന്ന ത്രേസ്യായുടെ മുഖത്തേക്ക് സൂക്ഷിച്ചു നോക്കി. അവൾ അത്ഭുതത്തോടെ വിളിച്ചു പറഞ്ഞു.
''ദേ, നാത്തൂന്റെ കണ്ണ് ശരിയായിരിക്കുന്നല്ലോ''.

എല്ലാവരും ശ്രദ്ധിച്ചു. ശരിയാണ്.

'തെങ്ങേൽ നോക്കിയാൽ കവുങ്ങ് കാണുന്ന' ത്രേസ്യായുടെ കോങ്കണ്ണ് സുഖപ്പെട്ടിരിക്കുന്നു. ത്രേസ്യാ പോലും അപ്പോഴാണ് ഇക്കാര്യം അറിയുന്നത്. ഇതെങ്ങനെ സംഭവിച്ചു. എല്ലാവർക്കും അത്ഭുതമായി.

''ത്രേസ്യേ'' വർഗ്ഗീസ് വിളിച്ചു.

''എന്താ ഉണ്ടായേ''?

''സ്വാമിക്ക് പുതപ്പ് കൊടുത്തിട്ട് പോരാൻ നേരം സ്വാമി എന്നെ വിളിച്ചു. ഞാൻ സ്വാമിയുടെ നേരെ നോക്കി. സ്വാമി കൈ നീട്ടി എന്റെ മുഖത്തു തൊട്ടു. എന്നോടു പറഞ്ഞു.

''മനുഷ്യന് ദൈവത്തോട് ഒരു കാര്യം മാത്രമേ ചോദിക്കാൻ അവകാശമുള്ളൂ. എന്നോടു കരുണ കാണിക്കണമേയെന്ന്. ബാക്കിയെല്ലാം ദൈവത്തിന്റെ കരുണയാണെന്ന്. പിന്നെ ഒന്നുകൂടി പറഞ്ഞു. വിനാശകരമായ ഇപ്പോഴത്തെ യുദ്ധങ്ങൾ എങ്ങനെ അവസാനിക്കുമെന്ന് നിനക്ക് അറിയാമോ. ജോബിന്റെപുസ്തകം 38, 22–23 വാക്യങ്ങൾ ഓർക്കുക. നിങ്ങളുടെ കാലയളവിൽ അതൊന്നും സംഭവിക്കാതിരിക്കാൻ തീവ്രമായി പ്രാർത്ഥിക്കുക.''

വർഗ്ഗീസിന്റെ മകൾ ഓടിപ്പോയി പെട്ടിയിൽ ഭദ്രമായി സൂക്ഷിച്ചിരുന്ന ബൈബിൾ എടുത്തുകൊണ്ടുവന്നു വായിച്ചു. ''പീഡനത്തിന്റെയും യുദ്ധത്തിന്റെയും നാളുകളിലേക്കു വേണ്ടി ഞാൻ കരുതിയിരിക്കുന്ന ഹിമത്തിന്റെ ഭണ്ഡാരത്തിലേക്ക് നീ ചെന്നിട്ടുണ്ടോ''.

അതു കേട്ട് എല്ലാവരിലും ഭയം നിറഞ്ഞു.

''എന്നിട്ട് അദ്ദേഹം എവിടെ''? വർഗ്ഗീസ് ചോദിച്ചു.

''ആ മുറിയിൽ ഉറങ്ങുന്നു''.

വർഗ്ഗീസ് ചെന്ന് വാതിലിൽ മുട്ടി. വാതിൽ തുറന്നില്ല. വീണ്ടും വീണ്ടും മുട്ടി. ഫലമില്ല. ജനൽ പാളിയുടെ ഇടയിൽ കൂടി നോക്കി. മുറിയിൽ ആരുമില്ല. വാതിൽ അകത്തു നിന്നും പൂട്ടിയിരിക്കുന്നു. എല്ലാവർക്കും ആകാംക്ഷയായി. വർഗ്ഗീസ് വളരെ പണിപ്പെട്ട് ജനൽ തുറന്നു. നീളമുള്ള കമ്പി കൊണ്ടു വന്ന് കതകിന്റെ കുറ്റി മാറ്റി തുറന്നു. മുറി ശൂന്യം! എല്ലാവരും അത്ഭുതപ്പെട്ടു. പെട്ടെന്ന് വർഗ്ഗീസ് അലറി. എല്ലാ ചാനൽ പട്ടികളെയും ഞാൻ കൊല്ലും. എന്റെ പെങ്ങടെ കോങ്കണ്ണ് സുഖപ്പെടുത്തിയതാണ് അവന്റെയൊക്കെ ഒരു 'സല്ലാപം'.

വർഗ്ഗീസിന്റെ സഹോദരന്മാരും മുന്നോട്ടു ചെന്നു. കേട്ടപാടെ ചാനൽ ജീവികൾ ജീവനും കൊണ്ട് പാഞ്ഞു.

ദിവസംഏഴ് കഴിഞ്ഞു. ഇന്ന് രാവിലെ തോമസ് എന്റെ അടുക്കൽ വന്നു.

''എടോ പത്രോസിന്റെ വീട്ടിൽ ഒരു മീറ്റിംഗ് ഉണ്ട്. നമ്മുടെ പ്രവാചകൻ വന്നു പോയിട്ട് ഒരാഴ്ച കഴിഞ്ഞു. ഒരു അനുസ്മരണ മീറ്റിംഗ്. ഒരു കമ്മിറ്റി ഉണ്ടാക്കുന്നുണ്ട് താൻ വരുന്നോ''?

''ഞാനെങ്ങും വരുന്നില്ല''.
തോമസ് മുന്നോട്ടു നടന്നു. പെട്ടെന്ന് എന്റെ മനസ്സിൽ 'ലഡു' പൊട്ടി. ഇത് ഒരു പുതിയ പ്രസ്ഥാനമാണ്. ഇപ്പോൾ ആ കൂട്ടത്തിൽ കൂടാം. അടുത്ത കൊല്ലമാകുമ്പോഴേക്കും പുതിയ തെരഞ്ഞെടുപ്പ് നടത്തി കമ്മിറ്റിയുടെ പ്രസിഡന്റാകണം. പത്രോസിന് വിദ്യാഭ്യാസമൊന്നും ഇല്ലല്ലോ. ഒരു വാർഷികം ഗംഭീരമായി നടത്തണം. ഒരു തട്ടു പൊളിപ്പൻ സനിമാതാരത്തെ കൊണ്ടു വരണം. ഇപ്പോൾ അവർക്കാണല്ലോ ഡിമാന്റ്. അവരൊക്കെ പറയുന്നത് എന്തും ജനത്തിന് പ്രമാണമാണല്ലോ. ജനം കൂടണമെങ്കിൽ സിനിമക്കാര് വേണം. നന്നായി ചവയ്ക്കാനും മോന്താനും പിന്നെ ഒരു കവറും. ജനത്തിന് ഒരു സൗഹൃദ വിരുന്നും. കുറച്ചു പണം ചെലവാക്കണം. പിന്നെ ന്യൂജനറേഷൻ മീഡിയാകളിൽ ഉഗ്രൻ പ്രചരണം. സ്വദേശത്തുനിന്നും വിദേശത്തു നിന്നും പ്രവാചകന്റെ സ്മാരക ട്രസ്റ്റിന്റെ പേരിൽ കോടികൾ ഒഴുകിവരും. പിന്നെ ഞാൻ പിടിക്കുന്നിടത്തു പ്രസ്ഥാനം നിൽക്കും. വീണ്ടും 'ലഡു'പൊട്ടി. പിന്നെ ഈ ഞാൻ ആരാ. ഞാൻ തല ഉയർത്തി നോക്കി. തോമസ് കുറെ അകലെ എത്തിയിരിക്കുന്നു.
''ഞാനുംവരുന്നു''.
ഞാൻ ഉച്ചത്തിൽ വിളിച്ചു കൂവി. ആരോ എന്നെശക്തിയായി കുലുക്കി.

''ചായപോലും കുടിക്കാതെ എങ്ങോട്ടാ? ബാറിലേക്കൊ? ഇവിടെ വാങ്ങി വെച്ചിരിക്കുന്നത് പിന്നെ ആർക്കു മോന്താനാ''?

ഭാര്യയുടെ ശകാരം കേട്ടാണ് ഞാൻ ഉറക്കമുണർന്നത്.
കുട്ടികൾ രണ്ടും വാ പൊത്തി നിന്നു ചിരിക്കുന്നു. ഞാൻ വായിച്ചിരുന്ന പത്രം കാറ്റടിച്ച് വരാന്തയിൽ അങ്ങേ അറ്റത്തു കിടക്കുന്നു.

2018

16. സ്വപ്നാടനം

“സുഷുപ്തിയിൽ ലയിച്ച് ഉറങ്ങാനുള്ള സമയമല്ലിത്. ഉണരൂ.. ഉണരൂ..”

കാതിൽ ആരോ മന്ത്രിക്കുന്നതു കേട്ടാണ് അയാൾ ഉറക്കമുണർന്നത്. നിദ്രാധീനങ്ങളായ കണ്ണുകൾ വലിച്ചു തുറന്ന് അയാൾ ചുറ്റുംനോക്കി. കട്ടപിടിച്ച ഇരുട്ടുമാത്രം.

“ഛെ” അയാൾ പിറുപിറുത്തു. പുതപ്പ് ഒന്നുകൂടി വലിച്ച് ദേഹത്തിട്ട് കണ്ണുകൾ അടച്ച് നിദ്രയിൽ ലയിച്ചു.

“നിദ്രവിട്ട് ഉണരേണ്ട സമയമായിരിക്കുന്നു എഴുന്നേൽക്കൂ.”

വീണ്ടും കാതിൽ ആ ശബ്ദം. അയാൾ ഞെട്ടിയുണർന്നു. മുറിയിൽ കട്ടപിടിച്ച ഇരുട്ടു മാത്രം.

“ങേ, എന്താണിത്”

അയാൾ പിറുപിറുത്തു. തലയ്ക്കൽ ടീപോയിൽ ഇരിക്കുന്ന ടൈംപീസ് സമയം രണ്ടുമണിയെന്നു കാണിച്ചു. രാത്രി രണ്ടുമണി! കള്ളന്മാരും കൊള്ളക്കാരും പ്രവർത്തന നിരതമാകുന്ന സമയം. അയാൾ വിഹ്വലതയോടെ ഓർത്തു. കാതുകൂർപ്പിച്ചു. ചുറ്റും ശ്രദ്ധിച്ചു. ഇല്ല, ഒരനക്കവും കേൾക്കാനില്ല. കൈകൊണ്ട് തപ്പി നോക്കി. ഭാര്യ അടുത്തു തന്നെ കിടപ്പുണ്ട്. ഗാഢ നിദ്രയിലാണ്. പിന്നെ ആരാണ് തന്നോട് സംസാരിച്ചത്. വ്യക്തമായി കേട്ടതാണ്.

“ഛെ, എന്തൊരു തോന്നലാണ്.”

അയാൾ വീണ്ടും കണ്ണുകൾ അടച്ച് ഉറങ്ങാൻ ശ്രമിച്ചു. ചിന്തകൾ മനസ്സിലേക്ക് തിരമാലകൾ പോലെ കടന്നുവരുന്നു.

വളരെ പ്രക്ഷുബ്ധമായ മനസ്സുമായി വളരെ താമസിച്ചാണ് ഉറങ്ങിയത്. എങ്ങനെ മനസ്സിന് സ്വസ്ഥതയുണ്ടാകും. ഓരോവാർത്തകളും ഉൾക്കിടിലമുണ്ടാക്കുന്നു. മനുഷ്യന് സ്വതന്ത്രമായി നടക്കാനോ ജീവിക്കാനോ വയ്യാത്ത അവസ്ഥ. സമൂഹത്തിലെ വിവിധ ചേരികൾ തമ്മിൽ വെട്ടും കുത്തും ഗോഗ്വാവിളികളും. എപ്പോൾ ആരുടെ തലയും കൈകാലുകളും ശരീരത്തിൽ നിന്നും വെട്ടി മാറ്റപ്പെടുമെന്ന് നിശ്ചയമില്ല. നടക്കുന്ന വഴിയിൽ, ഓഫീസിൽ, സ്വന്തം ഭവനത്തിൽ പോലും ആർക്കു സുരക്ഷിതത്വം?

രാവിലെ വ്യായാമത്തിന് നടക്കാനിറങ്ങിയവൻ; വീട്ടിൽ നിന്നും ഇറങ്ങിയപ്പോൾ തല കഴുത്തിൽ ഉണ്ടായിരുന്നു. തിരിച്ചുവന്നത് തല വേറെ, ഉടൽ വേറെ. തങ്ങളുടെ സംഘടയുടെ ഉദ്ഘാടനം മാലോകരെ അറിയിക്കാൻ വഴിയെ നടന്നു പോയവന്റെ തല അറുത്തു പോലും! സ്വന്തം മാതാവിന്റെ മുമ്പിൽ വീട്ടിനകത്ത് വെട്ടി നുറുക്കിയിട്ട് ഒരു സ്ത്രീയുടെ ആഭരണങ്ങൾ അറുത്തെടുത്തു. ആഹാരം ഉണ്ടാക്കാൻ താമസിച്ചു പോയതിന് വൃദ്ധയായ സ്വന്തം മാതാവിനെ പുത്രൻ വെട്ടിനുറുക്കിക്കളഞ്ഞു! ഇനിയും വേറൊരുകൂട്ടർ, പ്രാർത്ഥിക്കാൻ പോയവന്റെ കൈവെട്ടിയെറിയുന്നു; സ്വന്തം ദൈവത്തിന്റെ പേരിൽ. വഞ്ചകന്മാരിൽ നിന്നും ചോരന്മാരിൽനിന്നും രക്ഷിക്കേണ്ട പിതാവു തന്നെ മകളെ അപമാനിതയാക്കുന്നു. ഇവർക്കെല്ലാം നിയമത്തിനുമുമ്പിൽ മനുഷ്യാവകാശങ്ങളുണ്ടു പോലും! നല്ല കാര്യങ്ങളുടെ ദുരുപയോഗം. പക്ഷേ, കൊല്ലപ്പെട്ടവനും, അംഗഭംഗം വന്നവനും, മാനം നഷ്ടപ്പെട്ടവൾക്കും യാതൊരു മനുഷ്യാവകാശവും ഇല്ലായെന്നോ? അവരുടെ ഉറ്റവരുടെ വേദനയ്ക്ക് ഒരു വിലയുമില്ലെന്നോ? നന്മയെ തിന്മയാക്കുന്ന ഇന്ദ്രജാലം! ജനനേതാക്കന്മാരും കരാറുകാരും ചേർന്ന് നാടിന്റെ സമ്പത്തും നികുതിപ്പണവും കുത്തിച്ചോർത്തി തിന്നുകുടിച്ച് വീർത്തു വരുന്നു. കന്നട്ടപോത്തിന്റെ ചോരകുടിച്ചു വീർത്തുവരുന്നതുപോലെ. മാഫിയാ തലവന്മാർ അധികാരികളുടെ മേൽമുണ്ടു കൊണ്ട് തങ്ങളെ ആച്ഛാദനം ചെയ്തിരിക്കുന്നു. അഭിനവ ജന്മിത്വത്തിന്റെ കേളികൊട്ട് കേൾക്കുന്നു. വെട്ടിപ്പിടിക്കുവാനും കുത്തിക്കവ

രുവാനുമുള്ള കോപ്പുകൂട്ടൽ അണിയറയിൽ തിമിർക്കുന്നു. ഹൊ! ഈശ്വരാ, ആരു ഞങ്ങളെ രക്ഷിക്കും. പത്രങ്ങളെല്ലാം വായിച്ചും വാർത്തകളെപ്പറ്റി ചിന്തിച്ചും പേർത്തും പേർത്തും പറഞ്ഞും നേരം വളരെ കഴിഞ്ഞിരുന്നു. വാർത്തകൾ ചിന്തയെ ഉണർത്തുകയും വസ്തുതകളെ ബോധമണ്ഡലത്തിന്റെ ഉലയിലിട്ട് ഉരുക്കുകയും ചെയ്തപ്പോൾ ഉണ്ടായ ചൂട് നാഡിഞരമ്പുകളെ ഗ്രസിച്ചു. അവ ത്രസിച്ചു. ശരീരത്തിന് എന്തൊരു ചൂട്, രക്തം ആവിയാകുന്നുവോ?

''നിങ്ങൾ എന്തു കുന്തം ഓർത്താ ഈ ഇരിപ്പ്? വന്നു കിടക്കുന്നുണ്ടോ.''

ഭാര്യ ലൈറ്റ് ഓഫ് ചെയ്തു. അയാൾ അനുസരണയുള്ള കുട്ടിയെപ്പോലെ ചെന്നു കിടന്നു.

''എന്റെ മനുഷ്യാ, നിങ്ങൾ എന്തിനാ ഇങ്ങനെ ആധി പിടിക്കുന്നത്.'' അവൾ ചോദിച്ചു.

''ഞാൻ ഈ നാടിന്റെ, ഇവിടത്തെ ജനങ്ങളുടെ, നമ്മുടെയൊക്കെ ഭാവിയെപ്പറ്റി ഓർക്കുമ്പോൾ, എനിക്കു സഹിക്കുന്നില്ല.'' അയാൾ പ്രതിവചിച്ചു.

''പിന്നെ, നാടിന്റെയും ജനങ്ങളുടെയും കാര്യം നോക്കാൻ ഇവിടെ ഉത്തരവാദിത്വപ്പെട്ട നേതാക്കന്മാരും അധികാരികളുമുണ്ട്. നിങ്ങളെന്തിന് തല പുകയ്ക്കണം.''

ഭാര്യയുടെ ചോദ്യം. ന്യായമായ ചോദ്യം. ശരിയല്ലേ. അങ്ങനെയാണല്ലോ എല്ലാവരും ധരിച്ചു വച്ചിരിക്കുന്നത്.

''പക്ഷെ, നേതാക്കന്മാരും അധികാരികളും വഴി പിഴച്ചുപോയതു കൊണ്ടാണല്ലോ, ഇങ്ങനെയൊക്കെ സംഭവിക്കുന്നത്.''

അയാൾ മറുപടി പറഞ്ഞു.

''പിന്നെ നേതാക്കന്മാരെയും അധികാരികളെയും നേർവഴിക്കു നടത്താൻ ഉറച്ചിരിക്കുകയാണോ? നിങ്ങളെന്താ സോക്രട്ടീസോ?''വാമഭാഗം ഗൗരവത്തിൽ തന്നെയെന്നു തോന്നിയതുകൊണ്ട്അയാൾ പറഞ്ഞു.

''ഞാൻ സോക്രട്ടീസ് ആണെങ്കിൽ നീ സാന്ദിപ്പിയാകുമല്ലോ.''

ഭാര്യയെ ഒന്നു കളിയാക്കാനായിട്ടും രംഗം ഒന്നുതണുപ്പിക്കാനായിട്ടും കൂടിയാണ് അയാൾ അങ്ങനെ പറഞ്ഞത്.

" സാന്ദിപ്പിയോ? അതാരാണ്?"

അവൾ ചോദിച്ചു. എല്ലാവരും സോക്രട്ടീസിനെക്കുറിച്ചാണല്ലോ കേട്ടിട്ടുള്ളത്. അയാൾ പറഞ്ഞു.

"സാന്ദിപ്പി അദ്ദേഹത്തിന്റെ ഭാര്യയായിരുന്നു. സോക്രട്ടീസ് നാട് നന്നാക്കാൻ നടക്കുന്നത് അവർക്കു ഒട്ടും ഇഷ്ടമല്ലായിരുന്നു. അതു കൊണ്ട് ദേഷ്യം സഹിക്കവയ്യാതെ അവർ ഒരുദിവസം സോക്രട്ടീസ് വീട്ടിൽക്കയറി വന്നപ്പോൾ ഒരു കുടം വെള്ളമെടുത്ത് അദ്ദേഹത്തിന്റെ തലയിൽ കമഴ്ത്തി."

"അതു കൊള്ളാം, ഞാനായിരുന്നുവെങ്കിൽകുറച്ചു ചൂടുവെള്ളം കൊണ്ടുവന്ന് ഒഴിക്കുമായിരുന്നു. ഉഷ്ണം ഉഷ്ണേന ശാന്തിയെന്നാണല്ലോ പറയുന്നത്. എന്തൊരു ചൂടാ നിങ്ങളുടെ ശരീരത്തിന്."

അവൾ പറഞ്ഞു. അയാൾ മൗനം ഭജിച്ചു. അങ്ങനെയാണ് അവർ ഉറങ്ങിയത്. പതിവിലും വളരെ താമസിച്ച്. ഇതെല്ലാം ഓർത്തുകിടന്ന് അയാൾ പിന്നെയും ഉറങ്ങിപ്പോയി.

"നീ പിന്നെയും, ഉറങ്ങിവിശ്രമിക്കുകയാണോ? എഴുന്നേൽക്കൂ, സമയമായിരിക്കുന്നു."

വീണ്ടും ആ ശബ്ദം. ഉറച്ച ശബ്ദം അയാളുടെ കാതുകളിൽ മുഴങ്ങി. അയാൾ ഞെട്ടിയെണീറ്റു. ആകെ അസ്വസ്ഥത. ശരീരം വിയർത്തൊഴുകുന്നു. അയാൾ ധൃതഗതിയിൽ ശ്വാസോച്ഛ്വാസം ചെയ്തു. അല്പം കാറ്റുകൊള്ളണം. അയാൾ കതക്തുറന്ന് മുറിക്കു പുറത്തു വരാന്തയിൽ വന്നിരുന്നു.

"പുറത്തേക്ക് വരൂ, പുറത്തേക്ക് വരൂ"

ആന്തരാത്മാവ് ആജ്ഞാപിക്കുന്നതു പോലെ. അയാൾ പുറത്തേക്ക്നടന്നു. കുറച്ചകലെ പ്രധാന തെരുവ്. വഴിവിളക്കുകൾ പ്രകാശിച്ചു നിൽക്കുന്നു. തൊടിയിൽ നിന്നും ഇറങ്ങിനടന്ന അയാൾ ഒരു സ്വപ്നാടനക്കാരനെപ്പോലെ മുന്നോട്ടു പോയി. അയാളുടെ മുൻപിൽ ഒരു പ്രകാശഗോളം വന്നുനിന്നു. അയാൾ സ്തബ്ധനായി. ഒരുസ്വരം.

"ഇരുളിനെ പഴിക്കാൻ ശ്രമിക്കാതെ ഒരു കൈത്തിരി

കത്തിക്കാൻ ശ്രമിക്കുക.''

അയാൾ വിറച്ചു. അയാൾചോദിച്ചു.

''അങ്ങ് ആരാണ്.''

''നിന്നെ വിളിച്ചവൻ.''

ജ്യോതിസ്സിൽ നിന്നും മറുപടി ഉണ്ടായി. അയാൾ കിടുകിടാ വിറച്ചു.

''തിരി കത്തിക്കാൻ പോയിട്ട് അതിനു ശ്രമിക്കുന്നു എന്നു കണ്ടാൽ ഊതിക്കെടുത്തും. പിന്നെയല്ലേ കത്തിക്കുന്നത്.''

അയാൾ പ്രതിവചിച്ചു.

''ഇതിനു മുമ്പും അങ്ങനെ തന്നെ ആയിരുന്നില്ലെ?'' ജ്യോതിസ്സിൽ നിന്നും പ്രത്യുത്തരമായി ചോദ്യമുയർന്നു. ജ്യോതിസ്സ് മുന്നോട്ടു നീങ്ങി. പിറകെ അയാളും. പ്രധാന വീഥിയുടെ ഓരം ചേർന്ന് അവർ മുന്നോട്ടു നീങ്ങിക്കൊണ്ടിരുന്നു. നീണ്ട വെള്ളിക്കമ്പികൾ പോലെ പ്രകാശ രശ്മികൾ പായിച്ചുകൊണ്ട് വാഹനങ്ങൾ ചീറിപ്പാഞ്ഞു. ഒരു കാർ അവരെ കടന്ന് കുറെ മുന്നിൽ പോയി നിന്നു. അതിൽ നിന്ന് ഒരു യുവതി ഇറങ്ങിപ്പോകുന്നതുകണ്ടു.

''നാളെ അവൾ ഒരു പുതിയ സ്കൂട്ടർ വാങ്ങും. അവളുടെ കൂട്ടുകാരി ഇന്നലെ പുതിയതരം സ്കൂട്ടർ ഒരെണ്ണം വാങ്ങി. പുതിയ സ്കൂട്ടറിന് ഇവൾക്കു പണം തികഞ്ഞില്ല. 'വലിയവരുടെ' ക്ലബ്ബിൽ പോയതാണ്. ഇപ്പോൾ പണം തികച്ചു.''

ജ്യോതിസ്സിൽ നിന്നും അരുളപ്പാടു പോലെ സ്വരം ഉയർന്നു. ''മൂല്യങ്ങൾ അപഹസിക്കപ്പെടുകയും പുറം മോടിയിൽ അഭിമാനിക്കുകയും ചെയ്യുന്ന ഒരു ജനപഥത്തിൽ നിന്നും ഇതിലപ്പുറവും നമ്മൾ കാണുന്നില്ലെ. സാംസ്കാരികമായ അടിമത്തമാണ് ഏറ്റവും ഹീനമായ കാര്യം എന്ന് പ്രഘോഷിക്കുവാൻ സാംസ്കാരിക നേതാക്കന്മാർ തയ്യാറാകുന്നില്ലല്ലോ.''

അയാൾ ആത്മരോഷത്തോടെ പ്രതിവചിച്ചു.

''കൊള്ളാം, ദാർശനികമായ ചിന്തകൾ''

ജ്യോതിസ്സ് അയാളെ പ്രശംസിച്ചു.

''അയ്യോ, ഇല്ല.... ഞാനൊരു ചിന്തകനോ ദാർശനികനോ

അല്ല. വിഷക്കോപ്പയും മരക്കുരിശുമൊക്കെയാണ് അവരെ കാത്തിരിക്കുന്നത്. എന്നെ അങ്ങനെ കരുതരുത്.''

അയാൾ പ്രതിവചിച്ചു.

''നീ ആകെ ഭയപ്പെടുന്നതു പോലെ. ഒരു സത്യാന്വേഷകൻ ഒരിക്കലും ഭയപ്പെടാൻ പാടില്ല.''

ജ്യോതി വീണ്ടും ആവശ്യപ്പെട്ടു.

''ഇല്ല.... ഇല്ല, ഞാനൊരു സത്യാന്വേഷകനുമല്ല. വെറുതെ അങ്ങനെയൊന്നും പറയല്ലെ. നിഷ്പക്ഷമായി ചിന്തിക്കുകയും മൂല്യ ബോധത്തോടെ പ്രവർത്തിക്കുകയും ചെയ്യുന്നവന് സമൂഹം ചാർത്തിക്കൊടുക്കുന്ന ഓമനപ്പേരുണ്ട്. 'പിന്തിരിപ്പൻ. ' ഞാൻ എന്റെ ചിന്തകൾ എന്റെ ഉള്ളിൽ ഒതുക്കിക്കൊള്ളാം.'' അയാൾ ഒതുങ്ങിക്കൂടി നിന്നു.

''എങ്കിലും നിന്റെചിന്തകൾ സത്യത്തിന്റെ വഴിക്കുള്ളതാണ്.അതിനുവേണ്ടി നീ ഈറ്റുനോവ് അനുഭിക്കുന്നു.''ജ്യോതിസ് അയാളെ സാന്ത്വനിപ്പിക്കുന്ന വിധം മറുപടി നൽകി.

''പക്ഷേ ഇന്ന് സത്യം? അധികാരി വർഗം നിശ്ചയിച്ച് കൽപ്പിക്കുന്നതിന് അപ്പുറം എന്താണ് സത്യമെന്നുള്ള പീലാത്തോസിന്റെ പരിഹാസ ചോദ്യം സമൂഹത്തിൽ ഇന്നും അലയടിക്കുന്നു. അയാൾ തന്റെനിസ്സഹായവസ്ഥ വ്യക്തമാക്കുകയായി.''

''എന്നാൽ അധികാരത്തിന്റെ കരിങ്കൽ ഭിത്തികളും ഇരുമ്പു മറകളും നശിച്ചു മണ്ണായിത്തീർന്നിട്ടും, വിഷക്കോപ്പ ഏറ്റു വാങ്ങിയവനും മരക്കുരിശിൽ മരിച്ചവനും, താലത്തിലിരിക്കുന്ന ശിരസ്സും, ആരണ്യ വാസം ആശ്ലേഷിച്ചവനും ഇന്നും ജന ഹൃദയങ്ങളിൽ പ്രശോഭിക്കുന്നു.''

ജ്യോതിസ്സ് പ്രതിവാദം ഉയർത്തി.

''പക്ഷേ, ഇന്ന് സത്യവും മിഥ്യവും വേർതിരിച്ചറിയുവാൻ സാധ്യമല്ലാത്ത വിധം മായക്കാഴ്ചകളാൽ മറക്കപ്പെട്ടിരിക്കുന്നു. അധിനിവേശത്തിന്റെ അന്തകന്മാരെന്ന് മേനി പറയുന്നവർ, മാർക്ക് ആന്റണിയുടെ തന്ത്രം പയറ്റി അധിനിവേശത്തിന്റെ അപ്പസ്തോലന്മാരാകുമ്പോൾ സത്യം വേർ തിരിച്ചെടുക്കുവാൻ ആർക്കു സാധിക്കും. ആര് മിനക്കെടും?''

അയാളും സംവാദം തുടരുകയായി. ജ്യോതിസ് അയാളെ

പ്രശംസിച്ചു കൊണ്ടു പറഞ്ഞു.

''നിന്റെ ചിന്തകൾ വളരെ സൂക്ഷ്മമായിരിക്കുന്നു.'' അത് തുടർന്നു.''ഉപ്പ്ഉതപ്പാകുകയും മലമുകളിൽപ്രകാശിക്കേണ്ടദീപം നാലു ചുവരുകൾക്കുള്ളിലെ മങ്ങിയ നീല പ്രകാശമായി മാറുകയും ചെയ്തിരിക്കുന്നു.''

''മഹാഭൂരിപക്ഷം വരുന്ന ജനങ്ങൾ ചെയ്യുന്നത് ശരിയും നാട്ടു നടപ്പും ആയി അംഗീകരിക്കപ്പെടുന്നു.'' അയാൾ ന്യായീകരണം കണ്ടെത്തുകയായി.

''അങ്ങനെ ആയിരുന്നുവെങ്കിൽ സോദോമും ഗൊമോറയും (1) ഇന്നും പ്രൗഢിയോടെ നിലനിൽക്കുമായിരുന്നു. എന്നാൽ തിരുത്തലുകൾ നടത്താൻ ഒരു വ്യക്തി ആവശ്യമാണല്ലോ'' ജ്യോതിസ്സ് പ്രസ്താവിച്ചു.

''അധികാരികൾ ദുഷിക്കുമ്പോൾ അരാജകത്വം പെരുകുന്നു. പക്ഷേ എങ്ങനെയാണ്അധികാരം നേടിയെടുക്കുന്നതുംനിലനിർത്തുന്നതും.അർത്ഥശാസ്ത്രം(2) മാത്രമല്ലെ ഒരേയൊരുമാർഗനിർദേശക ഗ്രന്ഥമായി എല്ലാ അധികാരികളും ഉപയോഗിക്കുന്നത്.''

അയാൾ എതിർവാദം ഉയർത്തുകയായി.

''കൊള്ളാം, നല്ല നിരീക്ഷണം തന്നെ.''

ജ്യോതിസ് ് അയാളെ അഭിനന്ദിക്കുന്നതു പോലെ പറഞ്ഞു. അതുതുടർന്നു. ''അതുകൊണ്ട് തിരുത്തലുകൾ വേണ്ടെന്നാണോ? 'സംഭവാമി യുഗേ യുഗേ' എന്നു നീ കേട്ടിട്ടില്ലേ.''

ജ്യോതിസ് സംവാദം തുടരുകയായി. അയാൾക്കും ഒരു ആവേശം തോന്നുന്നതുപോലെ.

''കൈകേയിമാരും ശകുനിമാരും ഹേറോദ്യമാരും കയ്യാഫാസുമാരും തങ്ങൾക്ക് ആവശ്യം എന്തെന്ന് നിശ്ചയിച്ച് കുരുക്കുകൾ മെനയുന്നു. ദശരഥന്മാരും ദുര്യോധനന്മാരും ഹേറോദേസുമാരും പീലാത്തോസുമാരും അതിൽ തുല്യം ചാർത്തി നിയമമെന്ന് പ്രഖ്യാപിക്കുന്നു. യൂദാസ്സുമാർ സത്യമേവ ജയതേയെന്ന് പല്ലിളിച്ചു പുലമ്പുന്നു. കാഴ്ച മറക്കപ്പെട്ട വൈതാളികവൃന്ദങ്ങൾ ആക്രോശങ്ങൾ ഉയർത്തുന്നു. ഇവിടെ

ഈ തലമുറയുടെ ദുരന്തം പൂർണമാകുന്നു. അതാണ് എന്റെ ദു:ഖം''

അയാൾ വികാരാധീനനായി പറഞ്ഞുപോയി.

''ജനത്തിന് അർഹതപ്പെട്ട അധികാരികളെ ലഭിക്കുന്നു. പക്ഷേ, തിരുത്തേണ്ടവരെ സമയമാകുമ്പോൾ തിരുത്തേണ്ടിയിരിക്കുന്നു.''

ജ്യോതിസ്സിൽ നിന്നുള്ള സ്വരം ദൃഢമായിരുന്നു.

''എന്നാൽ എല്ലാ അധികാരങ്ങളും ഉന്നതങ്ങളിൽ നിന്നും നൽകപ്പെടുന്നുവെന്ന് എഴുതപ്പെട്ടിരിക്കുന്നു. അങ്ങനെയെങ്കിൽ ആരാണ് ഉത്തരവാദി.''

അയാൾ ന്യായവാദം ഉയർത്തി. ജ്യോതിസിലേക്ക് നോക്കി.

''അധികാരം സേവനത്തിനും നീതിനിർവഹണത്തിനുമായി ഉദ്ദേശിക്കപ്പെട്ടിരിക്കുന്നു.''

പ്രകാശത്തിൽ നിന്നും കനത്ത സ്വരം കേൾക്കപ്പെട്ടു. അതു തുടർന്നു.

''വിളിക്കപ്പെടുന്നവരെല്ലാം അംഗീകരിക്കപ്പെടുന്നില്ല; അംഗീകരിക്കപ്പെടുന്നരെല്ലാം ആദരിക്കപ്പെടുന്നില്ല; ആദരിക്കപ്പെടുന്നവരെല്ലാം മഹത്തീകൃതരാകുന്നില്ല. ഇപ്പോൾ നീ വിളിക്കപ്പെട്ടിരിക്കുന്നു. സ്വീകരിക്കാനും തിരസ്കരിക്കാനും നിനക്കു സ്വാതന്ത്ര്യമുണ്ട്.''

അയാൾ ആകെ അസ്വസ്ഥനായി. മുഖം വിവർണമായി. ''ഞാനോ..... ഞാൻ''

പലതും പറയുവാൻ അയാൾ ആഗ്രഹിച്ചു. വാക്കുകൾ കണ്ഠത്തിൽ കുടുങ്ങി. ശരീരം വിറച്ചു; തളർന്നു. അയാൾ മോഹാലസ്യപ്പെട്ടു.

തണുത്ത കാറ്റ് മുഖത്ത് തഴുകിയപ്പോൾ അയാൾ ഞെട്ടിയുണർന്നു.

''ഹൊ, ഞാനെവിടെയാണ് കിടക്കുന്നത്.'' അയാൾ നിവർന്നിരുന്നു. ചുറ്റും നോക്കി. ജ്യോതിസ്സും ശബ്ദവും ഒന്നുമില്ല. അരണ്ട വെളിച്ചത്തിൽ അയാൾ തിരിച്ചറിഞ്ഞു. അകലെയുള്ള പുരാതനമായ ദേവാലയത്തിന്റെ സിമിത്തേരിയിലെ തെ

മ്മാടിക്കുഴികൾക്കിടയിൽ(3). അതേ പഴയ തെമ്മാടിക്കുഴിയിൽ! കുറെ സമയം അയാൾ അനങ്ങാതെ അതേ ഇരിപ്പിൽ ഇരുന്നു. വീണ്ടും ഒരു സ്വരം.

''ആരെ ഞാൻ അയക്കും; ആരാണ് എനിക്കു വേണ്ടി പോവുക.'' ഉറഞ്ഞ നിശബ്ദത.... നിമിഷങ്ങൾ കടന്നു പോയി. ''ഇതാ ഞാൻ.''

അയാൾ മറുപടി പറഞ്ഞു. അയാളുടെ ശബ്ദം ഉറച്ചതായിരുന്നു. കിഴക്ക് വെള്ളവീശിത്തുടങ്ങി. അയാൾ ഉറച്ച കാൽവെയ്പോടെ പുറത്തേക്കിറങ്ങി. അപ്പോൾ പുതിയ പ്രഭാതത്തിന്റെ വിളംബരമെന്ന വണ്ണം ഒരു കോഴി ഉച്ചത്തിൽ നീട്ടിക്കൂവി.

2010

1.സോദോം ഗൊമോറ: മുഴുവൻ ജനങ്ങളുടെയും ലൈംഗിക വൈകൃതങ്ങളാൽ ദൈവം അഗ്നിയും ഗന്ധകവും കൊണ്ട് നശിപ്പിച്ചു കളഞ്ഞ നഗരങ്ങൾ. ഇപ്പോൾ ചാവുകടൽ എന്നറിയപ്പെടുന്നു. (ബൈബിൾ)
2.അർത്ഥശാസ്ത്രം: കൗടില്യൻ - തന്ത്രങ്ങളുടെ ആചാര്യൻ (ചാണക്യൻ) രചിച്ച പുസ്തകം.
3.തെമ്മാടിക്കുഴി: പഴയ പള്ളികളിൽ തെമ്മാടികൾ എന്നു മുദ്രകുത്തപ്പെട്ടവരെ സംസ്കരിച്ചിരുന്ന സ്ഥലം.

www.ingramcontent.com/pod-product-compliance
Lightning Source LLC
LaVergne TN
LVHW060113051026
849517LV00007B/2297
* 9 7 8 9 3 9 0 9 9 9 8 5 9 *